Nết Phong Lan

NÉT PHONG LAN

Tập truyện **Y La Lê-Khắc Ngọc-Quỳnh**

Bìa: Họa sĩ **Khánh Trường**

Trình bày: **Lê Hân**

Kỹ thuật: **Tạ Quốc Quang**

Nhân Ảnh Tái Bản **2018**

ISBN: **9781927781739**

Y LA LÊ-KHẮC NGỌC-QUỲNH

Nết Phong Lan

Nhân Ảnh
2018

THAY LỜI TỰA

Trần Diệu Hằng

Ngôi trường điêu tàn tường vôi loang lổ, lớp học cửa lệch bản lề, vùng đồi đất đỏ, trại tù giữa cánh rừng thưa, nghĩa trang hoang tàn mồ mả khai quật hỗn độn, giòng sông xanh phẳng lặng, cây cầu xộc xệch cũ mèm, tháp chùa trên núi cao, mưa dầm dề xứ Huế, con đường Hà Nội nước lụt mênh mông, ồn ào người kiếm sống giữa cảnh hoang phế bụi lầm, công viên mất tích hồ sen cũ, ngôi nhà kỷ niệm vắng bặt tiếng hát xưa...

Chuỗi hình ảnh, ký ức lần lượt xuất hiện trước mắt tôi dưới ngòi bút của người viết Y La Lê Khắc Ngọc Quỳnh, tựa như sự thay đổi nhìn thấy dưới tác dụng của chất thuốc rửa hình trong phòng tối. Chuỗi hình ảnh chồng chất, đan xéo lên nhau tạo nên một âm bản quê hương, có "lẽ thực" hơn cả miền đất hình chữ S nằm dọc theo eo biển Thái Bình trụ một dẻo cuối cùng châu Á. Cùng với chuỗi hình ảnh, những khuôn mặt mờ nhạt không rõ nét, những âm thanh, tiếng cười nói nghe như vọng về từ một cõi xa xôi nào. Âm bản quê hương là đó, cánh cửa mở vào nơi chốn riêng tôi.

Trên những hình ảnh lần lượt chạy qua trước mắt như những tấm phông sân khấu tiếp tục bị di chuyển bởi những bàn tay vô hình trốn nấp phía sau, duy nhất xuất hiện một diễn viên, người đàn bà trẻ, một nhan sắc sáng trưng nhưng rất đỗi dịu dàng trong chiếc áo dài lụa mầu mỡ gà, người đàn bà cầm trong tay một cuốn sách, cất tiếng đọc giọng ngọt lừ đất Huế Thần Kinh... ngàn cây xanh, bèo xanh xanh nở trên ao nhuốm cho cái xóm vắng vẻ một khung cảnh hoang dại, rừng rú. Văng vẳng có tiếng của những người con gái kéo gáo giỡn nhau. Ngoài kia, qua một lớp vườn hoang là một cánh đồng bao la. Trẻ con thả diều, người lớn thong thả dạo mát. . . Người đàn bà gấp sách, bước thong thả đến gần, ống kính quay phim bây giờ lùi lại để mở rộng thêm góc sân khấu, trên đó xuất hiện mấy diễn viên mới: vài ba cô bé áo dài trắng tóc cắt bum bê, mắt hạt nhãn mở to say mê theo dõi. "Cô ơi, cô đọc nữa đi cô... Cô đọc o Chuột nữa đi...".

Em thích nghe cô nói chữ o Chuuuoột, nghe răng mà ngọt rứa... Người đàn bà cười nụ sáng trăng. Mỗi người có một đặc điểm riêng, D.H. thì lúc nào cũng diễn tả với tất cả sự nồng nhiệt say mê - thật là ghê gớm, đẹp kinh... khủng! Chữ kinh dài như kẹo kéo để lao đầu xuống chữ khủng đắm đuối gọn gàng. Rồi máy quay phim không rà tiếp nữa, rồi trên sân khấu đèn tắt phụt.

Im bặt. Dấu lặng. Khoảng rời.

Rồi đèn lại bật sáng và sân khấu đổi phông mới.

Vùng tuyết trắng mùa Đông Canada con đường đổ dốc hàng cây evergreen, cánh phượng đỏ thắm nằm trong hộp giấy quà mở tung trên nền trắng tinh của tuyết, đồi trùng trùng thánh giá, giòng sông Seine lướt thướt mưa, lá vàng bay ngang, người đàn bà ngã chũi xuống sau cái tát phũ, ánh nhìn trầm tư lặng lẽ, ánh nhìn dõi trông về xa, giọt nước mắt chịu đựng, ánh mắt bẽ bàng lẩn tránh, màu xanh thủy trúc, mảnh vườn rực thắm hồng nhung, mặt hồ rỡ ràng hoa súng, mùa hè ấm áp sen hồng, tiếng kinh cầu thanh thoát, đôi mắt Quan Âm vời vợi từ bi, sau màn mưa giàn giụa khuôn mặt mẹ già yêu dấu mờ dần, tàn dần, lụi dần...

Trên nền phông mới, sân khấu vắng lặng, rồi thì từ từ người đàn bà diễn viên lại xuất hiện, vẫn dáng dấp ấy, khuôn mặt ấy, nhưng mờ nhạt như có một vùng sương khói phủ quanh, nhưng mơ hồ như một âm bản chiếu trên màn ảnh. Âm bản ấy là ký ức tôi về cô giáo năm xưa, ngày ấy Y La Lê Khắc Ngọc Quỳnh có lẽ ở vào tuổi ba mươi và tôi mười hai, không gian sân khấu của chúng tôi là lớp học êm đềm chan hoà nắng buổi sáng, ngôi trường Trưng Vương đường đi vào có vòm lá xanh đan trên đầu. Cô giáo đẹp dịu dàng tiếng Huế dịu dàng mở cho tôi cánh cửa sổ nhỏ bé ghé mắt nhìn vào ngôi nhà văn chương tiếng Việt. Tình yêu đầu tiên của tôi với ngôn ngữ bắt đầu từ buổi ấy, tình yêu như vạt nắng sáng lấp lánh nối liền với cô giáo Việt văn lớp đệ thất, người phụ nữ Việt Nam hiền lành thiết tha yêu gia đình, lớp học, ngôi trường, quê hương, đời sống.

Tôi không gặp lại cô giáo cũ đã nhiều nhiều năm...

Thương hải biến vi tang điền. Cho tới giờ phút này tôi vẫn chưa gặp lại cô. Mân mê chồng bản thảo trong tay, tôi lật từng tờ rồi lại từng trang, này đây bản sao của một bài đăng báo, trên đó có tấm hình chụp năm bảy người phụ nữ đã luống tuổi, không lời trích dẫn, dõi từng khuôn mặt trên tấm hình cố tìm nét thân quen của nhan sắc tình yêu cô giáo thời thơ dại ngày nào, nhưng đành chịu thua. Nhan sắc-ngôn ngữ ấy, quê hương biền biệt kia cứ lừng lững hiện diện như âm bản trong trí nhớ. Nhiều nhiều năm không gặp lại cô giáo cũ. Nhiều nhiều năm chưa hề đặt bước trở lại quê nhà xưa. Nhưng âm bản sáng rỡ hờn thực tại, thơ mộng một cõi trời tự do bát ngát trí tưởng phiêu du. Âm bản không tàn. Thực tại tạo nên bởi ngôn ngữ không tàn. Cô giáo tôi vẫn thế, vẫn tha thiết yêu gia đình lớp học ngôi trường quê hương đời sống. Cô giáo tôi không già, vẫn đẹp như ngày nào trong chiếc áo lụa mầu mỡ gà trước phấn trắng bảng đen và những chùm nắng ban mai vẫn xuyên qua cửa sổ lớp học khoe những hạt bụi li ti khiêu vũ trong không gian.

Thương hải biến vi tang điền. Nhưng quyền lực phá hủy ngừng lại, ngần ngại lui bước trước âm bản tạo nên bởi ngôn ngữ và trí tưởng.

Y La Lê Khắc Ngọc Quỳnh cô giáo thân yêu một lần nữa lại trở về, mở cánh cửa quá khứ mời tôi nhìn lại nhan sắc tình yêu ngôn ngữ thời thơ dại, mời tôi về thăm âm bản quê hương nằm bên ngoài sự bạo hành của bánh xe lịch sử và quyền lực...

Trần Diệu Hằng

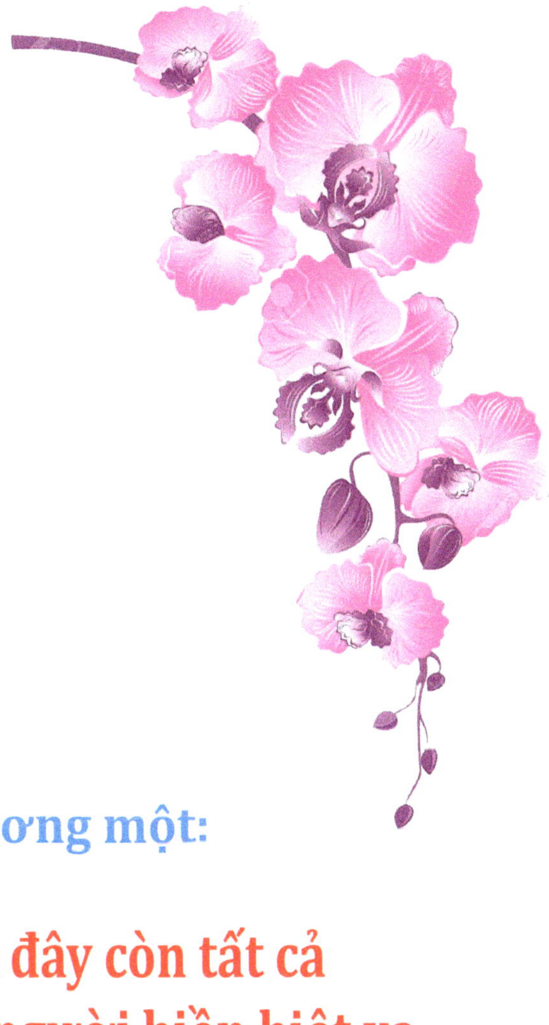

chương một:

còn đây còn tất cả
xứ người biền biệt xa

PHONG LAN

Cô gái Việt Nam ơi!
Nếu chữ Hy Sinh có ở đời,
tôi muốn nạm vàng muôn khổ cực,
cho lòng cô gái Việt Nam tươi.
Hồ Dzếnh

Ngày 23 tháng 12, trung tâm Cộng đồng Đa Văn Hóa vắng hoe. Hầu hết nhân viên đều lấy phép nghỉ lễ Giáng Sinh kéo dài đến Tết Dương lịch. Bước chân vào phòng ăn trưa, tôi thấy Michael vừa ăn vừa đọc sách. Michael mới đến "nhập dân" trung tâm gần tháng nay. Sau câu chào thường lệ, anh ta mở lời trước:

- Các bạn cho tôi biết chị là một cây nấu ăn ở đây, có rất nhiều món ngon đặc biệt Việt Nam, phải không?

Tôi mỉm cười vui vẻ. Vừa hâm thức ăn vừa nói chuyện:

- Nhưng bây giờ bạn "hạ" tôi rồi!

Michael dương mắt nhìn tôi:

- Sao? Chị nói sao?

- Bây giờ tôi không là người duy nhất có món ăn đặc biệt Việt Nam nữa, từ ngày bạn đến đây.

- Vậy sao?

Tôi cười nói tiếp:

- Đang định hỏi bạn tại sao một người Âu châu chính cống như bạn lại có thức ăn giống tôi được?

Michael mỉm cười gật gù đắc chí:

- Đó là niềm hạnh phúc của tôi! Thì ra các bạn đã chú ý đến thức ăn của tôi và nói nhận xét đó với chị à?

- Vâng người ta đang tưởng trung tâm này có thêm một người Việt Nam nữa đấy.

Michael hớn hở thấy rõ.

Thật vậy, từ lâu tôi nổi tiếng ở đây vì thức ăn Việt Nam. Mỗi lần cho thức ăn vào hâm nóng, mùi thơm làm cả sở hít hà:

- Hương vị quyến rũ thật... làm mọi người đói bụng.

Thiên hạ trầm trồ. Margarita, trưởng cơ quan nhất định đòi nếm thử. Bà này đã bao lần theo tôi đến hàng ăn

Việt Nam. Say mê đến nỗi luôn đề nghị các buổi tổ chức ăn uống trong sở theo thực đơn Việt Nam. Tôi cũng không biết bao lần hướng dẫn cách nấu.

Thường trưa thứ sáu cuối mỗi tháng, chúng tôi có lệ mang thức ăn đặc biệt của quê mình để trao đổi cùng các bạn... Những buổi được thưởng thức món ăn "quốc tế" như vậy thật sôi nổi và hào hứng. Lắm lúc ngon miệng quên luôn giờ ăn trưa đã chấm dứt. Tôi thường góp thức ăn Việt Nam. Sau đó, mọi người thích thú khen: nhiều chất tươi, phong phú dinh dưỡng, nhẹ nhàng, ít dầu mỡ nhất là "khoái khẩu". Thứ sáu tuần này, tôi đãi các bạn món phở gà. Thiên hạ khen nức nở! Tô phở gà đẹp mắt: nước dùng trong vắt làm nổi rõ những sợi phở mềm mại trắng tươi thơm phức và đầy mầu sắc hấp dẫn. Những lát thịt gà thái mỏng còn giữ chút xíu da mầu vàng mơ gợi thèm, bên khoanh hành thái mỏng trắng ngần, ôm lấy những lá ngò mơn mởn xanh thật xanh. Thêm vài lấm tấm hạt tiêu... mùi thơm quyến rũ theo khói nhẹ lan ấm cúng không khí phòng ăn... chỉ cần vài giọt chanh nữa, tô phở ngạt ngào, ngây ngất người thưởng ngoạn. "Recipes" làm ra bao nhiêu ấn bản cũng không đủ. Các bạn người bản xứ và ngoại quốc làm việc ở trung tâm, tự bao giờ đã "mê" thức ăn Việt Nam. Tôi là người độc nhất đã trên mười mấy năm nay đem hương vị Việt Nam đến cho mọi người. Nay họ tự hào "sành" thức ăn Việt Nam để dễ dàng biết "order" mỗi khi bước vào nhà hàng ăn Việt Nam: phở, bún, mì, gỏi cuốn, chả giò, canh chua, cá kho tộ... và cả bánh xèo.

Gần tháng nay, mọi người thắc mắc, tại sao một người "tây thuần túy" như Michael lại có thức ăn một trăm phần trăm “Việt” như của tôi? Michael mới vào làm việc, chưa nói chuyện nhiều nên chưa có dịp để Michael giải thích. Hôm nay cơ quan vắng lặng. Phòng ăn trưa chỉ có chúng tôi. Tôi muốn sự hiếu kỳ của tôi được giải đáp:

- Trước khi vào đây, bạn làm ở đâu?

- Xa lắm, tận Montreal.

- Cũng làm về xã hội?

- Không hẳn thế. Tôi đi dạy. Được việc ở đây rồi tôi mới về đón vợ con lên đây. Chị làm đây chắc lâu lắm rồi, bên phát triển cộng đồng?

- Vâng, anh thì bên giáo dục trẻ em và sinh hoạt nhóm?

- Đặc biệt tôi chuyên về sinh hoạt nhóm.

- Tôi cũng phụ trách một nhóm phụ nữ Việt Nam đủ mọi lứa tuổi, họ yêu nhóm và đến với nhóm rất chuyên cần. Tinh thần của họ cho tôi nhiều khuyến khích.

- Tôi có nghe bà Peggy nói và sẽ xin hỏi kinh nghiệm của chị. Tôi luôn muốn học hỏi văn hóa khác biệt của nhiều di dân ở Canada. Có nhiều điều thuộc văn hóa đặc thù của nhiều sắc dân rất thích thú tìm hiểu và...

Michael nhìn tôi mỉm cười nói tiếp:

- Nhờ say mê học hỏi văn hóa Việt Nam mà tôi có thức ăn giống chị để moi người thắc mắc đấy! .

Lời của Michael nhắc tôi là thắc mắc của tôi chưa được giải đáp nên vội vàng:

- Bao giờ thì câu hỏi của tôi được trả lời?

- Ngay bây giờ nếu chị muốn.

Rồi Michael tiếp:

- Hôm nay coi như chúng ta thất nghiệp vì mọi người đang say sưa niềm vui giáng sinh. Không ai thèm đến hỏi han gì nữa đâu.

- Vâng, sáng nay thiên hạ đến lấy quà và thức ăn nhiều quá rồi. Kho lương thực cũng đã cạn. Ta có quyền ngồi đây để có vài "information sharing".

Michael với tay lấy chai nước trên bàn, rót vào ly, nhìn tôi:

- Hôm gặp chị trong hội đồng phỏng vấn, tôi bỗng thấy thân quen vì chị cùng "văn hóa" với Lan, vợ tôi bây giờ.

Tôi mở to mắt:

- Chị là người Việt Nam, vui quá nhỉ! Hèn gì...

- Chị nói "hèn gì"... là sao?

- Hèn gì bạn có thức ăn Việt Nam.

Michael hớn hở ra mặt, ánh mắt sáng mầu kỷ niệm, miên man chuyện kể...

Tôi sinh ở tỉnh Bruxelle, thủ đô nước Bỉ, trong gia đình có bốn anh em. Bố mẹ tôi làm việc cần cù ở một trang trại lớn gần biên giới Hòa Lan. Người nỗ lực, chịu khó với công việc, mục đích duy nhất là cho chúng tôi học hành đến nơi đến chốn. Bố mẹ lý luận rằng trước kia dại dột không học nên "ít chữ". Con cái được "nhiều chữ" hơn bố mẹ là điều mong ước. Bốn anh em chúng tôi đều được du học ở Paris, nước Pháp. Nói du học cho vui vậy thôi, thật ra chẳng "du" gì cả. Bruxelle và Paris gần nhau quá chừng. Trong bốn anh em, tôi học trội nhất, được vào một đại học có tiếng ở Pháp. Có may mắn là tôi không phải quá chăm học; vừa học vừa sinh hoạt thể thao, chút chút về âm nhạc. Chính trong lớp âm nhạc này, tôi gặp Yvonne. Cô gái tóc hoe vàng. Nét thông minh lộ rõ qua đôi mắt trong sáng. Dáng người cao gầy. Ăn nói hoạt bát và hay châm chọc người khác. Nơi nàng thoáng vẻ kiêu kỳ. Các bạn chỉ trích điều này nhưng tôi lại mê cái vẻ tự tôn; lắm lúc xem thiên hạ như không có. Những mẫu chuyện giữa chúng tôi thường làm tôi cười thán phục vì cái thông minh, biết khám phá những yếu điểm của người khác để chế diễu, để mang họ ra làm trò cười cho những người chung quanh... Nhiều lúc nhìn Yvonne tàn nhẫn chọc ghẹo người khác, các bạn khó chịu nhưng đã mê nàng tôi về hùa với nàng dễ dàng. Yvonne hãnh diện với dòng dõi mấy đời với tổng thống De Gaulle. Đôi khi nàng tự cao quá đáng. Các bạn chê trách. Tôi bị che lấp bởi cảm tình với nàng nên không chú ý. Yvonne quan niệm học để mua vui. Chẳng có gì quan trọng để phải quan tâm nên cuộc sống có phần dễ dãi, Yvonne sống theo ý thích của mình. Nàng vui chơi thoải mái và tôi cũng thoải mái dự phần. Chúng tôi say sưa vui đùa bên nhau.

Sau sáu tháng quen biết, chúng tôi cho là đủ để hai đứa cùng nhau chung sống. Tôi chưa gặp bố mẹ nàng lần nào. Nàng cũng không có anh em ở gần. Yvonne rất tự do, không hề có một khó khăn nào trong quyết định của chúng tôi. Riêng bố mẹ tôi lúc biết chúng tôi quyết định thành vợ chồng thì buồn lắm. Theo các cụ tình yêu phải được hợp thức hóa bởi hôn nhân, hoặc ít nhất cũng tổ chức đơn giản tại nhà thờ. Chúng tôi tự tin cho rằng không cần đến thủ tục rườm rà. Cuộc sống hai đứa là của riêng chúng tôi. Có nhau là đủ. Chúng tôi bỏ ngoài tai những góp ý của bố mẹ. Tại sao phải làm đám cưới? Mảnh giấy chứng nhận hôn nhân có nghĩa gì khi hai đứa yêu nhau? Yvonne cười mai mỉa: tôi biết tôi muốn gì. Tôi bảo đảm tôi đủ "power" để nói "yes" và chữ "yes" của tôi có giá trị gấp trăm lần cái "marriage certificate" ký trước mặt Chúa của anh. Sự cương quyết của cô nàng làm tôi bối rối. Hai chúng tôi đưa ly champagne lên môi để nói rằng tình yêu chúng tôi trên hết. Bất chấp mọi thứ trên đời, chúng tôi phải vì chúng tôi trước đã.

Có Yvonne, tôi phải tìm việc làm ổn định. Yvonne cười. Nhưng tôi vẫn còn ít nhiều ảnh hưởng nếp sống gia đình. Tôi thấy mình phải có trách nhiệm và vẫn nghĩ là chúng tôi đang cùng nhau tạo dựng một gia đình. Dù thoát ra ngoài nghi thức ràng buộc của tôn giáo, của truyền thống gia đình nhưng đã sống chung thì phải nghĩ đến tổ ấm. Hai người khi còn là bạn thì khác nhưng đã cùng nhau chung sống thì phải có trách nhiệm về nhau, về cuộc sống chung nhiều hơn. Tôi muốn chúng tôi hạnh phúc. Tôi vui vẻ trong công việc vì có Yvonne bên cạnh.

Ngày ngày tôi đi làm. Yvonne vẫn lang bang hết học nhạc đến học đàn, học vẽ, học nắn tượng,... nhiều thứ quá nên không có thứ nào nên thân. Công việc làm không cho tôi có nhiều tự do và thời giờ như khi còn nếp sống sinh viên ngày trước. Hạn chế những cuộc vui chơi, bỏ lỡ vài dịp họp mặt đàn đúm bạn bè, đấu hót, tán dóc... Không cùng Yvonne mang giá vẽ lang thang gặp cảnh nào vừa ý thì dừng lại. Tất cả những việc đó làm Yvonne bất bình, không vui.

Tôi không thể bỏ sở làm để theo nàng và bè bạn có những buổi cắm trại đâu đó một đôi tuần... và càng không thể phục dịch để lễ mễ mang những dụng cụ cho những buổi tham dự nắn tượng, vẽ tranh ở xa và phải chi tiền cho phòng ốc, người mẫu, chỉ để Yvonne "nghiên cứu". Nàng lý luận, trước kia còn là sinh viên chúng tôi đã làm được việc ấy, nay tôi có việc làm tại sao không, mọi việc đáng lý phải dễ dàng hơn. Nàng quên rằng bây giờ chúng tồi phải bắt đầu có ý niệm về gia đình, phải khác những ngày đã qua... Tôi cố giải thích, nàng bỏ ngoài tai. Không có tôi tham dự những cuộc chơi, Yvonne đi một mình. Buồn. Yêu nàng tôi cố gắng và hy vọng tình yêu chân thật cảm hóa được nàng. Càng ngày Yvonne càng la đà vào những sở thích vui thì làm không thì bỏ... Tôi không buồn vì phải bảo bọc nàng đủ thứ vì tôi yêu nàng nhưng nhiều lúc bực mình vì nếp sống vui đâu chốc đó không có tương lai. Cái náo nức của tình yêu để có nhau hình như nhạt dần. Những tháng đầu chung sống đã bắt đầu lục đục. Tôi lo sợ. Tìm cách để Yvonne hiểu vì tình yêu hai đứa mà lắm lúc tôi không thể chiều ý nàng. Yvonne bất mãn thấy rõ. Cho là tôi thực tế quá, nàng càng tỏ ra bất cần và càng dấn thân vào những sở thích vô bổ... Tôi góp ý. Nàng cãi lẫy. Giận nhau. Nàng vẫn có thái độ tự cao cho là mình thuộc dòng dõi quý phái để nhiều lần xúc phạm đến tôi. Yêu nàng. Tôi nhịn. Gia đình tôi có thể thuộc hàng dân dã, sống đơn giản chân chất, không kiểu cách. Có lúc cầm cái chén uống nước không nâng luôn cái đĩa. Nàng chỉ trích: không lịch sự. Nốc cạn ly trà khi khát, nàng cho không quý phái. Nàng hay đùa cợt, ác ý:

- Anh nói tiếng Pháp giọng Bỉ! Hay nhún vai chê tôi:

- Xuất thân từ ruộng đồng!

Quá nhiều chỉ trích, để tôi lắm lúc mặc cảm - rụt rè trước đám đông, sợ Yvonne lại bất chợt chỉ trích chế diễu. Đã có nhiều lần nàng vạch mặt tôi trước mọi người vì lỗi này lỗi nọ. Nói chung là nàng nghĩ tôi thua nàng về nguồn gốc dòng họ. Quan niệm về gia đình nàng cũng khác. Nàng phủ nhận vai trò người đàn bà trong gia đình: chưa bao giờ tôi nhận được một ly nước, một đĩa trứng tráng từ tay nàng như tôi vẫn hằng làm cho nàng. Rồi tôi tìm cách bào chữa cho Yvonne vì tôi yêu nàng. Và dù chưa hề nhận được sự săn sóc mà tôi hằng ao ước từ người vợ, nhưng tình yêu bảo tôi hãy chịu đựng. Tôi càng nhịn, nàng càng coi thường tôi. Coi như tôi không có, nàng bỏ đi ra ngoài suốt ngày rồi ngang nhiên đi chơi với bạn trai. Tôi chán nản nhưng không dám tâm sự với ai. Bố mẹ tôi thì ở xa. Các anh em tôi có vẻ xa lánh tôi từ ngày tôi có Yvonne. Tôi lo sợ thật sự vì nhận ra sau sáu tháng quen và yêu nhau thật sự chưa có nền tảng vững chắc cho sự tìm hiểu và nhất là thật ngớ ngẩn đem chuyện tương lai bàn với một người chỉ vui đâu chốc đó, chủ trương lo chuyện ngày mai chỉ làm già người... đời ngắn ngủi mà lo quá chỉ phí phạm tuổi trẻ mà thôi. Vui hưởng hiện tại là chí lý!!! Nàng thường phân biệt nàng là dân Pháp chính cống quý phái, còn tôi là dân Bỉ "ruộng". Với lối suy nghĩ ấy, nàng bắt tôi phải chịu đựng mọi khó chịu từ nàng vì tôi "may mắn" có được người vợ quý tộc như nàng. Sự kỳ thị càng ngày càng rõ nét. Nàng cứ viện cớ gây gỗ. Tôi giải thích. Nàng bỏ ngoài tai. Tôi phản ứng. Nàng hung dữ. Gia đình đã từ lâu mất hết ý nghĩa của nó. Chúng tôi đã trở thành hai kẻ ghét nhau. Cãi vã xảy ra hàng ngày. Tôi thật sự xấu hổ.

Một hôm đi làm về. Tôi thấy nàng đang thu xếp quần áo vào va li và chờ tôi về, nói lời từ giã:

- Anh không đủ tư cách để giữ tôi lâu hơn.

Chán ngán trước lời phát biểu của nàng. 18 tháng chung sống quá nặng nề để chấm dứt hôm nay. Tức giận khiến tôi khinh khỉnh. Không nói một lời để giữ nàng lại như bao nhiêu lần trước. Tôi im lặng. Nàng lập lại nhiều lần câu nói như nhắc tôi nên năn nỉ:

- Không chịu được nữa. Chào anh!

Mệt mỏi, tôi ngã người trên ghế sofa. Không buồn nói một lời khi Yvonne hung hăng xách vali ra khỏi cửa... Tôi thật buồn! Không ngờ được rằng giữa hai người tưởng cùng văn hoá, ngôn ngữ, một môi trường sinh hoạt mà sự kỳ thị lại quá nặng nề như vậy.

Một lần bị phụ phàng. Tim tôi băng giá. Không muốn nghĩ đến đàn bà. Con chim bị tên đang sợ hết cành cây cong. Tôi đổi việc. Tìm đến một nơi thật xa. Mong quên hết mọi sự. Sống lặng lẽ như chiếc bóng. Sau giờ làm việc về nhà tự làm lấy thức ăn. Cuối tuần có khi ăn tiệm. Cuộc sống bình lặng nhẹ trôi. Bắt đầu quen với nơi chốn mới. Sinh hoạt cộng đồng lôi cuốn tôi như bản chất muốn tìm biết xã hội và thích hòa nhập, yêu bạn bè. Một hôm theo chân các bạn dự một buổi trình diễn văn nghệ chọn lọc do Tổng Hội Sinh Viên tổ chức. Tôi hào hứng theo dõi những màn trình diễn độc đáo của nhiều sắc dân trên thế giới: màn vũ dân tộc của Thổ Nhĩ Kỳ với những chiếc váy xòe rộng mầu sắc sặc sỡ linh động dưới ánh đèn sân khấu; Những folk dance và square dance do nhóm sinh viên Đông Âu rộn ràng, tạo không khí vui nhộn trong hội trường; Màn vũ Flamenco của Ý Đại Lợi; ban vũ Đại Hàn với màn múa trống thật đặc sắc, tiếng trống bập bùng lúc nhanh lúc chậm qua nhiều âm bậc thay đổi lôi cuốn người nghe không dứt; Những cô gái Nhật Bản trong chiếc kimono hồng bóng hoa đào, bên chiếc dù xinh xinh cũng bắt mắt, đưa người xem về với xứ Phù tang có núi Phú Sĩ tuyết phủ trên đỉnh, vũ điệu momo suziki chấm dứt trong tiếng vỗ tay vang vang. Đèn sân khấu mờ hẳn, người ta đang thay bối cảnh cho màn trình tấu của Việt- Nam. Tấm phông với cảnh trí thơ mộng của ba miền đất nước: Chùa Một Cột lặng lẽ giữa hồ sen đơm bông; Chiếc cầu Tràng Tiền trắng bạc, bắc qua dòng Hương Giang êm đềm xanh biếc, bên bờ cành phượng vĩ đơm hoa đỏ nghiêng nghiêng dịu dàng, cảnh trí này đã cho tôi một ấn tượng lạ lùng, vừa lâng lâng xúc động vừa quyến rũ mắt nhìn mà sau này tôi mới biết tại sao. Cảnh trí được tiếp nối bằng hình ảnh ngôi chợ giữa thành phố Saigòn... Màn trình diễn được giới thiệu qua một nhạc cụ đặc biệt Việt Nam, đàn tranh, với 16 giây tơ. Nhạc cụ này có lần tôi nhìn thấy trong một bảo tàng ở Pháp, nhưng âm thanh thì chưa được nghe lần nào. Người nữ sinh viên ngồi trên nền chiếu hoa, hai vạt áo dài trắng mềm mại trải rộng trên mặt chiếu, làm nền cho chiếc thập lục huyền cầm trước mặt. Thiếu nữ chơi đàn hơi nghiêng xuống phía trước, mái tóc dài mềm mại buông lơi trên bờ vai thon nhỏ. Dáng dấp dịu dàng lặng lẽ trong chiếc áo lụa trắng với mái tóc huyền thật Á Đông ấy giữ ánh nhìn của tôi rất lâu. Thiếu nữ so dây, âm thanh dìu dặt bổng trầm cất lên trong bản dân ca Ba Miền: đặc tính của Việt Nam qua ba miền đất nước dàn trải trên phím tơ xao xuyến lòng người...

miền Bắc rõ nét trong làn điệu Cò Lả, miền Trung với điệu hò Ru Em rười rượi buồn và miền Nam chân chất Lý Đò Đưa... Lần đầu tiên được nghe tiếng đàn 16 dây tơ, tôi ngẩn ngơ xúc động. Tiếng vỗ tay không ngừng khi người thiếu nữ nghiêng chào. Người đàn chưa thể rút lui. Nàng ngồi lại và bản nhạc kế tiếp được yêu cầu: Giọt Mưa Thu của Đặng Thế Phong. Tiếng nhạc rung động thiết tha. Mọi người im phăng phắc theo dõi. Âm thanh xoáy vào tim. Phải nói tiếng nhạc lần này thật sự thu hút hồn tôi. Dòng nhạc thánh thót tiếng mưa, hơi thu dìu dặt nhớ thương. Buồn về nhẹ nhàng mà chất ngất xao xuyến trong gió thu lãng đãng đâu đây... Bản nhạc thấm sâu vào hồn để hình ảnh người chơi nhạc còn lại trong tình cảm trong sáng chân thành. Người thiếu nữ Việt Nam với dáng mảnh khảnh trong chiếc áo dài thướt tha, ánh mắt nhìn nghiêng trên phím đàn sao mà dịu dàng, khả ái... một bức tranh toàn mầu trắng sáng trong thánh thiện. Không đừng được tôi đưa máy ảnh và quyết giữ lại hình ảnh đẹp rung động lòng tôi. Buổi trình diễn qua đi mà sao trong tôi niềm vương vấn còn hoài? Được biết người con gái ấy chỉ chơi đàn tài tử, hôm nay đến giúp vui để gây quỹ cây mùa Xuân, giúp trẻ em bị thiên tai. Tìm biết nàng vẫn sinh hoạt trong Tổng Hội Sinh Viên. Tôi bồn chồn muốn làm quen. Nàng tự nhiên, cởi mở, hoạt bát, không quá rụt rè như nhiều thiếu nữ Á Châu tôi biết trước kia. Tôi đến với Tổng Hội Sinh Viên, sinh hoạt đều đặn, mục đích để gần nàng. Chúng tôi có nhiều dịp gặp gỡ. Tính hồn nhiên trong sáng của nàng cho tôi nhiều hy vọng để trở thành người bạn chân thành. Chúng tôi có vẻ dễ dàng thông cảm và tỏ ra tương đắc trong câu chuyện âm nhạc. Nàng tự nhiên vui vẻ.

Tôi luôn dè dặt, đắn đo, bao giờ cũng trân trọng gìn giữ... sợ lắm rồi một quyết định vội vàng.

Lan, tên nàng là Phong Lan. Nàng bảo Phong Lan là tên loài hoa mang kỷ niệm đẹp của bố mẹ nàng thuở ban đầu bên núi rừng Đà Lạt. Chúng tôi có dịp gặp nhau thường xuyên hơn những ngày cùng nhau thiện nguyện làm công tác cho Tổng Hội Sinh Viên, tổ chức hội thảo, chương trình cho thanh thiếu niên và nhất là những ngày cuối năm lễ Giáng sinh, lễ Tết... bận rộn mà vui vì chúng tôi có cơ hội tìm hiểu nhau nhiều hơn. Làm quen với Phong Lan là một thích thú cho tôi và không quá khó khăn như tôi lo lắng, nhưng với gia đình nàng thì thật cam go.

Lắm lúc tôi đã tưởng là nạn nhân của kỳ thị một lần nữa. Bố mẹ nàng cũng có vẻ "mới", âu hóa nhiều, khi chúng tôi là bạn - không sao cả - gia đình niềm nở với tôi, đối xử rất tốt. Những lần đến chơi, tôi được cùng các anh nàng và các bạn Việt Nam khác dự những bữa cơm gia đình thân mật. Những câu chuyện thuộc lịch sử gia đình, tôi cũng được chia xẻ, dự phần. Ngày lễ kỷ niệm thứ 40 ngày cưới của bố mẹ nàng, tôi vui mừng được nghe kể, được nhắc lại những ngày đầy thơ mộng của ông bà qua những tấm ảnh đẹp tuyệt vời bên núi rừng Đà-Lạt. Ngôi nhà xinh xắn giữa những tàng cây mimosa lung linh hoa vàng, khi người con trai đầu lòng chào đời. Những ngày Sài Gòn rộn rịp. Những lần nghỉ mát Vũng Tàu, sóng biển lao xao. Nhất là nhiều tấm ảnh ghi dấu hạnh phúc của đại gia đình bên quê hương thật sự nơi cố đô Huế cổ kính thành quách, lăng tẩm... Và cả những ngày đầu khó khăn nơi trại tỵ nạn. Tôi vui mừng thấy gần gũi và thân mật với gia đình Phong Lan. Nếu cảm tình của tôi chỉ dừng lại đó thì tốt đẹp và không có gì phải suy nghĩ và "tranh đấu"... Sau này tôi mới hiểu mọi người sẽ rất tử tế với tôi trong cương vị người bạn thuần túy. Khi tôi có ý thay đổi, tiến xa hơn một chút về tình cảm, mon men muốn là phần tử của gia đình. Tôi gặp sự chống đối mãnh liệt và được giải thích: làm sao Phong-Lan có thể có hạnh phúc lâu dài với một người khác văn hóa như tôi??? Họ bảo vệ lý luận của họ:

- Đông Tây khó gặp nhau!

Phong Lan đem điều đó nói với tôi. Nàng vui vẻ muốn giữ tôi là người bạn thân mãi mãi mà không là người chồng. Nàng cũng đồng ý với bố mẹ về sự khác biệt Đông Tây.

Nàng ân cần giải thích thêm, nếu lấy chồng thì trọn đời nàng chỉ muốn được sống cho và với người chồng đó mà thôi. Tôn giáo của nàng cũng dạy nàng điều đó. Lời giải thích làm tôi lo lắng không ít. Có thể tình yêu xóa bỏ được những dị biệt Đông Tây và dung hòa Âu Á không? Chắc cũng không dễ! Phong Lan thường cười và nhắc tôi hình như người Âu thường thiếu nhẫn nại và không sâu sắc bằng đa số người Á. Tôi cũng thường cười và nói rõ lòng tôi:

- Không phải người Âu nào cũng như thế.

Chúng tôi thường cùng cười và những mẩu đối thoại nho nhỏ này giúp chúng tôi hiểu nhau hơn. Riêng tôi, một lần kinh nghiệm dạy tôi phải thận trọng và không bao giờ được làm tổn thương tình cảm người mình yêu. Tôi nhẫn nại để hiểu rằng Âu với Âu còn nặng nề nhiều mâu thuẫn thì

Âu với Á còn phải nhiều cố gắng mói thích nghi nếu muốn thật lòng trân trọng tình yêu. Tôi đã "tranh đấu" hết mình và hứa với ông bà cụ, bố mẹ Phong Lan với hết cả tình tôi. Sau lời giải thích cặn kẽ, bố mẹ và anh em Phong Lan hài lòng với quyết định tôi chung sống với Phong Lan.

Đám cưới theo nghi lễ cổ truyền Việt Nam long trọng ngoài sức tưởng tượng của chúng tôi. Chú rể mắt xanh mầu trời, trong áo dài, khăn đống trân trọng cầm nén nhang từ tay ông bố vợ để làm lễ trước bàn thờ gia tiên đèn nến sáng choang. Một cảm giác khó tả làm nóng người tôi và chẳng bao giờ có thể quên. Bước ngoặt quan trọng đời tôi bắt đầu sau 3 năm thử thách. Tôi liếc nhìn Phong Lan, y phục cô dâu mầu hồng xác pháo, phủ ngoài chiếc thụng (Lan gọi là áo mệnh phụ) mầu nâu tươi có thêu đường viền hình mây trời kim tuyến vàng óng ánh, khăn vành mầu xanh lam vén gọn mớ tóc mây, vầng trán thông minh lộ rõ với đôi mắt trong sáng nhìn tôi như khuyến khích, thông cảm trước sự cố gắng của tôi, cho tôi thêm tin tưởng và vui vẻ làm tròn nhiệm vụ với ý thức "nhập gia tùy tục". Chung quanh đông đảo họ hàng, có lẽ người ta đang quan sát tôi, tôi bối rối, đứng im. Xúc động thấy trán tôi lấm tấm mồ hôi, mẹ tôi lại gần ghé vào tai tôi nói nhỏ:

- Buộc chặt khó mở con ạ!

Phần nghi lễ có rườm rà so với đám cưới tây phương nhưng tôi tự nguyện phải theo và xem như tất cả cho tôi gần với vợ tôi và gia đình nhà vợ. Như nét đẹp của văn hóa Việt Nam, đám cưới tôn trọng phần nghi lễ, mà đơn giản mọi chi tiết khác. Phong Lan và tôi đều đồng ý.

Ba năm tìm hiểu và ba năm chung sống. Chúng tôi đang có một cháu trai 10 tháng. Tôi thật sự yên lòng và hạnh phúc tìm thấy ở vợ tôi, người đàn bà Việt Nam đức hạnh. Đức tính đáng ca ngợi của Phong Lan là biết quên mình vì người khác. Tôi không muốn đòi hỏi nhiều ở nàng đâu nhưng nàng đã cho tôi những giây phút thoải mái... Không phải chỉ mình tôi tìm hiểu và tôn trọng những gì thuộc về Văn hóa Việt Nam, phong tục, tập quán để có thể thông cảm với nàng càng nhiều càng tốt. Tôi luôn luôn tìm cách để nàng khỏi mặc cảm tôi là người "ngoại quốc" với gia đình nàng. Nàng không ích kỷ để cũng học hỏi những điều thuộc cung cách sống của chúng tôi, tìm cách hòa nhập để gia đình được hòa khí. Chúng tôi không cùng tôn giáo nhưng chúng tôi biết tôn trọng tín ngưỡng của nhau. Cảm động biết bao khi nàng "chịu đựng" cái hôn của tôi giữa nơi công cộng mà đôi má đỏ hây nóng bừng vì ngượng. Sung sướng biết bao khi nàng cho tôi một ngạc nhiên thích thú: món xúp Bouillabaisse như hệt mẹ tôi làm. Chúng tôi chia xẻ mọi cảm nghĩ, mọi trách nhiệm đối với gia đình, con cái, trân trọng ý kiến của nhau. Mong các con sau này sẽ hãnh diện vì chúng tôi đã cố gắng xóa bỏ mọi khác biệt để gia đình có được nếp sống Âu Á đề huề. Tôi bỏ quên thói quen ăn tiệm. Phong Lan đã tự tay làm lấy thức ăn cho tôi mang theo hằng ngày. Tôi đang "ghiền" món ăn Việt Nam! Nàng chăm sóc con và tôi hết vẻ kiên nhẫn, dịu dàng và ngoan ngoãn. Tôi hãnh diện vì nàng. Tất cả nét đẹp Á Châu thể hiện qua nàng.

Tôi biết tôi đang hạnh phúc. Tôi chắc chắn một điều rằng, không thể có sự phân biệt đối xử khi chúng ta thực sự yêu thương và luôn biết quên mình, nét đẹp Đông Phương mà sự tế nhị đã chinh phục lòng tôi. Điều này tôi tìm thấy ở Phong Lan, người vợ Việt Nam tôi yêu quí!

Đôi mắt rạng rỡ tin yêu, Michael cho tôi xem tấm ảnh gia đình và bài nhạc mang tên Phong Lan để tiếp lời tâm sự...

Toronto 1998

QUÀ TẾT

Tiếng gió rít qua khe cửa nghe u... u... Ngoài kia trời như thấp xuống, nặng mây mù. Mới 4:30 chiều mà tưởng như bóng đêm đã về. Tôi mặc áo rời sở. Vừa bước ra khỏi cửa, gió lạnh phả vào mặt, rùng mình! Gió mạnh như đẩy tôi tới trước. Đi như chạy. Kéo cao cổ áo. Cúi đầu thấp để tránh bớt gió. Bãi đậu xe vắng lặng. Ngồi vào xe đóng cửa lại mới tạm yên. Canada mùa này có rất nhiều khi khí hậu như thế, đã quen nhưng sao mỗi lần thế này, tự nhiên lại thấy buồn và nhớ nắng quê nhà vô cùng...

Ở đây tuyết giá đông sang,
Nhớ sao là nhớ nắng vàng quê xưa.

Xa lộ 401 chìm trong sương mờ. Tôi giữ xe chầm chậm. Đường trơn ướt. Thường buổi sáng đi làm không có thì giờ nghĩ ngợi lan man. Chiều về, thong thả hơn, có quyền cho mình một phút trở về với chính mình... Mơ về những ngày xa xưa. Trời trong vắt, xanh xanh một màu. Nắng vàng nhuộm thắm vạn vật, chan hòa đó đây. Ngàn cây nội cỏ chói lòa... những nắng. Làm sao không nhớ rừng hoa phượng vĩ rực rỡ, mầu thắm đỏ làm hồng cả lối đi, au đỏ đôi má trắng mịn màng. Lại càng không quên những ngày tung tăng trong nắng để nghe khúc nhạc ve vang vang... Ôi ấm áp làm sao những ngày áo trắng vô tư chân sáo đến trường! Miên man trong hoài niệm tuổi thơ, làm quên đi những băng giá xứ người. Tìm vui bên cuộc sống mới ngày nọ sang ngày kia. Thấm thoát thế mà đã 15 năm xa xứ. Và có một hôm tôi bỗng tưởng như đang sống thật vói nắng vàng quê hương, với ngàn hoa tươi thắm và với những cánh phượng vĩ hồng kỷ niệm tuổi thơ...

Ra khỏi xe, đang co ro xuýt xoa vì lạnh cóng. Bước lên bậc cấp vào nhà. Vừa tra chìa khóa mở cửa vừa rũ tuyết bám trên tóc trên áo, bỗng nhìn thấy một gói giấy vuông vắn, có dấu bưu điện, đặt ngay bậc cửa, lưa thưa tuyết bám quanh. Nhìn nhanh tên người gửi, lạ hoắc: L.K Khanh. Xuất xứ từ một nơi chưa bao giờ biết: Kingston, Jamaica. Không bạn bè thân tộc nào mang tên ấy nên tôi cũng không náo nức mở gói ngay mà để lên bàn.

Rửa mặt thay áo xong. Thoải mái với không khí ấm áp trong nhà. Tôi thong thả mở quà sau khi kiểm soát lại một lần nữa, chắc chắn tên tôi chưa. Gói quà lạnh ngắt. Nhìn kỹ và lục trí nhớ xem có quen biết với ai mang tên này không -

tuyệt nhiên không. Sau lần giấy đầu tiên, một hộp cạc tông hình chữ nhật tựa như hộp đựng giày còn hơi lạnh. Bóc hết dây băng keo dán chung quanh. Hộp giấy mở ra. Một giỏ tre với những lần mây đan chéo tạo những lỗ hở mỹ thuật. Một mùi hương ngai ngái quen thuộc thoảng qua mũi. Qua những ô hở nhìn thấy những lá cây tươi xanh ngắt bên trong. Tò mò tôi tháo nhanh lần dây gai, giỏ mây mở tung cho tôi một ngạc nhiên không thể tả: Hoa Phượng - Phải Hoa Phượng! Lá, hoa và búp phượng vĩ thắm đỏ trước mắt tôi... Lá nhỏ rưng rức còn tươi nguyên. Những búp phượng he hé còn bao lớp vỏ mầu xanh, không che kín mầu đo đỏ của cánh phượng bên trong. Vài đường gân trắng nổi bật giữa mầu xanh và mầu dỏ. Rồi những cánh phượng đang độ nở tươi hơn hớn, đỏ thắm, còn giữ mấy sợi tua bám hạt nhỏ trên đầu... Những bông hoa phượng với đầy đủ lá, búp và nhất là hương phượng thoang thoảng đâu đây. Tôi bàng hoàng rưng rưng. Bỗng dưng giữa xứ tuyết giá này những cánh hoa mùa hè gợi nhiều thương nhớ. Băn khoăn nôn nóng tìm xuất xứ. Tôi đổ hết giỏ phượng lên bàn tìm kiếm. Một tờ thư lẫn trong lá. Mừng rỡ run tay mở ra đọc:

Kingston, Jamaica mồng một, tháng giêng.

Chị,

Tôi đến nơi nắng cháy này đã gần hai năm. Chung quanh không một người Việt Nam. Người Á châu cũng đã hiếm thấy. Một vài gian hàng nhỏ của người Trung Hoa định cư ở đây đã mấy đời và nói tiếng Anh như gió. Họ bán thực phẩm Á châu tận mãi dưới phố xa nơi tôi ở cả 200 cây số, không mấy khi gặp. Thời cuộc đưa đẩy và thật lạ lùng, tôi đang ở đây: thành phố Kingston, thủ đô của vùng nắng cháy Jamaica này. Người bản xứ Âu hóa nhiều. Nói tiếng Anh nhiều hơn tiếng mẹ đẻ. Ăn mặc như người Âu. Sinh hoạt xã hội cũng từa tựa bên mình. Lắm cái giống Việt Nam mà "Việt Nam Huế" chị ạ. Mỗi lần vậy tôi lại bật cười và càng nhớ quê hương. Sống giữa nơi xa lạ, ngoài giờ làm việc tôi ít đi đâu. Lúc nhận nhiệm sở ở đây tôi chỉ nghĩ đến một điều: Tiền. Hy vọng có dư dả chút ít gửi về nhà. Rồi tham vọng, ngoài cha mẹ, anh em ruột thịt còn làm gì được cho họ hàng xa gần... Tôi nỗ lực "làm tiền"!

Hình dung đến nếp sống thiếu thốn, khốn khổ nơi ruộng đòng: những trẻ thơ nghèo nàn mà bốn mùa đưa lưng trần đen mốc, ốm o ở bên kia chợ Mỹ Xá. Tôi lại xót xa, lại hết sức làm việc.

Tôi dài dòng quá, phải không? Phải nói trước để chị hiểu chút ít về tôi thì chị mới biết vì sao tôi gửi chị món quà này và coi như "Quà Tết"của tôi. Ở một nơi coi như không có cộng đồng người Việt. Báo chí tiếng Việt là niềm khao khát của tôi. Bạn bè cũng không mấy ai nhớ đến tôi đang lạc loài nơi đây. Mà chắc cũng như tôi ngày trước không hề thấy tên nơi này dù chỉ trên bản đồ địa dư. Thế mà hôm nay một tình cờ hạnh phúc được đọc những dòng nhắn gửi của chị trên bức thư ngỏ từ Toronto - Canada, kêu gọi mọi người góp một cánh phượng dù ở miền tuyết giá, để sưởi ấm lòng thầy cô và bạn bè khốn khó ở quê nhà. Đọc chị tôi thấy tôi tìm được một người đang cùng tôi chia xẻ nỗi niềm thương nhớ đến quê Huế xa vời vợi. Cầu mong đủ sức khỏe để tiếp tay với bao thầy cô, bạn bè, nạn nhân của nghèo khổ, thiếu thốn. Tôi xúc động lập lại lời thơ của chị:

Xin là cánh phượng mùa đông,
Giữa vùng tuyết trắng mênh mông xứ người,
Tình ơi một chút này thôi,
Thầy xưa, bạn cũ, tình tôi với trường.

Tôi thông cảm với chị, hiểu được tấm lòng những kẻ ly hương mà luôn canh cánh tình quê bên lòng. Chị đang buốt giá trên vùng tuyết trắng Bắc Mỹ. Tôi đang ở vùng nắng cháy Jamaica mà mùa này hoa phượng rực đỏ gợi nhớ một thời đã qua. Tự nhiên tôi muốn thể hiện những gì tôi đang nghĩ về chị. Lời của chị cho tôi một thoáng vui đã lâu tôi bỏ quên, một ấm áp tình người từ ngày xa xứ tôi thiết tha kiếm tìm. Không hề gặp chị mà tôi tưởng như đã cùng chị chắt chiu những yêu thương cho quê Huế dù cuộc sống xứ người khó khăn, buồn nhiều hơn vui... Hướng lòng mình về quê xưa dấu yêu mà những hình ảnh khốn khổ thân thương làm chúng ta băn khoăn, cố gắng mạnh dạn bước tới. Thương yêu phải thể hiện cụ thể để ta vui mừng làm được chút gì bằng tất cả tình ta. Chị biết không? Hôm nay tôi quyết định thể hiện lòng tôi với màu phượng hồng đáng yêu nhất: Cả đường phượng đơm hoa, rực nắng, đẹp một mầu Huế của hàng phượng trước cổng trường Quốc Học và ngàn hoa trong sân trường Đồng Khánh. Tôi nghĩ đến chị! Cành phượng nơi đây, cây này vừa ý nhất: tròn đầy hoa nở rộ, những nụ hoa he hé và lá phượng xanh rưng rức một mầu... Tôi nghĩ đến chị! Xe dừng lại, đường phượng vắng người. Trèo lên mui xe. Với tay. Cành phượng sà thấp. Tôi hăm hở. Lại nghĩ đến chị. Bỗng tôi giật mình vì tiếng còi điếc tai từ biệt thự kín cổng bên trong mà lúc này tôi mới thấy hàng chữ Bộ Quốc Phòng. Cảnh sắt bước tới - muộn quá rồi! Biết nói sao? Cành phượng đã nằm gọn trong tay mà hoa lá và hương phượng đang bao vây quanh mặt tôi! Chừng lạ lùng, người cảnh sát trực chỉ về phía tôi - Không lộ vẻ tức giận và chưa hỏi gì – *Bối rối, tôi nhảy xuống xe, bước tới lí nhí nói lời xin lỗi và dài dòng giải thích: .... Muốn gửi đến xứ tuyết giá xa xôi một cánh phượng của miền nắng ấm cho một người... không quen. Dễ thương biết bao! Người cảnh sắt thông cảm và cặn kẽ dặn dò:*

- Quãng đường trước Bộ Quốc Phòng không ai được dừng xe chứ đừng nói đến... hái trộm hoa phượng!

Cảm động thật sự tôi cảm ơn rối rít. Lúng túng, cho cả cành phượng lòa xòa những lá, những hoa, những búp vào cốp xe rồi lẹ lẹ lái đi. Nhìn kính sau tôi còn thấy người cảnh sát mỉm cười lắc đàu... chắc người ta tưởng tôi không... "tỉnh trí"!!!

Vì vậy tôi có hoa phượng cho chị. Hy vọng cánh phượng được cẩn thận giữ vào giỏ mây thoáng khí, đến tay chị vẫn còn tươi. Vui mừng biết mấy được thấy chị mỉm cười với cánh phượng tươi mầu giữa mùa băng giá và chị nghĩ một chút về người đã gửi... thế thôi là tôi sung sướng lắm rồi!

Một người chưa gặp chị lần nào, nhưng tưởng đã quen từ lâu.

L.H.K

Lá thư không có địa chỉ. Nhìn những hoa phượng còn thắm đỏ, những búp hoa mơn mởn, những lá nhỏ xanh ngăn ngắt bên cạnh lá thư bên góc bàn trước mặt, tôi lâng lâng xúc động. Nhặt cánh hoa ủ nhẹ trong tay, nghĩ đến ai đã cho tôi cảm giác nhẹ nhàng tươi vui như đang sống một ngày hè ấm áp và đầy những nắng trên quê hương. Thầm cảm ơn bạn với món quà bất ngờ, rất đỗi dễ thương, khuyến khích đôi chân vững bước dù tuyết trắng mênh mông, buốt giá chập chùng và e dè đã có lần làm nao núng lòng ai...

nếu nói được một lời,
trên xứ người băng giá
ấm áp một cành hoa
ai người tôi cảm tạ?

TIẾNG ĐÀN

Đại lộ Michigan ngập trong ánh sáng. Hàng cây hai bên lộ rực rỡ ánh đèn. Mỗi cành cây, kẽ lá đều mang hào quang. Những bóng đèn li ti được làm thành dây kết khéo léo vòng quanh thân cây, hoặc uốn éo thành hình những con thú rõ nét lộng lẫy trên hè phố. Thỉnh thoảng những cây Giáng sinh "khổng lồ" rực rỡ đèn hoa trang hoàng, xuất hiện trước một vài cơ quan chính phủ hay những khách sạn nổi tiếng làm tăng thêm vẻ "vĩ đại" phồn thịnh của thành phố Chicago về đêm trong mùa Giáng sinh... Tháp Sears cao ngất bừng sáng trên nền trời uy nghi ngạo nghễ vút cao. Cả con đường dài ngút ngàn với hai hàng cây được thắp sáng toàn bóng điện chạy dài đến công viên chính của thành phố. Ở đây nổi tiếng với những bức tượng của người kỵ mã, vài nhân vật lịch sử khắc công phu và sống động. Ánh mắt linh hoạt như nhìn sâu vào người đối diện. Những nếp áo với nét chạm điêu luyện, trông mềm mại, nhẹ nhàng như những xếp nếp của làn tơ mỏng diễm ảo.

Vòng qua phía bờ hồ, nét cong của bờ nước xanh ôm lấy công viên chạy dài theo hình uốn lượn của vùng đất choáng ngập ánh đèn lung linh đây đó. Mặt hồ phản chiếu ánh sáng xanh đỏ như một tấm kính muôn mầu: nét đặc biệt đã gây ấn tượng sâu sắc cho du khách khi bước tới nơi dây. Những cửa hiệu, những ngôi nhà đua nhau treo đèn kết hoa rực rỡ. Nhiều ngôi nhà trình bày công phu. Phía trước là một thành phố thu nhỏ mà nét vẽ được kết bằng những bóng đèn lấp lánh sáng: nhà cửa, đường sá, công viên... thêm người và vật làm linh động bức tranh bằng ánh sáng, đẹp mắt vô cùng. Cả thành phố rực ánh điện mỹ thuật và tưng bừng.

Chưa đến ngày chính lễ mà đường phố đông nghẹt người đi bộ, vừa thưởng lãm những công trình trang hoàng mỹ thuật, vừa chuyện trò râm ran, vui vẻ. Tất cả thể hiện nét thanh bình, tươi vui làm xao xuyến tâm tư, chạnh nghĩ về quê xưa mà lòng se sắt nhớ!

Theo doàn người tôi đi hết dãy phố lớn, rẽ vào một con lộ khác cũng rực rỡ không kém. Khu thương xá náo nhiệt tưng bừng, đèn đuốc sáng trưng, trình bày mỹ thuật thu hút bước chân. Tôi bước vào Woodfield Centre. Nơi nổi tiếng đẹp và sang ở đây. Lối kiến trúc là lạ, bắt mắt với những cửa hiệu mỹ thuật, san sát dài hút tầm mắt... Người ta lên xuống nườm nượp.

Rồi theo mọi người, tôi dừng chân giữa một đám đông đang vây quanh một thanh niên say sưa kéo vĩ cầm. Không phải bài nhạc giáng sinh mà réo rắt bản "Dòng sông xanh". Dòng nhạc điêu luyện, quyến rũ mọi người dừng chân mỗi lúc một đông. Bản nhạc chấm dứt. Ngạc nhiên biết bao tai tôi rõ ràng nghe một bài hát quen thuộc: "Giọt Mưa Thu" của Đặng Thế Phong. Xúc động, tôi chìm trong âm thanh dìu dặt lâng lâng. Tình quê vời vợi trong lòng. Tôi hiếu kỳ nhìn kỹ người nhạc công: người thanh niên còn rất trẻ. Nhìn mái tóc, đôi mắt cho ta biết là người Á châu. Không thể khẳng định là người nước nào, Nhật Bản, Trung Hoa, Đại Hàn v.v... Nhưng bản nhạc đang cho tôi một hy vọng người ấy phải là người Việt Nam. Tôi muốn tin như vậy, niềm tin ấy đang cho tôi một thoáng vui. Tuy nhiên kinh nghiệm một lần nhầm lẫn làm tôi nhớ mãi: hôm ấy sau hơn một tuần dừng chân nơi vùng Naples, Ý Đại Lợi không hề gặp một bóng dáng đồng hương. Chuyến đi đã lâu, nỗi nhớ nhà đang len lén tâm tư. Từ phòng nghỉ ở khách sạn Mediterraneo, tôi bỗng mở mắt lớn, mừng rỡ nghe giọng huýt sáo bản "Dư Âm". Tôi nhảy phóc đến cửa sổ nhìn xuống dường. Lòng chắc chắn sẽ tìm được một người Việt Nam. Nhưng buồn cười biết bao nhìn thấy một ông Ý đang cho hai tay vào túi quần vừa đi vừa nhún nhẩy một điệu "Dư Âm" nhịp nhanh. Thất vọng làm tôi bật cười! Hôm nay tiếng đàn ai đang lảnh lót hơi thu của quê tôi mà tôi còn ngần ngại. Chưa dám vui vội, để nhủ lòng chờ đợi. "Giọt Mưa Thu" còn sướt mướt theo tiếng vĩ cầm thánh thót mà xúc động làm cay nồng đôi mắt... Đang lặng theo tiếng nhạc mà mọi người đã từng loạt bỏ tiền vào hộp đựng đàn mở rộng trên nền đá hoa. Mọi người im lặng chìm trong dòng nhạc xoắn xuýt tai nghe, xúc động con tim. Tiếng đàn có uy lực giữ mọi người lặng lẽ thưởng thức mỗi lúc một đông, cơ hồ quên luôn cái xôn xao của thiên hạ đang nô nức mua sắm trong ngày hội lớn. Mọi người như tôn trọng giây phút im nghe, thưởng thức và ngưỡng mộ của nhau... Giây lát im lìm. Chỉ còn tiếng nhạc vút cao, cảm động đến sững người!

Một cô gái tóc hung hung nâu. Chiếc mũi cao, gọn, thanh tú dưới đôi mắt xanh mầu trời. Cô gái tươi cười, thân thiện, tự nhiên, nhanh nhẹn. Cô ta đang giúp thu gọn tiền bạc trong hộp đàn, soạn vài bản nhạc theo yêu cầu. Cả hai không có vẻ là những người hát dạo tôi thường thấy. Tất cả xui tôi muốn tìm hiểu. Lắng nghe chung quanh: hàng năm cứ dến tháng 11, 12, khi trời bắt đầu se lạnh, họ lại xuất hiện tại thương xá này. Những thời khắc khác không biết họ hoạt động ở đâu? Việc trình diễn của họ đã nhiều năm mà mọi người vẫn còn ngưỡng mộ... Họ là đôi uyên ương trẻ, gặp nhau từ một đại học nọ vì có cùng một chí hướng: nỗ lực làm việc để giúp những trẻ em nạn nhân của chiến tranh, nghèo khó và hiện nay họ đang tập trung cho trẻ em Việt Nam. Lời nghe được, thôi thúc tôi muốn biết thêm nữa. Trong tôi đang dâng lên nỗi nhớ nhà, nhớ quê. Không theo mọi người trong gia đình tản mát đi ngắm khu thương xá rộn ràng, tưng bừng của ngày hội lớn. Tôi dừng lại nao nao lắng nghe. Bản nhạc dứt. Tôi cúi xuống hộp đàn, trận trọng đặt vào phần đóng góp của mình, trong khi người nhạc sĩ đang chuyển qua bản nhạc khác. Xúc động tôi mon men hỏi nhỏ cô gái về xuất xứ bản nhạc tôi vừa nghe. Bản nhạc quê hương tôi yêu thích. Muốn biết thêm về tiếng vĩ cầm. Tôi vô cùng ngần ngại làm sao để khỏi bị hiểu lầm là phân biệt chủng tộc. Ướm lời tôi hỏi:

- Bản nhạc vừa xong, tôi thật sự yêu thích... nếu biết thêm... ít nhất là của ai?

Người thiếu nữ tươi cười, thân mật làm tôi yên tâm.

- Đây bản nhạc đây!

Vui mừng đến rưng rưng, tôi đón lấy. Đúng là bản nhạc tôi có cách đây hàng chục năm.

Những buổi chuyện trò bên khu vườn nhà Ngoại bao giờ cũng cho tôi nhiều kỷ niệm nhất: giếng nước cuối vườn với những bậc gạch loáng thoáng rêu xanh là nơi ưa thích tụ họp của anh chị em chúng tôi. Thường thường mỗi năm đôi ba lần chúng tôi được gặp gỡ hoặc vào những ngày lễ Tết thơm thơm mùi khói pháo, hay những ngày lễ kỵ lớn tại nhà thờ xóm Ao Hồ. Anh chị em chúng tôi tề tựu trở về vui vẻ bên nhau. Những sinh hoạt của chúng tôi trong tuổi mới lớn được ghi nhớ nhất là những lúc cùng nhau chuyện trò tâm sự và nhất là những buổi cùng nhau đàn hát những bản nhạc ưa thích... Ánh trăng hôm ấy vằng vặc để mặt nước giếng phẳng lặng khẽ lung linh bóng cành khế đơm hoa theo gió nhẹ rung. Chúng tôi lặng thinh khi giọng hát của chị Tuyết, con gái út của Dì tôi quấn quít theo tiếng vĩ cầm của anh Tâm. Cả bọn chúng tôi im nghe say sưa, lòng lắng xuống bùi ngùi... Ánh trăng trong là thế mà "Giọt Mưa Thu" của chị Tuyết, anh Tâm réo rắt xúc động đến lạnh người và như còn mãi đến hôm nay... Có lẽ là vì sau hôm ấy chúng tôi không còn bao giờ nghe lại được giọng hát ấy. Thế nên mỗi lần "Giọt Mưa Thu" đến với tai tôi, lòng lại bồi hồi thương nhớ những ngày đã qua. Nỗi tiếc nhớ cứ dâng hoài vì sau đó mỗi lần họp mặt lại thiếu một người: Chị Tuyết!

- Bà còn hỏi gì nữa không?

Câu hỏi như nhắc tôi hiện tại:

- Bản nhạc từ quê hương. Thật vui mừng gặp được hôm nay.

Cô gái vui vẻ nói thêm rất tự nhiên:

- Vậy là cùng quê với bạn tôi: Minh.

Câu nói đã cho tôi một trả lời thật trọn vẹn. Vui mừng tôi cảm ơn rối rít. Bản nhạc đang réo rắt. Sợ phiền mọi người, tôi phải xin lỗi, kéo cô gái ra xa xa một chút để có thêm... chi tiết. Có lẽ nhìn thấy nỗi xúc động của tôi nên cô gái không nỡ từ chối. Họ sinh hoạt trong một nhóm gồm những người tứ xứ: hai người Việt Nam, một người Thụy Sĩ và hai người Mỹ mà cô gái là một. Họ đều có công ăn việc làm ổn định, cùng ước vọng để theo chương trình hoạt động chung; tình nguyện bỏ ra hai ngày cuối tuần để làm việc tùy theo khả năng riêng. Họ có thể đánh đàn, vẽ tranh, làm việc thư viện... tạo nguồn tài chánh giúp đỡ trẻ em khốn khó không phân biệt mầu da. Năm nay họ đang hướng về trẻ em Việt Nam. Vào những dịp lễ lạc, vui chơi như thế này người ta cũng dễ dãi, rộng rãi hơn. Họ thật sự thoải mái trong công tác này. Cô gái tự nhiên bảo:

- Thay vì cuối tuần đi chơi, "tiêu tiền" thì chúng tôi "làm tiền" thế thôi!

Tôi lặng người cảm kích.

Bản tường trình cụ thể về việc phân phối giúp đỡ những ngôi làng nhỏ bé, hẻo lánh từ nhiều miền trên thế giới đang mở rộng trước mắt, bên cạnh tờ thư của Betty, cô gái gặp gỡ trong mùa Giáng Sinh vừa qua. Betty gửi giấy tờ cho tôi như đã hứa. Tôi hăm hở đọc từng dòng, từng tên: Đây S. Almaz South Africa, Farid D. Chile v.v... rồi nhiều nhiều nữa... Bỗng tôi dừng mắt bên dòng tên quen thuộc: Lê Thị Ái, sáu tuổi, huyện Hương Trà - Huế VN. Tôi đọc lại nhiều lần và lòng bỗng xôn xao xúc cảm. Một thoáng sáng dù rất nhỏ tìm thấy trên nẻo quê xa xăm đầy bóng đen đe dọa... Làm sao khỏi xao xuyến bâng khuâng khi chưa một lần đốt được ngọn nến nhỏ cho mùa đông tăm tối ở làng quê!

Dòng chữ nhỏ của Betty: "chúng tôi hết sức cố gắng để việc làm của chúng tôi được trực tiếp, hữu hiệu. Tránh mọi sơ hở để những người có trách nhiệm đã gây khốn khổ, bất công và bỏ quên những trẻ em nạn nhân, có thể lợi dụng" như nhắc tôi một điều gi... và hôm nay nhớ đến tiếng đàn ai, tôi thấy tôi nhỏ bé lạ!

Toronto, 1999

BÊN DÒNG SÔNG SEINE

Viết tặng những Trưng - Vương, Miền Houston, Texas

Chuyến đi dừng lại ở đoạn cuối. Tôi có được thêm ba ngày ở đây: thành phố Paris. Sau bữa cơm tại nhà hàng Bouteille d'Or, 31 người từ nhiều miền trên thế giới, cùng chung hành trình một tháng, đủ để biết về nhau, chia xẻ mọi buồn vui và bùi ngùi chia tay.

Tôi siết tay anh chị Trịnh, người Việt Nam duy nhất tôi gặp trong chuyến đi. Chỉ một dáng dấp Việt-Nam, một giọng nói đồng hương, đủ để gần gũi, thân mật, tự nhiên. Hơn nữa anh chị cũng biết nhiều về một nơi đầy ắp những kỷ niệm trong tôi. Ngôi trường cuối con đường đổ dốc Nguyễn Bỉnh Khiêm đang rõ nét trước mắt, cho chúng tôi gần nhau hơn gấp bội và hứa hẹn một nối tiếp giữa Pleasant Hill với Mississauga...

Paris mùa này mưa mưa, lành lạnh. Nơi tôi muốn thăm đầu tiên là vườn Luxembourg. Lời đề nghị của tôi làm vài dân địa phương hơi mỉm cười. Tôi vẫn giữ ý định của mình. Trời mưa, vườn có vẻ hơi xơ xác. Cây cối nhuốm chút ủ dột. Vài người tỏ vẻ thất vọng. Gió lướt qua. Mưa rơi trên đầu. Mặt hồ lấm tấm giọt mưa. Những bức tượng bóng ướt những nước. Tôi quên hiện tại, quên tròi mưa. Tôi đang sống với A. F. qua những bước chân sáo của chú bé học trò tung tăng băng qua vườn "Lục-Xâm-Bảo" trong bài học thuộc lòng ngày thơ. Một cảm giác tươi vui, êm đềm trở về dù trời mưa ướt át, gió lành lạnh từng cơn. Vườn vắng hoe. Tôi vẫn cảm thấy ấm lòng. Phải chăng tôi đang đi trong kỷ niệm?... Rồi bàng hoàng quên cả quan sát cảnh vật chung quanh?

Đại lộ Champs Elysées thật nguy nga, sang cả, rộn rịp du khách. Người mua sắm ít. Kẻ nhìn ngắm có vẻ nhiều. Xe cộ nườm nượp trên con lộ chui dưới cầu xi măng. Hàng cây xanh to lớn cho con đường một vẻ đài các, khác vói những nơi tôi đã đi qua, để xứng đáng gọi là đại lộ. Khải Hoàn Môn, chưa một lần giáp mặt mà sao nghe quen thuộc lạ lùng để xin hẹn trở lại một lần khác. Tôi đang nôn nóng "chiêm ngưỡng" giòng sông Seine. Mọi người vội vã tìm nơi mua vé. Tôi háo hức tựa lan-can "Pont de L'Alma", nhìn bao quát: vô số thuyền tàu thuộc nhiều hình thể, màu sắc nhấp nhô trên sóng nước. Thuyền lớn, thuyền nhỏ, có cái trang hoàng cầu kỳ, có cái bao quanh bằng kiếng trong veo trông an toàn và mỹ thuật. Chúng tôi chọn một thuyền lớn hai tầng lộ thiên cho du khách cảm giác gần trời trong xanh, gần nước mát lạnh... nhẹ nhàng lâng lâng. Trên những "bateau mouche" thế này du khách có thể nhìn ngắm thành phố Paris dưới nhiều góc cạnh khác nhau.

Giọng hướng dẫn viên vang vang nhắc nhở du khách: thuyền sẽ rời Pont de L'Alma, ngang qua dưới Quai de Montebello, Square du Vert Galant và dừng lại tại Pont Neuf, vẫn nghe từ máy "phóng thanh"... một đáng tiếc cho buổi du ngoạn hôm nay là trời âm u, hơi buồn. Nếu quí vị đến Paris vào mùa nắng ấm sẽ được "chiêm ngưỡng" những kiều nữ Paris "hong nắng" dọc bờ sông Seine! Du khách bật cười tiếc rẻ!.

Giòng sông lặng lờ, thuyền di chuyển thật chậm, êm đềm, nhạc dìu dặt lâng lâng. Thuyền lướt đến giữa cầu D'Archevêché và Pont au Double, nhìn lên một dọc hàng sách đầy màu sắc và đông đúc khác thường. Tại đây khách có thể tìm ra những sách quí hiếm cũ hay mới... Một quang cảnh lạ mắt để du khách đưa cao máy ảnh, sửa soạn "zoom" một tầm nhìn gần tối đa, hấp tấp, vội vàng. Thuyền lại trôi đi. Nhiều thắng cảnh của Paris cũng lướt nhẹ tầm mắt: tòa nhà Tối Cao Pháp Viện (Palais de la Justice), nhà thờ Đức Bà (Notre Dame), chóp cao của điện Louvre và cố nhiên là tháp Eiffel... còn nhiều, nhiều nữa. Du khách được giới thiệu rất tổng quát, cho nên cái nhìn cũng rất hạn hẹp, chỉ lướt qua. Tôi mỉm cười, đúng là "cỡi ngựa xem hoa"! Đang say sưa cảnh sắc, bỗng một người đập nhẹ lên vai:

- Bà đến từ Việt Nam?

Tôi mỉm cười với đồng hương. Vui mừng vì trong rừng du khách tứ xứ ấy, đang có hai người tìm đến nhau. Tôi bắt tay trả lời:

- Tôi người Việt Nam nhưng đến từ Canada.

Người phụ nữ ăn mặc gọn gàng. Mang quá nhiều dụng cụ trên vai, nào máy ảnh, máy quay phim, có cả sổ tay và bút... Thoạt trông có vẻ là một nhà báo hay phóng viên gì đó. Bà vui vẻ giới thiệu định cư ở Đức trước 75, đang làm cho một tờ báo nhỏ. Nỗi vui gặp đồng hương dâng lên trong lòng khi bà nhắc đến hai nơi chốn thân thương ở quê nhà: trường Luật khoa và trường trung học Trưng Vương. Hai chữ Trưng Vương rộn lên trong tôi những ngày xưa dấu ái... Những ngày Lễ Hai Bà Trưng tổ chức nơi vườn Tao Đàn năm nao được nhớ lại... Có thể không gặp nhau trong không khí lớp học nhưng chúng tôi có cùng nhau kỷ niệm với trường xưa. Niềm vui đến thật tình cờ... Thuyền trở về bến cũ hồi nào mà chúng tôi không hay! Vội vàng trao nhau địa chỉ, điện thoại... Trên tấm danh thiếp, tôi đọc Lan. N. Trần, Stuggart, Germany. Quả đất thật tròn để những Trưng Vương lưu lạc tứ xứ luôn nhìn ra nhau với tình trường xưa vời vợi trong lòng.

Trở về quận 19, trời đã chiều. Thành phố bắt đầu lên đèn. Đây là khu cư xá mới xây nên tương đối rộng rãi. Đang trầm trồ khen khu vườn “treo” của em tôi. Vườn chỉ “tọa lạc” nơi balcon mà cũng đầy đủ nào hồng, nào lan, nào cúc... và có cả một chậu lavande hoa tím ngan ngát, mùi thơm thoang thoảng dễ chịu... Chuông điện thoại reo, biết ngay là của tôi. Đầu giây bên kia, một giọng mừng rỡ:

- Cô hả cô, em là Đ. T. Mai đây, cô nhớ em không? Con nhỏ ngày xưa...

Tôi ngắt lời:

- Không bao giờ tôi quên em!

Thật vậy từ ngày đến với học trò, lòng tôi luôn được sưởi ấm bởi những cảm tình non dại, trong sáng. Những khuôn mặt trẻ thơ hầu như còn mãi trong tôi dù đã 20, 30 năm cách xa... Đ.T.Mai, cô học sinh mặn mà, duyên dáng. Ngày xưa em hay nũng nịu đòi tôi viết lưu bút, giục tôi viết nhanh, nhí nha, nhí nhảnh, dễ thương... Bây giờ đã sắp "làm sui". Qua giọng nói từ điện thoại, tôi còn nhớ như in... thế là cô trò tíu ta tíu tít hẹn hò.

Nhà hàng ăn "Lotus" trong khu chợ Việt Nam, quận 13 Paris. Một buổi trưa có mưa bay và gió lạnh. Thanh Mai và một bạn nữa ra đón tôi với dù che vì sợ "cô của em bị ướt". Tôi rưng rưng, cảm động trước những khuôn mặt thân thương ngày nào: Chị Phương Tần vẫn chững chạc, điềm đạm. Dù đã bao lâu không gặp, tôi không nhìn thấy một nét nhăn thêm trên khuôn mặt bầu bĩnh, khả ái của một "cô Tần" bên ngôi trường Trưng Vương xưa. Chị Mộng Ngọc, người đẹp của trường Luật và là "giáo sư hoa khôi" của Trưng Vương ngày ấy vẫn còn tươi trẻ hôm nay. Chị Phúc, một chị Phúc nguyên vẹn như thuở nào, giáo sư anh văn hiền hậu mà học sinh ngày ấy cứ thương yêu như mẹ. Rồi chị Phạm Thị Nhung, nguyên giáo sư Gia Long. Chị hiện diện, nhắc tôi một thời trẻ dại. Chúng tôi là đôi bạn "correspondent", trao đổi thư từ giữa Trưng Vương - Hà-Nội và Đồng Khánh - Huế. Đến năm 1954, cuộc di tản lịch sử, chúng tôi mới giáp mặt nhau. Hôm nay, gần 25 năm, lại gặp nhau trên xứ người, không cảm động làm sao được!

Mắt tôi cay nồng, xúc động xiết tay những Trưng Vương cũ, nay đã thành danh ở hải ngoại bác sĩ, nha sĩ, dược sĩ... Chúng tôi quên hiện tại để đến với nhau trọn vẹn tình Trưng Vương... Những cảm tình này tôi trân quí và ghi nhớ mãi. Cảm ơn các chị, các em đã cho tôi giây phút ấm lòng!

Thế rồi cũng đến lúc chia tay, mỗi người một hướng. Làm sao quên được buổi hôm ấy, chiếc xe của chị Mộng Ngọc đã chất làm hai lớp ở băng ghế sau để có thêm vài lời tâm sự, vài giây gần nhau... Thanh Mai đã ngồi lên lòng chị Nhung, khom lưng xuống, kéo dài thời gian bên nhau một chút... chỉ một chút thôi! Xao xuyến lòng tôi biết chừng nào!

Giờ phút hội ngộ quí báu rồi phải qua đi, nhưng chắc chắn tình Trưng Vương còn mãi, cũng như chúng ta đã có những cái chung như những hình ảnh thân thương mà đã có họp mặt Trung Vương là phải nhắc nhở bằng tất cả trìu mến: bà Hiệu trưởng Tăng Xuân An, bà giám học Nguyễn Thị Phú, bà Tổng giám thị Nguyệt Minh, bà Trần Thị Tuyết v.v... và còn nhiều nhiều nữa...

Tôi rời Paris, trời vẫn còn mưa. Quang cảnh chung quanh kể cả tháp Eiffel cũng bị nhạt nhòa trong mưa mù, duy chỉ có cuộc gặp gỡ bên giòng sông Seine và buổi hội ngộ nơi quận 13 Paris với những tâm tình Trưng Vương là vẫn rõ nét và cho tôi ấm lòng... là những trân quí tôi gìn giữ trên bước đường xa quê.

Toronto, 1999

MƯA RƠI

Tôi đến Sacramento, thủ đô của California vào một buổi mưa buồn. Đài kỷ niệm những quân nhân Hoa Kỳ đã nằm xuống cho cuộc chiến Việt Nam ở một góc công viên rộng lớn nơi có tòa nhà quốc hội Capitol. Lá cờ Hoa Kỳ treo rũ thấp xuống ở giữa cột cờ trông buồn làm sao! Trời lành lạnh heo may. Tôi co ro dưới những tàng cây Southerne magnolia cao lớn rậm rạp, lá nửa xanh nửa nâu như lá cây vú sữa bên nhà. Lá xào xạc trên đầu. Trong cái vắng lặng của công viên vào buổi trưa, chúng tôi không ai nói với ai một lời. Mỗi người quan sát một nơi lựa chọn trong Đài Kỷ-Niệm, vừa mới hoàn tất năm trước. Tôi dừng bên một bảng nhỏ ghi mấy giòng "Dedication" để vinh danh những người đã chết hay còn mất tích tại Việt-Nam từ năm 1959 đến năm 1975. Cảm động đến rưng rưng, tôi dừng bên giòng chữ cuối trên tấm marble:

All gave some, Some gave all.

Đài được xây cất theo mô hình nhiều cạnh. Chung quanh bên ngoài là những tấm đá cẩm thạch mầu đen ghi chi chít tên những người đã không còn nữa... Các bạn trẻ với lứa tuổi từ 18 đến 20 chiếm gần 2/3 bảng tên. Ôi những bạn trẻ của đất nước này! Hoặc vừa xong bậc trung học, hoặc bắt đầu ngưỡng cửa đại học đã nằm xuống trên đất nước tôi. Xúc động đến ngậm ngùi! Các bạn còn trẻ quá... phải bỏ cả tương lai chờ đợi. Các bạn đã vĩnh viễn ra đi trên giải đất hình chữ S, như bản đồ Việt-Nam khắc rõ trên nền xi-măng trước cổng Đài Kỷ-Niệm này. Một bản đồ không có "đầu", thiếu miền Bắc vì từ năm 1959, đất nước còn chia hai. Bản đồ ghi dấu nhiều địa danh chằng chịt trên đất nước tôi. Nơi đó cuộc chiến đã xảy ra, bao nhiêu dân lành bị tàn sát, mà người Việt-Nam như tôi không một lần biết đến: Mũi Hòn, Mũi Tre v.v...

Bước vào trong, lạnh người. Tôi sững sờ trước bức tượng đồng người bạn trẻ, người tù trong tấm áo vải thô, cổ tròn, kiểu áo của người nông dân Việt-Nam chúng tôi. Chiếc quần ngắn, đưa đôi chân khẳng khiu. Đôi mắt thẫn thờ, thất thần nhìn vào xa xăm như tìm về quê hương đã mất hướng vời vợi tận nơi đâu..? Bên cạnh, một tô cơm hay cháo lặng lẽ, tội nghiệp. Chiếc phên liếp đằng sau rách một mảng. Bức tượng xúc động lòng tôi đến vô cùng. Bốn bức khác chung quanh: Hai người lính trẻ da mầu, một đang bị thương đầu gục nghiêng một bên, tay còn gượng cầm cây súng. Người kia đứng trong dáng cố gắng tiến tới. Rồi một thương binh nằm trên băng ca bên người nữ y tá, áo quần, giày dép xốc xếch, sắp sửa ống kim chích. Bên kia hai người lính quá trẻ đang nhanh chân bước, một đang ngồm ngoàm nhai miếng táo, một tay còn giữ trái táo ăn giở, như cố quên súng đạn chung quanh. Tôi thật sự ràn rụa khi cúi xuống đọc lá thư trong tay bức tượng trước cửa: người lính trẻ mắt buồn rười rượi, hạ súng xuống, ngồi lên chiếc nón sắt để ngửa, nhìn xa xăm bên lá thư đọc giở. Tờ thư với nét chạm đồng hàng chữ nhỏ đều đặn, rõ ràng: "... con ơi, đừng bị quyến rũ với anh dũng bội tinh, mề đay danh dự, tước hiệu anh hùng... vì mẹ cần con, con trai của mẹ!" Một bà mẹ đang biền biệt xa con, mất còn nơi nao? Tất cả chìm hút trong chiến tranh. Người mẹ mỏi mòn.

Tiếng trẻ chào đời, sung sướng biết bao! Ông bà, cha mẹ chờ đợi tiếng khóc đầu đời của bé với tất cả hạnh phúc... Niềm vui ấy tiếp nối mãi cùng với ánh mắt, nụ cười trẻ thơ mỗi ngày một rạng rỡ. Ngôi nhà thật sự rộn ràng tươi vui. Hình ảnh của bé là hình ảnh thiên thần có đủ sức mầu nhiệm cho không khí gia đình luôn ấm áp. Bên những tràng cười non dại, tiếng nói ban đầu, tiếng khóc đôi khi... mọi tăng trưởng làm hạnh phúc gia đình lớn mãi. Học bé, mọi người quên mình, quên hờn giận và trong sáng ý nghĩ. Bé là ánh sáng, nụ cười, bông hoa, tiếng nhạc... để ngôi nhà chan hòa tình thương. Mọi người vì bé mà đơm đầy tin yêu. Người ta quên tất cả chỉ còn hạnh phúc. Bé bụ bẫm, thông minh là nguồn vui của cả nhà. Mọi người tập trung theo bước lớn của bé. Ngày đầu đến trường, bé khóc theo chân cô giáo mà cả nhà tin tưởng, tươi vui. Những tiến bộ, vấp ngã của bé được mọi người chia xẻ, lo lắng. Bé là nguồn sống của gia đình và đại gia đình. Một ngày bé biết miệt mài đèn sách, cả nhà kỳ vọng. Tuổi 18, 19 ngời ngợi sức trẻ, nguyên vẹn trong sáng tin yêu. Nhiệt tình say sưa với mộng "lấp biển vá trời" như cây xanh lớn mạnh, cành lá tươi non. Biết đâu có ngày giông bão, lá xanh tơi tả... Lời nguyện cầu của mẹ chìm hút trong bom đạn chiến tranh. Người mẹ trải lòng lên trang giấy... trang giấy đang trong tay người lính trẻ. Nỗi nhớ vỡ òa. Bức tượng đồng bên tôi lạnh ngắt với ánh mắt thăm thẳm sao mà buồn đến thế! Mẹ ơi, bao giờ ta thấy nhau? Mẹ đã khóc, con không cầm được nước mắt. Cảnh vật quanh tôi đang nhòe đi. Ai đang quay quắt nỗi mất con. Tôi chất ngất nỗi đau mất Mẹ. Giọt mưa tiếp nối không dứt ngoài kia sao mà lạnh lùng quá đỗi!

Tôi rất sợ tiếng điện thoại giữa đêm khuya. Giọng em tôi xúc động, đứt khoảng:

- Mẹ bị "coma", đã vào bệnh viện!

Tôi hoảng hốt:

- Làm sao?

Em tôi im lặng. Biết em đang nghẹn ngào, tôi cố gắng:

- Mai chị qua ngay nhé!

Bước lên máy bay Air Canada. Tôi thẩn thờ như người mất hồn. Cô chiêu đãi viên đỡ lấy chiếc áo coat tôi đang mặc máng vào closet. Tôi ngồi vào hàng ghế đầu tiên, gần cửa sổ. Chỗ ngồi quá tốt. Nhìn chung quanh toàn người có vẻ làm thương mại, với đồ lớn, cặp da trịnh trọng. Tôi biết tôi đang ở hạng nhất. Tội nghiệp con đã bất kể giá cả vì biết tôi sốt ruột muốn gặp mẹ ngay. Nhìn ra ngoài trời âm u, lất phất mưa. Năm giờ bay quá dài. Tôi mở cuốn sách nhưng chẳng đọc được gì. Buồn quá!

Mẹ đang khỏe mạnh, minh mẫn. Mẹ tỏ ra hạnh phúc. Mẹ quên tuổi mình để hòa hợp với cuộc sống xứ người mà sinh hoạt giờ giấc hoàn toàn không giống Việt-Nam. Mẹ làm chúng tôi yên tâm. Sự thông cảm đầy hiểu biết của mẹ xóa hết mọi lo âu trước kia của chúng tôi. Mẹ hội nhập mau chóng. Muốn các con yên lòng, mẹ tươi cười mỗi sáng, mỗi chiều. Chúng tôi hạnh phúc với nụ cười của mẹ.

Tuy vậy chị em chúng tôi vẫn luôn "quan sát" mẹ: sự thay đổi đột ngột môi trường sống; Mẹ có thật sự thoải mái như mẹ vẫn tỏ ra không? Chúng tôi sửa hệ thống điện thoại để dễ dàng cho mẹ. Gọi dì bấm một chấm đỏ, các con 2, 3 chấm xanh v.v... Mẹ đã cười một cách tự tin:

- Mẹ nhớ hết số của mấy dì và các con!

Rồi mẹ đọc vanh vách số của người nọ, người kia. Cả nhà cười xòa vui vẻ. Một chuyến bay 20 tiếng, mẹ vẫn tươi mươi. Mẹ đã đặt chân đến nấc thang thứ 100 của Vạn Lý Trường Thành ở tuổi 84. Một bà mẹ Việt Nam, một bà mẹ Huế, đã 84, 85, được đi đây, đi đó... vui vẻ, hòa hợp. Con cháu không thấy phiền phức, trở ngại nào. Mẹ luôn luôn tỏ ra khỏe mạnh dù di chuyển với máy bay, xe bus và cả xe lửa "thống nhất" từ Nam ra Bắc của miền quê Việt-Nam. Em trai tôi, em dâu và các cháu tôi đã thật sự phụng dưỡng Mẹ bằng tấm lòng của người con Việt-Nam. Dù ở hải ngoại đã lâu các em tôi còn giữ được nếp sống theo văn hóa Việt-Nam. Một điều mà chúng tôi vẫn luôn cảm kích. Mẹ chúng tôi được vui vẻ, thoải mái những ngày cuối cuộc đời cũng là niềm an ủi của chúng tôi. Thiện chí của các em tôi là niềm vui của cả gia đình. Các con dâu của Mẹ đã làm cho gia đình luôn được ấm cúng. Trong những ngôi nhà của các con, dù mới hay cũ, rộng hay hẹp, bao giờ cũng có một nơi dành riêng cho Mẹ, không sang cả, xa hoa mà chỉ cần ấm áp tình con. Mẹ vẫn trân trọng niềm vui to lớn ấy. Tôi là đứa con có số sống xa Mẹ nhiều nhất. Hoàn cảnh đưa đẩy, không được luôn gần Mẹ. Nhưng nhìn những chăm sóc của các em dành cho Mẹ, tôi vui mừng và cảm ơn. Chúng tôi vẫn giữ được mái ấm gia đình dù Ba tôi đã quá vãng từ lâu! Óc tổ chức nổi bật nơi mẹ. Một lần nghỉ hè bên bãi biển Hawaii. Giữa vùng du khách khắp mọi nơi trên thế giới. Những cô gái Hawaian thân hình rám nắng, mầu da nâu hồng với vòng hoa sứ trắng xinh xinh trên ngực. Bên bờ biển nổi tiếng, nước xanh, cát trắng, hàng dừa thơ mộng. Mẹ đã cho mọi người một ngạc nhiên, một sự khoái khẩu vô cùng kỳ thú: một bữa cơm xứ Huế có bánh lá chả tôm, bánh bột lọc, miếng ram Huế vàng mọng, dòn tan... Mẹ đã sửa soạn nhiều ngày trước, cho "frozen" để đến bất cứ nơi đâu, chỉ việc cho vào microwave hâm lên là xong. Gia đình em tôi xứng đáng được hưởng những chăm sóc ấy của mẹ! Chúng tôi yêu thích món ăn "ready served" của mẹ. Mẹ rất thích nấu ăn. Tài này làm con cháu "gần" bà hơn. Thấy ai làm món gì ngon lạ cũng muốn học. Học xong về nhà là thực hành ngay, siêng năng, cần mẫn nên con cháu được "nhờ".

Mẹ làm món ăn như người ta làm nghệ thuật bền chí, tỉ mỉ, luôn chú trọng đến cái "đẹp". Không những say sưa với "tác phẩm" của mình mà còn muốn "phổ biến" cho con cái, bà con... Chỉ tiếc thì giờ ở hải ngoại quá thiếu để rất ít đứa con chiều theo ý mẹ. Tôi sung sướng có một giáo sư dạy nấu ăn, bỏ cả thì giờ, tiền bạc sắm vật liệu, rồi ân cần, khuyến khích. "Học viên" chỉ việc "học" và "ăn" thế mà cũng kiên nhẫn và hạnh phúc! Mẹ có trăm nghìn điều để làm gương cho chúng tôi. Tuy nhiên có một điều khó học nhất là lòng rộng rãi của mẹ. Tình thương ban phát cho con cái đồng đều không phân biệt con gái, con trai, con dâu, con rể, cháu nội, ngoại... Trong gia đình nhỏ của chúng tôi, cũng như đại gia đình nội ngoại Mẹ là "gạch nối hòa bình", là "chỗ dựa tinh thần". Ai cũng yêu mẹ, niềm hãnh diện của chúng tôi. Mẹ sung sướng khi đem được niềm vui cho người khác. Mẹ dạy chúng tôi biết quên mình... nhưng chúng tôi đôi lúc vẫn là những đứa sân si! Những chiều thứ bảy, mẹ dịu dàng với đàn con ở nơi nơi: Một lời thăm hỏi, một dặn dò, ấm áp làm sao!

Có ai ngờ Mẹ ra đi đột ngột và nhanh chóng như vậy? Tôi nghẹn ngào, nhìn Mẹ thiêm thiếp trong phòng cấp cứu đặc biệt ICU của bệnh viện Good Samaritan - San José. Bao nhiêu dây nhợ chằng chịt, thuốc men chung quanh... Khuôn mặt Mẹ vẫn bình thản, hiền dịu, đôi mắt nhắm nghiền. Tôi thì thầm bên tai Mẹ:

- Con đến rồi đây. Bão lớn. Máy bay quần ở phi trường San Francisco cả mấy tiếng đồng hồ. Chừ con mới đến. Mẹ có nghe con không?

Mẹ vẫn bằng bặt. Mẹ có nghe tôi không? Đã 12 giờ đêm, bệnh viện chìm trong im lặng. Tôi còn được phép đứng bên mẹ. Đau xót cầm tay mẹ. Hình như giọt nước mắt long lanh khóe mắt mẹ... trời ơi, còn đau đớn nào bằng! Rồi mẹ nhẹ nhàng thiếp đi trong giấc ngủ ngàn thu sau 5 ngày ở phòng cấp cứu... Tôi cúi xuống hôn trán Mẹ vẫn còn ấm tình thương... Các con Mẹ sụt sùi bên giường... có cả cháu gọi bàng dì vừa từ L.A đến, đặt tay lên trán Mẹ mà nước mắt lăn dài trên gò má... Người cháu mẹ yêu thương đến kịp giờ nói lời cuối với mẹ! Lại có cả cháu gọi bằng cô, anh chị vẫn đến với mẹ những ngày cuối cùng ở bệnh viện... Nhưng chúng con biết Mẹ còn đợi gia đình em con còn trên đường từ Modesto về... Mẹ thật sáng suốt, Mẹ quyết định cho mẹ mọi chuyện để chúng con khỏi nhiều âu lo! Mẹ chu đáo và luôn cho chúng con một trời bình an... chúng con đau đớn đến tái tê... Chúng con hoảng hốt, muốn níu kéo mẹ cho chúng con thêm một giây có Mẹ... nhưng trời ơi, Mẹ ơi!

N.D. ôm chặt tay Mẹ, nấc lên từng hồi .N.T. sững sờ, nghẹn ngào đặt tay lên ngực Mẹ, đau khổ mong giữ cho Mẹ chút hơi thở... biết vô vọng, em vẫn cầu xin... Tôi biết hơn ai hết, em tôi đang ở cùng cực đớn đau. Cả nhà tôn trọng niềm đau chất ngất ấy. Tôi biết Mẹ chưa yên tâm về em... Mẹ lo cho em nhiều vì Mẹ nghĩ em không nhiều may mắn như những đứa con khác... Mẹ tế nhị để luôn thương yêu các bạn em và muốn chia xẻ với tất cả tròn đầy như em đã luôn quí mến các bạn... với em tình bạn là niềm trân quí! Mẹ rất biết điều ấy! Tất cả chúng tôi đều đau đớn vô cùng nhưng với em nỗi thống khổ muôn vạn lần hơn... Cháu nội, ngoại thổn thức: "... vậy là Christmas năm nay không còn ý nghĩa nữa". Tất cả chúng con đây, sao Mẹ nỡ lìa xa? Chúng con hoảng hốt trước sự mất mát quá lớn lao! Tiếng khóc rấm rứt, phải nuốt vào trong niềm đau khổ vì sợ phiền đến những người đang lo sợ chung quanh. Cô y tá, người Phi Luật Tân thì phải, đã chăm sóc mẹ nhiều ngày nhất, nhìn chúng tôi thông cảm, kéo lại tấm màn che giường mẹ. Trong không khí buồn đau nơi bệnh viện hôm ấy, mọi người nhìn chúng tôi ái ngại: bác sĩ Iyer, y tá Katherine, Jennifer... Chúng tôi cảm ơn những ánh mắt chia xẻ và an ủi!.... Chúng tôi đang hụt hẫng, kinh hoàng nên còn có biết gì chung quanh?...

Tôi ở xa, ít thì giờ bên Mẹ. Tôi đau xót đã chưa làm được cho mẹ những điều tôi ao ước!

Bức thư em tôi thăm hỏi mẹ còn đây. Em tôi biết được tin này, chắc phải thét lên! Dù đã có cháu nội, ngoại, em tôi vẫn thường nhõng nhẽo với Mẹ. Trong chuyến Mẹ về thăm em tháng trước, em còn khoe với tôi "... em đã tựa đầu lên đùi mẹ suốt dọc đường tàu thống nhất từ Nam ra Bắc, lim dim ngủ... em sướng chưa? Từng này tuổi còn được ôm mẹ ngủ!". Mẹ bỏ những chương trình du ngoạn đó đây để ra Bắc thăm người em trai út tuổi đã ngoài 70. Cậu tôi sụt sùi bảo "có chị nào thương em như thế!". Mẹ ơi, ai cũng quí yêu mẹ, sao mẹ nỡ ra đi? Tôi nói thầm với Mẹ mà lòng đau xé...

Mẹ đi thật rồi sao!?

Tôi biết tôi mất Mẹ,
Bầu trời chẳng trăng sao,
Nước mắt chỉ chảy vào,
Tim xé từng con đau... !

Nghĩa trang chìm trong nỗi buồn vĩnh biệt. Mọi người chào Mẹ ra về. Tôi ngẩn ngơ đứng nhìn những hoa, những lá phủ kín mồ Mẹ. Đau đớn biết nói sao? Sáng nay Mẹ còn như bà tiên nằm ngủ giữa rừng hoa tươi. Nay hoa la liệt trên thảm cỏ xanh, Mẹ đã nằm sâu dưới lòng đất. Đau đớn quá Mẹ ơi! Buổi tiễn đưa, trời đẹp mầu nắng như Mẹ muốn. Cả chỗ yên nghỉ mẹ cũng tự chọn lấy. Nơi gần đường, thuận tiện, vui vẻ..: Oak Hill Memorial Park, 300 Curtner Avenue. Láng giềng là hình ảnh của em con đã vĩnh viễn ra đi trước Mẹ 25 năm; một bên là người cùng tuổi với cậu con, người em trai duy nhất của mẹ và mấy Dì.... Ngạc nhiên vì sự thay đổi vào phút chót mà chúng con không hề hay biết. Nhưng đó là ý Mẹ, phải không Mẹ?

Mẹ vừa nằm xuống. Trời tầm tã mưa. Nghĩa trang Oak Hill tươi mát. Chúng con trở về trong tiếng khóc xót xa... Mất mát này lớn lao quá, Mẹ ơi!

Viết cho các em tôi 9/12/98

KHÓM THỦY TRÚC

Xe dừng trước cửa nhà bố mẹ. Nhìn băng ghế sau, ba đứa con ngủ ngon lành. Người bên cạnh cũng lim dim thả hồn theo mộng. Mừng quá, vậy là khỏi chờ đợi để đưa từng đứa xuống xe xách đồ lề lỉnh kỉnh vào nhà. Tôi khóa cửa xe, hân hoan chạy vù vào nhà, dặn với:

Anh ngồi đó trông con, bao giờ chúng nó dậy thì gọi!

Cửa nhà mở rộng. Hương hoa thoang thoảng lan nhẹ. Tôi chạy vào góc phòng khách. Đúng như dự đoán, cây chanh của mẹ nở hoa trắng xoá đầy cành. Tuần trước hoa còn đơm nụ. Mẹ đã hân hoan và hẹn sẽ ướp hoa cho món chè thạch quấn quít những sợi trong suốt tinh khiết trong dịp cuối tuần cả nhà bên nhau.

Nhà lộng gió. Không có ai cả. Bước ra vườn sau. Mẹ lom khom xới đất, khe khẽ hát, không nghe tôi gọi. Mẹ vẫn thế, rửa chén cũng ngâm nga được: khi đọc thơ, lúc lại say sưa khúc ca tiền chiến... lang bang từ bài này sang bài khác cho đến khi xong việc. Câu hỏi của tôi làm mẹ giật mình:

- Mẹ làm chi rứa?

- Trồng tulip, giữa tháng 11 rồi!

Vừa nói chuyện, mẹ vừa đào đất, vùi những củ tulip tròn bóng lớp vỏ màu nâu. Còn vài củ trong chiếc rổ mây. Mẹ bảo đợi mẹ làm cho xong. Tôi bước quanh một vòng khu vườn nhỏ. Hai cây mận lá đã đổi sắc vàng tươi soi bóng bên hồ nước xanh. Lá hoa súng trên mặt hồ đã nhăn lại trông mệt mỏi tội nghiệp. Mấy cụm peony bố tôi đã cắt ngắn và ủ lá khô rồi. Cây mộc lan góc vườn còn cố gắng giữ chút màu xanh như chưa chịu đầu hàng tiết lạnh đang về. Hai cụm lavender vẫn hoa tím ngan ngát bên những cọng lá xanh bạc lung linh trong gió. Vò nát cánh lavender đưa lên mũi ngửi, mùi thơm dễ chịu. Mẹ thích mùi hương ấy nên đã cương quyết trồng cho được. Chỉ mấy cành lavender từ vườn nhà cậu tôi ở miền Nam nước Pháp, mẹ gầy được hai bụi lớn. Hoa lavender mầu tím ngát tỏa nhẹ hương đã hiện diện trong vườn nhà chúng tôi và bạn bè của mẹ. Chúng tôi đã bị lây hầu hết ý thích cây cỏ của mẹ. Chưa ảnh hưởng thời tiết nhiều, mấy bụi hồng còn tràn sức sống, tươi thắm sắc mầu. Cây "blue star" vươn mạnh, mơn mởn, hương tỏa dịu dàng. Cánh hồng mầu cam, mẹ gọi là mầu Brigitte rực rỡ nhất khoe sắc thắm. Mẹ bảo những nhà trồng hoa hồng, không biết vì yêu các minh tinh màn bạc hay muốn câu khách mà những hoa đẹp và hiếm đều mang tên Ingrid Berman, Chrstine Kauffman, Marlene Dietrich... Mẹ nói tìm hoài không có hoa nào mang tên Natalie Wood cả. Cô đào duyên dáng mẹ yêu thích từ ngày còn đi học qua phim "Fièvre dans le sang". Những tài tử lạ hoắc với thế hệ chúng tôi. Nhưng luôn bị ảnh hưởng của mẹ nên những lần gặp được những tên tuổi ấy chúng tôi đều muốn làm cho niềm vui của mẹ được tròn đầy. Em tôi đã làm mẹ cảm động khi mang về được video tape "little women" bộ cũ, rất xưa khi mà nữ tài tử Elizabeth Taylor còn 15,16 tuổi. Cô đào June Alyson trẻ thơ trong vai Jo thích văn chương và say sưa với tác phẩm đầu tay của mình. Mẹ thích nhất là cảnh Jo ngồi viết dưới cội cây tàn xòe rộng, thả những lá vàng rơi rơi, phủ đầy mặt cỏ và bám lên chiếc váy mầu nâu trải rộng trên nền cỏ muợt xanh. Đẹp lạ lùng! Trí nhớ của mẹ quá tốt để chúng tôi hội đủ chi tiết về ý thích của mẹ không thể nào quên. Chúng tôi thường vui lây với niềm vui nho nhỏ, đơn sơ của mẹ. Nhìn mắt mẹ reo vui bên những mẫu chuyện đắc ý, những cánh hoa ưa thích, những cuốn phim gợi một thời xa xưa... chúng tôi cũng cảm thấy sung sướng. Một vòng khu vườn nhỏ xinh xắn với sự chăm chút quanh năm của mẹ. Trở lại thì mẹ đã trồng xong luống tulip có bảng nhỏ cắm trên dất "Dưới đây có củ tulip". Thấy lạ, tôi hỏi thì mẹ giải thích: sợ những nhát cuốc tàn nhẫn của bố, năm ngoái, bố thản nhiên bảo mẹ:

- Ra xem này, dưới đất vườn mình có mấy củ gì mà có mầm xanh xanh...

Mẹ biết ngay là công trình của mẹ bị phá rồi. Mấy củ tulip bị cắt làm hai làm ba, nằm lăn lóc, trông tội nghiệp... mẹ tức muốn khóc luôn.

Từ đó tôi không lạ thấy các cây trong vườn mang đầy "biểu ngữ" như "xin hỏi trước khi tỉa cây" mẹ có kinh nghiệm nhiều lần vì bố chủ trương cây phải cắt bớt thì chồi non mới làm cây "trẻ" ra. Mẹ ngao ngán khi nhìn những cây hoa hôm qua đang xanh tốt, hôm nay bỗng trụi lủi. Mẹ mỉa mai:

- Cây "trẻ" như còn ở tiền kiếp!

Lần khác, một cây mang tấm giấy ghi "không được dời chỗ cây này" vì bố luôn đem cây này đổi chỗ với cây kia vì chủ quan cho là "hợp lý" hơn. Mẹ lại lầu bầu:

- Rứa có tức không?

Chúng tôi nghe kể, bố mẹ gặp nhau trong nỗi vui tròn đầy của hai bên nội ngoại. Tuổi tác nằm trong 'tam hợp' vợ chồng sẽ ăn đời ở kiếp. Mẹ thường cười nói với chúng tôi:

- "Tam hợp" mà "tứ khắc".

Thật thế, chúng tôi cũng phải bật cười vì ý kiến của bố mẹ thường là những điểm lý luận nằm trên hai đường thẳng song song. Nếu có lần nào phản lại với định luật hình học ấy là những lúc mẹ tôi tạm quên ý kiến của mình, không bàn cãi, mặc cho mọi chuyện xảy ra... sau đó nếu không tốt đẹp thì người ta lặng lẽ theo ý mình... và mẹ yên lặng chờ đợi. Bố mẹ chỉ gặp nhau ở một điểm là đều thích làm vườn, yêu cỏ cây. Nhưng cây của bố tôi thích thì mẹ tôi không. Bố chỉ thích toàn cây xanh. "Suốt đời evergreen", mẹ thường mỉa mai. Mẹ thì thích cây phải có hoa, có hương; mầu sắc là yếu tố làm cho khu vườn sống động, tươi vui, đẹp mắt, chỉ một màu xanh là màu xanh thủy trúc. Một cây thông thì được. Vườn nhỏ mà trồng toàn thông thì đơn điệu, buồn chết. Hai người hai ý nên vườn nhà cũng chia "lô". "Lô" này của mẹ và "lô" kia của bố. Theo phong trào, bố làm "Non bộ". Bố say sưa mua sách nghiên cứu; vẽ họa đồ; sắm đồ nghề... Chưa khởi công mà chi phí đã khẩm. Bố tính nhẩm không tiết lộ với ai. Mẹ nhìn qua là biết ngay, chỉ lặng lẽ mỉm cười. Công tác này mẹ ủng hộ, với điều kiện là phải tôn trọng "lãnh thổ". Bố không được xâm phạm đến phần đất trồng hoa hồng của mẹ. Thỏa hiệp được ký kết bằng miệng. Mẹ tham gia lựa kiểu, chọn bơm nước phun sao cho tia nước đủ làm róc rách, nhẹ nhàng, thanh thoát... không ồn ào, phô trương. Bố ừ ào, rồi như không hề nghe ý mẹ, bố làm theo ý mình: nước sẽ tràn qua kẽ đá rơi xuống mặt phẳng thứ nhất, lan tràn mặt đá thứ hai và làm chao nhẹ mặt hồ nhỏ, đủ chan hòa cho cây cỏ hai bên non bộ. Mẹ đồng ý và không bàn thêm. Biết bàn thêm cũng không thêm được gì. Bố độc tài lắm à, nhưng lại luôn luôn tỏ ra "dân chủ". Bao giờ cũng hỏi ý mẹ, nhưng rồi lại làm theo ý mình. Có lần mẹ lầu bầu thì bố bảo "người ta hỏi ý kiến chứ ai xin quyết định đâu". Mọi quyết định sau cùng vẫn là của bố. Mẹ đôi lúc bất mãn nhưng rồi hai người vẫn "sát cánh" bên nhau để làm vườn. Thảo luận xong trên họa đồ, bố bắt tay vào việc. Yên tâm vì thỏa hiệp lãnh thổ đã ký kết, mẹ đi làm. Chiều về mẹ hỡi ơi vì diện tích tăng theo tỷ lệ nghịch: vùng đất làm hòn non bộ tăng mà diện tích trồng hồng của mẹ giảm... mẹ ngao ngán, giận, bỏ vào nhà, không nghe bố hăm hở khoe:

- Từ sáng đến giờ làm giỏi chưa?

Vào nhà, mẹ chăm sóc cây của mẹ: cây lan hài, hình chiếc giày be bé xinh xinh, màu vàng chanh tươi mát. Lá cây sạch bóng, xanh ngắt, đầu lá nhọn thon. Cây phượng vỹ, bố tôi mang hạt từ chuyến về thăm bà nội ở Huế năm qua. Lá phượng đã ra xanh non li ti. Bố thường trêu mẹ, không khéo ít nữa cả vườn đầy phượng vỹ không chừng... Bao giờ mẹ cũng trầm trồ cây chanh. Mẹ yêu hoa chanh nhất. Mẹ thường ngâm nga:

Hoa chanh nở ở vườn chanh,
Cha mẹ mình với chúng mình chân quê,
Hôm qua em ở tỉnh về,
Hương đồng gió nội bay đi ít nhiều. (NB)

Mẹ đã cười và cốc lên đầu em tôi khi em dám trêu mẹ:

- Chanh của mình nở ở phòng khách mà mẹ! Có thấy hương đồng cỏ nội gì đâu.

Mẹ vừa ngắt mấy lá úa trên cây vừa thì thầm nói chuyện với cây. Mẹ vẫn bảo cây cũng thích trò chuyện. Lang thang từ cây nọ sang cây kia, mẹ quên hết giận hờn. Bố vào nhà lại thấy bàn chuyện trồng cây. Mẹ thường chăm tưới cây vườn nhất là vườn hồng của mẹ. Có lần mẹ đang tưới cây, hoa rồi đưa cao vòi nước tưới rộng vào dãy cây thông nằm sát bờ rào. Bố tôi từ trong nhà chạy ra, la ơi ới, chọc mẹ:

- Ê, coi chừng tưới làm sao mà mấy cây thông của tui nở hoa hồng hết thì tui đền đó nghe!

Mẹ bật cười quay vòi nước về phía bố:

- Cho thành hoa hồng luôn!

Bố rụt vai chạy vô nhà trốn biệt.

Có những lúc bố mẹ trông rất đề huề, hạnh phúc. Những giờ đọc sách, yên lặng hoàn toàn. Lắm lúc cả hai thích thú mỉm cười trao đổi vài ý tưởng ngộ nghĩnh trong sách đọc của mình. Nhìn kỹ, hai loại sách hoàn toàn khác nhau. Bố đọc triết lý, mẹ cho là khô khan, chán phèo. Mẹ đọc tiểu thuyết, bố chọc là chuyện "xe cán chó, chó cán xe". Trao đổi chút chút thì không sao nhưng nếu đi sâu vào vấn đề thì thế nào cũng có bất đồng. Thường là mẹ yên lặng trước, không thèm cãi nữa, bỏ đi chỗ khác. Nhưng tính lại hay quên nên không lâu lại trở về với một sự việc khác mà phần mở đầu thường là hào hứng. Mẹ tôi có đức tin và muốn khuyến khích mọi người trong nhà. Mẹ bảo đức tin khiến con người sống thiện, tìm cách cho mình và tha nhân sống vui, xây dựng nhân ái... trước những khó khăn cho người cho mình. Có những lúc, mẹ bảo chỉ biết cầu nguyện.

Bố không như thế. Cầu nguyện ai? Ai giúp mình? Chỉ có mình mới gỡ rối cho mình được thôi và để thì giờ cầu nguyện tìm giải pháp. Mẹ không đồng ý nên dù đã ổn định ở xứ người vẫn dành thì giờ đọc kinh mỗi tối như những ngày gia đình còn khó khăn, chia lìa: Bố trong trại cải tạo. Các con trai còn lênh đênh trên biển cả. Những ngày ấy, tối nào tôi cũng ngồi sau lưng mẹ, hướng lên tượng Phật Bà Quán Âm có đôi mắt hiền vời vợi từ bi. Mẹ nhẹ nhàng nghiêm túc soạn chuông mõ, sách nghi thức tụng niệm. Tôi lây mẹ để chuẩn bị một tinh thần thanh thoát cho buổi cầu kinh. Hồi kinh cầu an trầm trầm theo giọng đọc của hai mẹ con hình như làm ấm lại căn phòng vắng lặng, lạnh lẽo khi bố và các anh em xa nhà. Tôi theo mẹ như một thói quen. Có những ngày học thi bận rộn, dù buồn ngủ tôi cũng không bỏ qua một buổi cầu kinh nào. Đọc quen đến nỗi, có vài đoạn tôi thuộc lòng, biết chỗ nào là bắt đầu bài kinh mới và chỗ nào là sắp chấm dứt buổi cầu kinh. Nhớ một lần, ông nội từ Huế vào để cùng đi thăm bố ở trại cải tạo Xuyên Mộc. Ông tôi là một phật tử thuần thành, hơn nữa là một cư sĩ (mẹ học hỏi nhiều kinh điển từ ông tôi). Ông vui mừng biết hai mẹ con kinh kệ chuyên cần. Tôi kể với ông:

- Con thích nhất là kinh Bát Nhã và nhất là câu "yết đế yết đế ba la yết đế".

Ông tôi sung sướng xoa đầu tôi ngợi khen. Nhưng khi biết được sự thật phũ phàng, ông cười ngất:

- Vì con biết sắp chấm dứt buổi cầu kinh và được đi ngủ.

Sau này bố tôi cứ lấy thí dụ ấy để củng cố lý luận của mình: Làm việc gì mà mình không hiểu, làm cho xong chuyện thì phỏng có ích gì. Mặc dầu cũng nhiều lần, tôi xác định rằng buổi cầu kinh vào những năm biến động cho gia đình và cho cả nước ấy dạy tôi rất nhiều. Những lần chấp tay cầu nguyện, tôi học được đức khiêm nhường sâu xa_ con người thật nhỏ bé_bất lực với chung quanh_vô thường rình rập đâu đó. Lòng phải thật lắng, thật thiết tha, thật thành tâm và chỉ có "tâm" mới chuyển hóa được mọi trắc ẩn của cuộc đời... Bố tôi vẫn giữ ý mình và chỉ tin ở mình.

Lâu dần mẹ tôi không bàn cãi nữa và lặng lẽ tiếp tục củng cố niềm tin của mình. Mẹ vẫn thường thì thầm bên tai chúng tôi "giữ tâm cho tốt, tất cả chỉ từ Tâm". Bố không hoàn toàn đồng ý nhưng nhiều lúc vẫn theo mẹ đi chùa. Mẹ lễ Phật còn bố lang thang quanh chùa, tìm những nét đẹp trong điêu khắc các tượng và thưởng thức cảnh đẹp cây cỏ hoa lá... Mẹ cười dễ dãi, tôn trọng tự do của nhau. Không viển vông để bắt hai người cùng nhìn một hướng nữa. Làm sao ở đời lại có một nửa khác tuyệt đối giống mình. Rồi mẹ lại nhắc nhở chúng tôi đến chân lý sống "Đừng quên chung quanh còn có người khác". Chủ trương như vậy, nên trong thực tế ý thích của hai người có lúc thật khác nhau mẹ cũng vui vẻ. Bố thích cơm nhão. Mẹ thích cơm khô. Lên xe mẹ thường xin lỗi bố để vặn nhỏ bài nhạc của bố vì sợ phải đi bác sĩ tâm thần. Bố trả đũa: đừng nghe T.T. rên siết mà tối bị ác mộng... Nhưng có những lúc cả hai đều say sưa vói những bản "blue" ray rứt cả lòng. Tiếng hát của Nat king Cole vẫn còn quyến rũ, giọng của Elton John cũng được ưa thích... Cũng vì vậy, khóm thuỷ trúc mẹ ưa thích vẫn có chỗ đứng "trang trọng" giữa hồ bên hải đảo tý hon theo "design" của mẹ. Chúng tôi vẫn lấy đó làm bài học nhường nhịn cho nhau và phải nhớ chung quanh còn có người khác nữa mà chúng tôi vẫn nhắc nhở nhau bài học "thủy trúc".

Chiều thứ bảy, đầu tháng bảy. Cả nhà bên nhau. Quây quần ở sân sau, ngắm vườn nhà. Hoa mận đầy cành khoe sắc trắng dưới nắng vàng. Hai khóm peony đơm hoa mầu hồng nhung rực thắm cả góc vườn, che rợp cả gốc cây mộc lan kết hoa trắng tím tràn sức sống. Trước mặt chúng tôi, vườn hồng của mẹ đang độ khoe sắc_đẹp não nùng (chữ của mẹ). Bố đưa tay bật nút điện. Nước từ hai hòn non bộ vụt phun. Bụi nước tung cao, bay tản mạn không trung làm mát rượi cả một vùng. Hoa súng đủ mầu vươn lên mặt nước bên những lá tròn xanh, sạch bóng. Mặt hồ chao nhẹ, lấm tấm bụi nước rơi. Đàn cá nhỏ tung tăng đớp nước. Những lá sen trong hồ bên phải vươn cao lung lay theo bụi nước rơi rơi. Vài cánh lá tròn xanh tràn sức sống, đọng vài giọt nước long lanh êm ả làm sao... hứa hẹn những cánh sen hồng thơm hương giữa mùa hè ấm áp. Bước chân con trẻ tung tăng trên nền cỏ mịn màng xanh mướt. Mọi người thoải mái thật sự tận hưởng những ngày đầu hè ấm cúng tươi vui bên khu vườn rực rỡ sắc mầu. Tiếng chuyện trò rộn rã reo vui. Nhìn thấy nét hân hoan trong mắt mẹ, bố lại gần:

- Kết quả của cả năm “cãi cọ, giận lẫy” đó phải không mẹ? Mẹ mỉm cười, không nói. Được thể bố làm tới:

- Cây thủy trúc của mẹ vẫn còn đẹp... Đã nói mâu thuẫn là cơ sở của tiến bộ. Cãi cọ là gia vị cho cuộc sống mặn mà, là mầu sắc tô điểm cho cuộc đời thi vị. Tưởng tượng suốt đời, người này nói người kia gật thì làm gì có sáng tạo... Đồng ý chưa nào?

Mẹ mỉm cười và phản ứng như một người bằng lòng vui vẻ thua cuộc:

- “Cãi cọ” gì được, chỉ ức hiếp người ta!.

Toronto, mùa hè 02

TÌNH GẦN

Thì ra mọi người tổ chức sinh nhật cho tôi để nhắc khéo, chỉ còn một năm nữa là tôi dủ 30 tuổi - có nghĩa là hạn chót tôi phải làm tròn nhiệm vụ: cưới vợ.

Năm nay tôi đang ở trong mùa xuân thứ 29. Dù với nhiều nhắc nhở của mọi người. Tôi thật tình chưa thấy thúc bách gì về việc phải cưới vợ. Là người con còn lại cuối cùng của gia đình, còn nhởn nhơ chưa bị ràng buộc với ai. Ngày hai buổi đi làm về, vẫn còn được sống với bố mẹ. Mọi thứ đều được mẹ lo lắng cho: ăn uống, giặt giũ, dọn dẹp... nhiều lúc phòng bừa bộn, sách vở lung tung, mẹ vừa sắp xếp vừa dọa:

- Tìm người lo cho, tôi già rồi, không làm mãi được!

Những lúc đòi mẹ làm món ăn ưa thích:

- Tuần này bún bò, tuần sau rồi cơm hến, được không mẹ? Mẹ lắc đầu quầy quậy:

- Không, kiếm người mà đõi, mệt lắm!

Nhưng chiều về nhà, bún bò thơm phức bên mâm cơm tối. Tôi sung sướng ôm vai mẹ, cảm ơn. Mẹ cốc lên đầu tôi mắng yêu:

- Sang năm là hết hạn ở nhà rồi đó nghe chưa?

Mỗi cuối tuần, anh chị em và các cháu tụ về. Mẹ vui vẻ say sưa khi mọi người "enjoy" món ăn của mẹ.

Mẹ tươi cười vui đùa bên đàn cháu dại. Mỗi tuần một lần, chúng tôi luôn cố gắng dành thì giờ đoàn tụ hàn huyên bên bếp lửa gia đình. Tôi đầy đủ quá để chưa cảm thấy cần tìm thêm "một người".

Mùa Đông ư? Quên cả bầu trời tuyết giá, gió se sắt lạnh. Anh chị Hai và ba cháu vừa chui ra khỏi xe, đứng rũ tuyết trước cửa vói tiếng cười trong vắt của Anh Trân:

- Thưa ông bà nội, chú Tư, con mới đến!

Anh chị Ba vừa gọi phôn, sẽ cùng hai cháu Minh Anh và Quỳnh Anh, 10 phút nữa sẽ có mặt. Rồi tiếng chuông lanh lảnh reo lên, vợ chồng em Năm và cháu Quỳnh Trâm bước vào nhoài người đòi tôi bế. Cháu bụ bẫm, hai má phúng phình, hồng hào, trông dễ thương lạ! Cả nhà đang quây quần bên nhau. Bố tôi sung sướng, hết hỏi cháu này đến bồng cháu kia. Mẹ còn dở tay làm món ăn, chưa chạy ra được nhưng đang rối rít trả lời các cháu:

- Thưa bà nội, con mới đến!

- Thưa bà ngoại, có khỏe không ?

- Bà khỏe lắm, mấy con đợi bà một chút nhé!

Tôi đặt cháu Q. Trâm xuống, phụ mẹ bày bàn. Chỉ mình tôi còn lại với gia đình. Tôi được bố mẹ chăm sóc nhiều hơn. Tôi cũng làm bổn phận "bếp nước" giúp mẹ hữu hiệu: mở nắp một lọ tương, mài hộ con dao và bầy bàn là "nghề" của tôi. Tôi thoăn thoắt trải khăn bàn, phù hợp vói khăn giấy cùng màu. Lót giấy ăn, úp chén trên đĩa, đũa thìa được xếp bên tay phải thực khách. Ngay cả những lúc mẹ đổi thực đơn, làm cơm tây, chỉ có dao nĩa, tôi cũng xếp thành thạo. Dao luôn luôn bên tay phải và nĩa thìa bên tay trái người ăn. Đĩa sâu đặt trên đĩa cạn. Tôi học mẹ bày bàn, xếp đặt ngay ngắn. Trang hoàng bàn ăn, tôi thường làm vừa ý mẹ. Mẹ thường bảo:

- Món ăn ngon còn phải được bày biện đẹp mắt, trong bóng nữa.

Mẹ giao cho ai làm việc này cũng luôn để mắt xem xét, có gì chưa hài lòng, mẹ đợi người ấy đi khỏi mới nhẹ nhàng sửa lại. Đợi khi nào có dịp mẹ mới nhỏ nhẹ:

- Bày thế này mới đẹp và hợp lý này!

Tôi lại còn được phân công đốt lò sưởi. Củi từ khúc cây khô sau vườn, bố tôi đã chuẩn bị cho những ngày giá rét, cả nhà đoàn tụ như hôm nay. "Củi nhà" nên hơi khói một chút, nhưng sao mùi khói cũng cho cảm giác thân thương, gần gũi... Ngày đông lạnh buốt của Canada vẫn để lại trong gia đình những kỷ niệm ấm cúng.

Mùa hè thì thật rộng đường tổ chức. Những buổi B.B.Q. sau sân nhà thật đáng nhớ. Các cháu ríu rít như chim bên chiếc bàn patio nhỏ xíu màu vàng nổi bật trên thảm cỏ xanh. Chúng tôi say sưa bên bếp lửa thơm phức mùi thịt nướng ướp mai quế lộ đặc biệt gợi thèm. Có lần nào gia đình tôi "picnic" ngoài Park, mọi người bước tới trầm trồ hỏi mẹ. Thịt B.B.Q. ướp theo lối Việt Nam hơn xa thịt nướng của dân bản xứ nặng nề mùi ketchup, em tôi khen nịnh mẹ. Mẹ thường cười:

- Mèo khen mèo dài đuôi.

Gia đình đầy đủ thế kia, cớ sao tôi còn bận tâm tìm thêm "một người", thiếu thốn gì đâu?

Bên bàn sinh nhật ấm cúng hôm nay, món khai vị của mẹ, tôm cuốn bacon nướng ăn với kim chi rau muống độc đáo của mẹ. Những cọng rau muống xanh xanh, bên cạnh những lát ớt đỏ thắm và tỏi tươi trắng ngần thái rối... đẹp mắt. Lúc tô bún hồng hồng nước gạch cua, bốc khói đưa đến tay mọi người, thì câu chuyện về tôi bắt đầu được đề cập. Chị Ba khéo léo nhắc:

- Xem nào, ngày xưa chúng mình bốn đứa, bây giờ nhân số lên đến mấy rồi?. Coi nào, mỗi đứa đã thành năm... 15 rồi, thêm tư là 16 và làm sao năm tới thêm thành 17 rồi 18... bố mẹ tha hồ bận rộn và sung sướng. Tư dở quá mau lên chứ, cả nhà đang mong.

- Đúng rồi, cô gì hôm nọ đến mượn sách trông được đấy chứ!

- Cái cô hay cùng Tư làm việc xã hội, dễ thương quá,

còn chờ gì nữa?

Anh Hai đổi luôn lời ca dao để ghẹo:

- "Trai ba mươi tuổi đã toan về già!".

- Nếu còn chần chờ, mọi người sẽ tìm giúp vì 30 là chậm nhất, không thể trễ hơn được.

Bố mẹ tôi hài lòng về những lời nhắc nhở của anh chị em tôi. Các người vẫn đóng vai "bình tĩnh" không tỏ ra nôn nóng, thúc đẩy, ép uổng gì cả... Luôn cố gắng sống hợp thời nhất là trong việc giáo dục con cái. Bố mẹ tôi cố gắng không chen vào những riêng tư của chúng tôi. Riêng với tôi, các người cố gắng không tỏ ra sốt ruột để tìm giới thiệu người này, người kia... Tuy tôi biết rằng khi tôi quyết định có "hai mình" thì bố mẹ tôi sẽ mừng lắm. Mẹ tôi thoáng có nét vui trong mắt mỗi khi có cô nào thỏ thẻ đầu giây nói:

- Xin cho con nói chuyện với anh Tư.

Mẹ chuyển phôn cho tôi với nụ cười đầy hy vọng... Từ ngày định cư, cha mẹ hội nhập nhanh chóng, ít nhất là trong lĩnh vực lập gia đình của chúng tôi. Các người dễ dãi lên tiếng:

- Các con đặt đâu bố mẹ vui mừng ngồi đấy. Hạnh phúc của các con trên hết.

Bố mẹ rất tôn trọng sự lựa chọn của con cái. Tuy vậy các anh em tôi, sau những ngày dài lựa chọn, tìm hiểu... cuối cùng tôi thấy đều trở về với những nơi quen biết thân tình vói gia đình từ trước. Cuộc tình đến nay tràn đầy hạnh phúc. Nhưng riêng tôi tự tin để nhủ rằng nếu muốn tìm một người cho tôi, tôi sẽ tự mình tìm lấy. Tôi sẽ "văn minh" hơn các anh em để tìm một người ý hợp tâm đầu mà không phải dựa vào gia đình vì ai hiểu mình bằng mình? Tôi lý luận và yên chí với lòng tin vững chãi của tôi.

Sau tổ chức sinh nhật đầy thương mến và nhắc nhở hôm nay. Sự quan tâm của mọi người cho tôi ý thức được rằng tôi đã bước vào ngưỡng cửa của "một người lớn", không thể "lông bông" (chữ của gia đình) mãi được. Tôi vui vẻ đặt chân trên bước đường để tâm tìm kiếm người trong mộng. Tôi không hững hờ để nhìn mọi người chỉ là "bạn" mà thôi như trước nữa. Các bạn gái quen biết trước kia đều là đối tượng phân tích của tôi... Tôi tin tưởng vào nhận xét tinh tế của mình. Đường đời trước mắt tôi đầy hy vọng. Từ nay quen ai, đi chơi vói ai, bạn cũ hay mới, tôi đều âm thầm dò xét cho hậu ý tìm "người trăm năm".

Hôm nay thứ bảy, nắng vàng như ấm áp hẳn lên, sau những ngày dài băng giá. Lòng vui mừng cho buổi hẹn hò nằm trong "mục tiêu" của tôi và cố gắng thật kín đáo để "đối tượng" chẳng biết gì. Tôi hẹn và mời Loan đi ăn tối sau buổi họp ở trung tâm Thanh Niên chiều nay. Biết Loan cũng đã một năm nay trong những buổi cùng nhau họp hành. Cô bé lắm lúc phát biểu ý kiến nửa Tây nửa Ta, ngây thơ hay hay... Tôi mến hơn có lẽ vì dáng dấp rất Việt Nam: tóc thề xỏa bờ vai, đôi mắt to đen láy, trong sáng. Tôi thích nhìn cô bé cười. Đôi môi hồng tự nhiên, duyên dáng với hàm răng trắng đều đặn. Ở cô bé là cả sự tự nhiên, không tô vẽ. Những câu chuyện trao đổi với cô bé thì pha nhiều tiếng Anh vì lắm lúc cô bé ngơ ngác không theo kịp câu chuyện. Cô ta dùng tiếng Anh dễ dàng và trôi chảy hơn nhiều. Thật tình tôi chú ý và mến Loan hơn các bạn khác trong nhóm. Hôm nay dứt khoát với ý định "tìm bạn", người đầu tiên tôi nghĩ đến là

Loan. Cô bé nổi bật trong đám bạn gái tôi quen tuy chưa lần nào nói chuyện lâu hay bàn cãi một vấn đề có tính cách "serious" nào. Tôi đánh bạo mời Loan đi ăn hôm nay với mục đích tìm hiểu kỹ hơn cho dụng ý của mình. Không biết rõ tuổi nhưng tôi nghĩ Loan thua tôi một hai tuổi gì đó vì cô nàng ra trường sau tôi hai năm và mới vào làm IBM được mấy tháng nay. Loan nhận lời mời dễ dàng, tôi vui mừng:

- O.K, no problem!

Rời trung tâm đã 6 giờ mà trời còn sáng. Chiều thứ bẩy đẹp trời, nam thanh nữ tú dập dìu. Băng qua con phố Tàu rộn rịp, ồn ào, chúng tôi tới nhà hàng Viễn Đông. Tôi vẫn mê món ăn bò bảy món ở đây!

Loan vô tư chuyện trò ríu rít, toàn những chuyện đâu đâu... không đầu không đuôi. Cô nàng lơ đãng khi tôi đưa "menu" để chọn thức ăn. Cuối cùng rất chủ quan, theo sở thích của mình, tôi hỏi:

- Chúng ta ăn bò bảy món nhé?

- O.K!

Cô bé nói chuyện này chuyện khác tự nhiên. Rồi không ăn nhập gì với câu chuyện đang nói, Loan chỉ cho tôi cặp cá vàng đang bơi lượn trong hồ:

- So cute!

Loan ngừng câu chuyện khi thức ăn bắt đầu dọn. Chiếc lò bé tý được bật lửa, đặt chiếc soong nhỏ sóng sánh ít nước dấm với vài lát hành tây trắng trắng. Loan bỗng giật mình ngạc nhiên khi người ta đặt đĩa thịt bò hồng tươi trước mặt:

- Raw meat? you ăn thịt sống à?

Chưa kịp trả lời thì người ta đã đem ra đĩa xà lách với rau húng, tía tô, ngò gai bên những cọng giá trắng ngần. Khi chén mắm nêm được đặt lên bàn thì Loan lùi lại, khó chịu, nín thở, lấy tay quạt quạt trước mũi, le lưỡi la nhỏ:

- Yuck! I can't smell it!

Không đề phòng trước, tôi thật sự bối rối và cảm thấy mình quê dễ sợ. Trấn tỉnh tôi hỏi nhỏ:

- You chưa ăn cái này bao giờ à?

- Never, nước mắm cũng chịu. It should be served to old people only.

- Sao ban nãy me hỏi you ăn thịt bò bảy món you o.k.?

Cô nàng làm thinh rồi cố gắng mỉm cười:

- Thôi you cứ ăn đi me đợi món khác!

Tuy nói vậy nhưng nhìn thái độ "chịu đựng" của cô bé, tôi cảm thấy có gì không ổn. Tôi thiếu lịch sự không "tìm hiểu" kỹ trước hay tôi vội vàng? Tôi lúng túng không biết giải quyết ra sao? ... Tôi như cái máy gắp thịt cho vào soong nước dấm liu riu sôi, nhưng không còn hứng thú để ăn. Cô bé bình tĩnh khoanh tay nhìn tôi. Qua phút bất ngờ, tôi mỉm cười, tuy nụ cười đã bớt vẻ hăm hở tươi vui ban đầu:

- Vậy you ăn cái gì bây giờ?

- Anything, trừ cái này.

Tôi đâm nghi ngờ lời nói của cô nàng. Làm sao chắc chắn cô nàng sẽ ăn được món Việt Nam khác? Khi nãy chẳng ok khi tôi "order" bò bảy món là gì... Tôi uể oải gắp thịt ra chén, không hứng thú để trải bánh tráng, đặt các thứ rau lên, thêm một vài lá ngò trên cùng như tôi thường ưa thích... Tôi miên man nghĩ ngợi. Loan sẽ ăn gì bây giờ? Gọi món gì cho Loan bây giờ? Đang loay hoay suy nghĩ... bỗng tôi nhớ nhanh chiều thứ bảy tuần trước, họp muộn, chúng tôi đã hăm hở chia nhau chiếc "pizza hut" to tướng. Tôi nhớ Loan đã ăn ngon lành. Tôi vui mừng đề nghị:

- Me đi mua pizza cho you nhé?

Cô bé mặt sáng rỡ:

- Ok, that's great, I like it, thank you!

Tôi quên bữa ăn định mặc áo, lái xe đi mua pizza. Rồi chợt nhớ tôi có thể "order" qua điện thoại. Tôi mừng rỡ giải quyết được vấn đề. Tôi bình tĩnh hơn:

- Nào ta nói chuyện, đợi pizza đến.

Loan lại nói đủ thứ chuyện. Tôi gác đũa ngồi nghe, quên luôn nồi dấm cạn khô đang bốc mùi khét và các đĩa thức ăn nguội ngắt từ bao giờ... và cũng không muốn nhớ cái nhìn của thực khách trong nhà hàng khi Loan nhai ngon lành miếng pizza và tôi đã không đụng đũa đến món ăn tôi ưa thích.

Lấy kinh nghiệm lần trước, lần "hẹn hò" thứ hai, tôi chuẩn bị thận trọng hơn. Tôi làm quen tìm hiểu lâu hơn. Tôi khéo léo hỏi Kim, người bạn gái cũng dáng dấp Việt Nam, đơn sơ, giản dị và trong sáng:

- Có món ăn Việt Nam nào Kim ăn không được không?

- Không có vấn đề gì hết. Mê nhất là món bún bò Huế của anh, chỉ sợ lòng, chân gà và óc heo... ghê ghê làm sao ấy!

- Tốt quá, anh cũng vậy.

Để bảo đảm tôi hỏi tiếp:

- Có sợ mắm nêm, mắm ruốc không?

- Không, thích nữa chứ ăn bò bảy món mà không có mắm nêm mà chỉ dùng nước mắm pha là mất ngon đến 50% rồi.

Tôi mừng thầm và hớn hở tưởng như người đối diện đã có thể là một nửa của mình:

- Đồng ý 100%.

Chưa bao giờ được đưa đón Kim bằng xe của mình. Nàng có xe riêng và giờ làm việc cũng khác vói thời khóa biểu của tôi. Buổi chót của khóa "computer training", tôi đề nghị được đưa và đón Kim đi và về. Vui mừng vì cô nàng cũng dễ dãi bằng lòng. Sáng thứ năm trời trong vắt như lòng tôi tươi cười sung sướng. Xe vừa ngừng đã thấy cô nàng ôm cặp, đứng đợi trước cửa nhà bên cây mộc lan đầy hoa trắng, phơn phớt tím. Bộ "suit" mầu "beige" làm cô bé trông đứng đắn và quí phái hẳn lên. Kim khép nép bước lên xe nhẹ nhàng, có lẽ chiếc skirt hơi bó. Đóng cửa xe xong, tôi lịch sự vòng ra sau rồi tiến vào tay lái. Cả hai vừa thắt xong dây nịt an toàn, theo thói quen, tôi thay băng nhạc vào máy: đoạn dân ca "Lý ngựa ô" soạn theo hoà âm mới... Tiếng nhạc vừa nhỏ để chúng tôi còn trao đổi, chuyện trò. Kim hình như không mấy vui vẻ theo dõi câu chuyện, và hình như có điều gì suy nghĩ... Tôn trọng phút suy tư của bạn, tôi cũng hạn chế những câu trao đổi xã giao. Im lặng kéo dài. Tiếng nhạc vẫn nhẹ nhàng bên tai. Nghe vui và dồn dập, linh động hơn... tôi thích hòa âm này! Bổng Kim quay qua tôi khe khẽ đề nghị, có lẽ sau một hồi đắn đo suy nghĩ:

- Anh thích nhạc này nhiều không?

- Ừm... ha mà sao? Kim có thích không?

Không nói, Kim lắc đầu mỉm cười, hơi nhún vai, cuối cùng nói nhỏ:

- Lời gì Kim không hiểu, nhạc gì... nghe làm sao ấy.

Tôi chợt hiểu, tắt máy, xin lỗi sự chủ quan của mình và ân cần hỏi:

- Kim thích nhạc gì nào?

- Nhạc gì cũng được.

Câu trả lời làm tôi một chút bối rối... gì cũng được mà dân ca ban nãy không được... thật khó hiểu... các cô? Tôi thay băng nhạc mới mua có vẻ là "Đạo ca". Dòng nhạc ca tụng Tình Mẹ với lời dẫn nhạc dịu dàng truyền cảm của nhà văn Trần Diệu Hằng trong casette "Vũ Trụ và Ta".

Tôi hỏi:

- Kim thích không?

Kim không trả lời, đang nhìn đâu đâu, không chú ý đến bản nhạc và có vẻ hững hờ với tất cả chung quanh... Tôi tắt máy. Tôi hỏi sang chuyện sở làm, Kim trả lời vừa đủ. Đổi đề tài sang chuyện shopping, phim ảnh... Câu chuyện cũng không mấy hứng thú. Tôi hối hận đã vô ý không hỏi trước bài nhạc Kim ưa thích để thấy rõ bất đồng ban đầu làm Kim mất vui! Rồi câu chuyện lang bang trở về với đề tài âm nhạc, tôi hỏi:

- Có thích nghe giọng ca Khánh Ly, Ý Lan, Trish, Shayla... Kim mím môi gật gật. Đánh bạo tôi thử lần nữa. Bản Quỳnh Hương qua giọng ca nũng nịu của Ý Lan dìu dặt... Kim không nói gì, tôi biết cô nàng không thích. Tắt máy:

- Anh có đủ loại nhạc. Kim thích loại nào?

Không hiểu muốn "chọc quê" tôi hay sao nàng nói một hơi:

- Celin Dion with "Because you love me"; "Smashing Pumking 1979", Water Fall or Seal with "Kiss by The Rose" và nếu có Michael Jackson cũng tốt, Rap cũng được... Nghe một loạt nhạc ngoại quốc cũng "chới với" nhưng bình tĩnh tôi cho tape có bản nhạc trong phim "Home Alone", Kim cũng không nói gì. Và câu chuyện của tôi tự nhiên mất hứng thú ban đầu. Nàng cùng tôi lắng nghe nhưng hình như im lặng đang bao trùm không khí tẻ nhạt mặc dù sau đó bên tai tôi, Kim cũng cố giải thích:

- Kim không thích nhạc Việt Nam nên không nghe lần nào và mù tịt về mọi loại, nhưng cũng không muốn tìm hiểu, không biết tại sao... có lẽ không quen, thế thôi!

Tôi cụt hứng. Sống xa Quê Hương cũng đã 15 năm, nhưng lòng tôi luôn hướng về quê cũ. Có lẽ giáo dục gia đình luôn dạy chúng tôi điều ấy. Gia đình khuyến khích chúng tôi nên giữ nề nếp tốt đẹp của xứ sở. Cả bốn chúng tôi đều học hành ở đây và thời gian định cư còn dài hơn thời gian sống ở quê nhà nhưng sao những bản nhạc Việt Nam cả nhà ưa thích vẫn đủ sức quyến rũ chúng tôi. Chúng tôi có toàn quyền lựa chọn và đã không quên chúng tôi là người Việt Nam. Tôi rất thông cảm với Kim. Tùy theo bối cảnh sống mà con người Việt Nam chúng tôi sống, lớn lên ở xứ người có thể có những sở thích như Kim. Nhưng tự nhiên tôi đâm ra lý luận lôi thôi: một người đã là "một nửa" của mình có thể khác quá nhiều về sở thích như thế, liệu có nên không? Và biết đâu còn nhiều dị biệt khác nữa để người ta và cả mình sẽ thấy không vui? Từ đó trên đường đưa Kim về, những bản nhạc ngoại quốc liên tục kích động hơn, ồn ào hơn. Kim có vẻ thích hơn. Riêng tôi hình như đang "chịu đựng" một điều không như ý... Nhưng lại có ý nghĩ đang làm vui lòng một người bạn trong một buổi đi chơi, thế thôi để lòng nhẹ nhõm vì mình có dừng lại ở sự lựa chọn này đâu!

Thiên Nhiên, người con gái cho tôi nhiều hy vọng và nhiều tin tưởng nhất. Dáng cao cao, gầy gầy, rất Á Đông của Thiên Nhiên làm tôi chú ý hôm dự lửa trại Thanh Niên tại vùng Barrie. Khuôn mặt trẻ trung, hồng hào, tươi cười thật dễ mến. Tóc mây buông xỏa bờ vai, đen mướt, óng ả ôm lấy khuôn mặt tròn, mịn màng, tươi mát... Đôi mắt đặc biệt ánh lên nét thông minh trong sáng, vẻ thông minh lộ rõ qua những lần phát biểu ý kiến, ứng đáp nhanh chóng, trình bày rõ ràng trôi chảy. Tôi tin tưởng để không bõ công theo đuổi. Thiên Nhiên nói tiếng Việt khá sành sõi mặc dù xa Việt Nam năm lên sáu tuổi. Đến Canada, sau khi hết bậc trung học, chuyên ngành ngôn ngữ và thông dịch. Cô nàng chú trọng rất nhiều trau dồi Việt ngữ, điều này khiến tôi vô cùng cảm mến. Nàng là con một trong gia đình bố mẹ đều là công chức: cha làm việc ở bộ Giao Thông và mẹ là y tá một bệnh viện ngoại ô Toronto. Thiên Nhiên sống tự lập và tự tin, nhẹ nhàng mà cương quyết. Gần nàng tôi yên tâm. Thiên Nhiên tỏ ra tự lo liệu mọi việc, không phải phụ thuộc vào ai. Lại không hề tỏ ý cần sự che chở từ "phái mạnh". Chúng tôi quen nhau đã hơn một năm. Tôi nghĩ là tôi hiểu Thiên Nhiên khá nhiều. Thấy nàng vững vàng trong nếp sống và suy tư, tôi e ngại chưa dám nói đến ý định của mình. Thiên Nhiên chưa tỏ ra cần có thêm "một người". Nhưng với tôi lần này như đã định, tôi cương quyết tiến hành "chương trình" của tôi.

Một hôm hai đứa đi chơi. Chiều thứ ba, tôi rủ nàng vào xem phim "Indochine", một phim lấy bối cảnh Việt Nam. Tôi suy nghĩ nhiều và muốn nhân dịp này nói chuyện với Thiên Nhiên vấn đề quan trọng đúng với chủ đích của tôi. Suốt hai giờ nhìn màn ảnh mà tôi chẳng thấy gì. Miên man nghĩ ngợi, phải bắt đầu thế nào? Nói những gì cho thuận tiện? Trình bày làm sao cho đỡ dài dòng mà rõ ràng đạt mục đích? Thiên Nhiên say sưa theo dõi phim, thỉnh thoảng quay sang trao đổi nho nhỏ... Không biết tôi đang đầy ắp những ý nghĩ về nàng! Khuôn mặt thanh tú thỉnh thoảng được loé sáng trông quyến rũ làm sao!

Chuyện phim hết. Thiên Nhiên chào về. Tôi cố giữ lại và rủ nàng vào ăn tối tại một tiệm nhỏ gần rạp hát. Nàng tự nhiên nhận lời. Nàng còn suy nghĩ về chuyện phim và miên man nói về nhân vật nữ Thùy Đan... Vào tiệm, đưa tấm menu cho Thiên Nhiên, bối rối chưa biết phải bắt đầu ra sao, tôi bâng quơ hỏi:

- Chọn được gì chưa?

- Gì cũng được, đói bụng quá rồi!

Thiên Nhiên vừa nhìn thực đơn vừa nói. Đã bao lần tôi bị cuốn hút bởi vẻ tự nhiên, dễ thương của nàng, vẻ tự tin, vững vàng, chín chắn trong mọi sinh hoạt hàng ngày của nàng, với tôi đầy quyến rũ... ít nhiều nàng tỏ ra không cần phụ thuộc vào ai. Nàng làm được tất cả. Có lẽ nàng tỏ ra "ít cần" tôi nên tôi lại thấy tôi "cần" nàng. Khó khăn lắm tôi mới mở miệng:

- Muốn nói với Thiên Nhiên điều này mà bao lâu không có dịp.

Rồi như sợ lỡ mất cơ hội, tôi thao thao về chủ đích của tôi. Cuối cùng xin cho tôi được là người may mắn để có nàng mãi mãi... Thiên Nhiên ngước nhìn lên, thoáng chút ngạc nhiên. Trán cau nhẹ, mắt tròn xoe, mỉm cười như vừa đọc được ý định của tôi sau bao ngày quen biết và tôi cũng lại đi đến một ý muốn "tầm thường" này. Ánh nhìn làm tôi bối rối thêm... Tôi sửa lại lọ hoa trên bàn mà tưởng như diện mạo tôi lúc này ngớ ngẩn buồn cười lắm vậy. Cũng may nhà hàng vừa đưa món ăn ra. Hơi mỉm cuời Thiên Nhiên bảo:

- Ăn cái đã, đói bụng quá!

Lời nói đầy thản nhiên làm tôi lo lắng. Một quyết định to lớn đầy quan trọng của tôi không làm nàng mảy may xúc động sao? Tôi cầm đũa mà lòng không yên. Lo lắng làm tôi không dám hỏi thêm. Ăn xong, hai đứa ra xe. Nàng về hướng đông. Tôi về hướng tây. Thiên Nhiên chào về vui vẻ tự nhiên như bao lần, khồng có gì khác. Phải sau cả tuần lễ chờ đợi, nhắc nhở, tôi mới biết được ý định "rất tây" của nàng. Nàng cho rằng thời gian quen biết giữa chúng tôi chưa đủ; mà thực tế cần phải có thử thách và cách tốt nhất để cả hai có kinh nghiệm về nhau là "sống chung" không cần phải hợp thức hóa bằng luật lệ nào, không ràng buộc bằng nghi lễ nào... Đám cưới để chính thức giới thiệu hôn nhân, nàng cho không cần thiết. Nàng còn lý luận thêm nhiều nữa... Tôi thật sự bị "shock"! Nàng bảo có người sống chung nhau đến lúc có baby mới làm đám cưới... có sao đâu?! Vẫn biết không sao. Nhưng tôi còn "Việt Nam" quá, chưa bao giờ ý nghĩ "Tây" như vậy đến với tôi nên tôi bối rối lặng thinh giây lâu... Thiên Nhiên mỉm cười như đắc ý trước vẻ thất vọng ít nhiều của tôi mà nàng như đã đoán được. Cái mỉm cười mọi khi tôi yêu mến, lần này hình như nhuốm vẻ tự kiêu bên "cái xưa", cái "Việt Nam" của tôi. Tôi hiểu cuộc sống "common law" bình thường có thể xảy ra cho đôi lứa ở xã hội tây phương, nhưng sao tôi vẫn chưa quen? Trước vẻ tự nhiên đầy vững vàng, chín chắn và dứt khoát của Thiên Nhiên, tôi biết tôi không thể nào thuyết phục nàng theo ý tôi. Tôi cũng biết rõ không dễ dàng để giải thích với gia đình tôi. Tôi đang đối diện với điều tôi chưa hề nghĩ đến. Kinh nghiệm này quả có chua chát sau chuỗi ngày nghiêm túc tìm kiếm đối tượng để lập gia đình!

Hình ảnh Thiên Nhiên còn rõ trong tôi. Tôi buồn không ít cho quan niệm sống khác nhau của chúng tôi. Tôi mất tin tưởng trong việc chọn lựa của mình. Tôi thẫn thờ trông thấy, thầm nhủ sau lần này chắc tôi không đủ can đảm để phiêu lưu thêm... tự tìm kiếm cho tôi một người tâm đầu ý hiệp nữa. Cho đến một hôm...

Tôi đưa mẹ đi dự buổi triển lãm Hoa Hồng ở Convention Center của thành phố. Ra về mẹ cứ nói đến gia đình bác Thảo và người con gái gặp trong buổi tổ chức hôm ấy. Khen về gia đình đạo đức, giáo dục đàng hoàng, học hành đến nơi đến chốn lại vẫn giữ nề nếp Việt Nam... Mẹ chỉ nói chuyện với gia đình chứ không hề có ý giới thiệu, mai mối gì cả. Nhưng không biết từ bao giờ tâm trí tôi bỗng muốn trở về con đường của các anh em tôi. Sự thông gia giữa hai gia đình hiểu biết nhau, sự giao thiệp lâu ngày quả là một quá trình có thể tạo tin tưởng cho hai bên. Hy vọng nhen lên khi nhìn gia đình các anh em tôi sống giản dị, vui vầy, đầm ấm... Tôi mạnh dạn nghĩ đến hướng đi cho tương lai. Tươi cười để lời nói đỡ phần long trọng cho quyết định nghiêm túc của mình, giữa bữa cơm cuối tuần có đầy đủ mọi người trong gia đình, tôi ôm vai mẹ thỏ thẻ:

- Cha mẹ đặt đâu con ngồi đấy!

BẼ BÀNG

Để tránh cảm giác là đang thiên vị, tôi đọc lại lần chót bốn "phiếu lý lịch" trước mặt. Như bao lần trước, tôi vẫn dừng lại cái phiếu có họ Nguyễn này. Hàng chữ "thông thạo tiếng Việt Nam" cho tôi một dứt khoát tuyển chọn. Tôi cất vội ba tờ kia vào hộc bàn để khỏi lưỡng lự. Tôi có lý do để yên tâm: ba người này hoặc chỉ biết tiếng Anh hoặc là thêm một thứ ngôn ngữ khác - không phải tiếng Việt - dù quả thật họ có vài "Skill" trội hơn Linda.

Năm ấy, Linda được nhận thực tập một năm tại cơ quan Đa Văn Hóa, nơi tôi làm việc.

Khi Canada vào mùa tựu trường. Rừng phong thấp thoáng lá vàng. Trung tâm lại bận rộn đón nhận những người mới đến làm việc. Thời gian họ đến đây tuy ngắn hạn nhưng những gắn bó tình cảm là những kỷ niệm đẹp mà chúng tôi trân quí.

9 giờ 30 sáng. Điện thoại reo. Cô thư ký cho biết người tôi hẹn phỏng vấn đã đến và đang đợi ở phòng 105. Cầm sổ sách và bảng câu hỏi, tôi bước vào phòng. Cô gái đang quay lưng về phía tôi, đọc những giấy tờ treo trên tường.

Tôi chỉ kịp nhận thấy mái tóc hớt ngắn mầu vàng đỏ... Hơi ngờ ngợ, tôi thầm hỏi:

- Có phải người Việt Nam không?

Tiếng mở cửa làm cô gái quay ra chào tôi và nhanh nhẩu giới thiệu:

- Tôi là Linda Nguyễn, tôi đến như thư hẹn phỏng vấn hôm nay và bà chắc là...

Chưa nghe hết câu, tôi chào lại và mời cô ta ngồi. Cô ta ngồi xuống rất tự nhiên mà tôi lại đang bối rối... Tôi kéo ghế ngồi, xếp lại xấp giấy tờ trên tay tuy không cần thiết. Thật vậy, người đối diện làm tôi lạ lùng. Mái tóc vàng đỏ cắt ngắn theo kiểu con trai, phía trước có "high light" hai vệt tóc mầu đỏ thắm. Mái tóc ngắn làm cho khuôn mặt tròn hơn, rất trẻ. Đôi mắt khá to được tô mầu nâu thật đậm. Đôi chân mày là hai gạch cùng màu nằm ngang. Ngạc nhiên hơn hết là đôi môi kẻ sắc nét tô đen thay cho mầu son hồng thường thấy. Tất cả mắt ấy, môi ấy nổi bật với làn da mặt thoa phấn trắng xanh. Lối trang điểm này đôi lúc tôi nhìn thấy trên truyền hình - nhưng trong những "show" biểu diễn thời trang kìa! Hoặc của lắm cô cậu xuất hiện lập dị trên đường phố Yonge, con đường của những kẻ thời trang đủ kiểu đẹp, xấu, lạ mắt, quái gỡ và gây ngạc nhiên cho người đi đường: những mái tóc được hớt nhẵn bóng hai bên, chừa một lằn tóc từ trước ra sau bôi mầu bôi keo đỏ xanh làm dính từng chùm nhỏ, chĩa thẳng đứng trông như cái mào chim khổng lồ!! Nhưng là của những choai choai bụi đời, ăn chơi trên đường phố... nhưng đây là một sinh viên đi phỏng vấn để được nhận thực tập học hỏi kinh nghiệm ra làm cán sự xã hội theo chương trình đòi hỏi của nhà trường. Khuôn mặt cô bé đã khiến tôi thoáng chút bối rối và khựng lại. Bộ áo đen cô mặc bó sát vào người, chừa một khoảng trống ở vòng bụng... khiến tôi ngỡ ngàng. Im lặng hơi lâu tôi sợ cô bé mất tự nhiên. Tôi lấy lại bình tĩnh và đã lựa chọn, tôi cố gắng nhẹ nhàng đặt câu hỏi:

Cô sắp bước vào năm thứ hai của ngành xã hội học?

- Vâng!

- Cô biết gì về trung tâm Đa Văn Hóa này?

- Trung tâm đã cung cấp những dịch vụ giúp đỡ cư dân trong vùng này nhiều. Tôi là một cư dân ở đây nên tôi muốn được học hỏi để giúp người trong cộng đồng Canada và nhất là cộng đồng người Việt Nam vì tôi là người Việt Nam.

Câu trả lời nhắc tôi đến phiếu lý lịch "thông thạo tiếng Việt Nam". Tôi vội đặt câu hỏi bằng tiếng Việt dể thử trình độ vì từ đầu câu chuyện cô ta chỉ nói tiếng Anh:

- Cô đến Canada từ bao giờ? Ở trung học cô học ở đâu?

- Năm 6 tuổi. Trường West Toronto.

- Cô biết gì về cộng đồng người Việt?

- Không nhiều.

Tôi hỏi bằng tiếng Việt mà cô cũng chỉ trả lời bằng tiếng Anh. Tôi tiếp tục:

- Văn hoá Việt Nam.

Cô làm thinh ngơ ngác tỏ ra không hiểu câu hỏi.

Thấy cô khó khăn tôi không dám hỏi tiếng Việt nữa. Tôi bắt đầu lại bằng thứ ngôn ngữ cô thông thạo, dễ dàng và có vẻ tự tin:

- Cô ở đây với gia đình chứ!

- Không tôi ở một mình.

Câu trả lời thản nhiên mà lòng tôi lại rung cảm. Không muốn đặt nhiều câu hỏi về đời sống cá nhân nhiều nhưng tôi lại muốn biết thêm:

- Bố mẹ chắc cũng làm việc vùng này?

- Không, ly dị rồi!

Không biết có gì thay đổi trên nét mặt cô bé không mà tôi lại tưởng như ánh mắt ấy rưng rưng. Lòng tôi chùng xuống... nghĩ ngợi. Sau một loạt về chương trình thực tập, giờ giấc trung tâm đòi hỏi. Cô bé trả lời song suốt và đồng ý với tôi. Tôi trở lại một lần nữa lý do tại sao tôi chọn cô làm thực tập với tôi:

- Trung tâm có nhiều khách hàng người Việt. Sinh viên thực tập ngoài tiếng Anh, phải thông thạo tiếng Việt và văn hóa Việt Nam. Cô sẽ học hỏi được nhiều kinh nghiệm có lợi cho chương trình học để chuyên làm việc với các cộng dồng di dân nhất là cộng đồng người Việt như cô mong muốn.

Cô tỏ ra hiểu dụng ý của tôi lúc nhắc lại điều ấy. Cô cũng chưa trả lời một câu tiếng Việt nào cho suôn sẻ. Nhưng không hiểu tại sao thay vì từ chối, tôi lại kiên nhẫn, cố gắng "nói chuyện" thêm và muốn nhận cô ta? Cuối buổi, tôi hỏi:

- Còn có câu hỏi gì nữa không?

Cô bé hơi có vẻ ngần ngại, bối rối khác với vẻ tự nhiên ban đầu. Rụt rè như muốn nói gì nhưng cô bé lại thôi:

- Không có gì.

- Thôi Linda về. 15 tây ta bắt đầu. Giờ làm việc của trung tâm từ thứ hai đến thứ sáu; 9 giờ sáng đến 5 giờ chiều. Cô sinh viên về rồi mà tôi vẫn còn miên man suy nghĩ. Lối phục sức hôm nay, trong buổi phỏng vấn này hình như tố cáo nỗi bơ vơ, không ai quan tâm lo lắng cho. Đã đành đây là xứ tự do, ai muốn làm gì tùy ý, miễn không phương hại đến người khác. Chúng tôi cũng không bao giờ được đối xử phân biệt bất cứ với ai. Nhưng đi xin việc, xin thực tập ở một cơ quan mà không thèm chú ý đến cảm tình của người dối diện, cũng là điều lạ. Rồi tự nghĩ về gia đình cô ta: bố mẹ không muốn gần nhau vì lý do này hay lý do khác - Cái đó là quyền của họ. Nhưng cả hai phải có trách nhiệm với con cái. Linda mới 20 tuổi đầu - Ở một mình - Tự lo lấy mọi chuyện - Và nếu tôi không nhận em hôm nay, liệu có ai dễ dãi để em có thể hoàn tất năm học không? Lý lịch bảo thông thạo tiếng Việt mà không nói được một câu tiếng Việt! Công việc của tôi dạy tôi biết thông cảm và tìm cách thông cảm để làm được một vài thay đổi nhỏ cho một vài người đang khó khăn. Hôm nay Linda làm tôi băn khoăn không ít.

Sau bốn tháng làm việc. Tôi tận tình và Linda cũng hết sức cố gắng. Em rất muốn nói tiếng Việt, diễn đạt bằng tiếng Việt. Vài sự tiến bộ của em làm tôi vui mừng. Luôn tìm cách nhắc nhở Linda về vai trò của một người làm việc xã hội. Muốn làm việc hữu hiệu phải thật tinh tế với văn hóa của mỗi người đến với trung tâm. Thông suốt và giải quyết mọi vấn đê theo yêu cầu thích hợp có lợi cho khách hàng. Bây giờ Linda mới bắt đầu học về người cùng chủng tộc mà không thông suốt tiếng Việt và không hiểu văn hóa Việt là một điều không thể được. Nhưng không bao giờ muộn nếu ta có bắt đầu. Thời gian làm việc, đôi lúc em hỏi những câu làm tôi bật cười. Hôm lễ Hai Bà Trưng, tôi thông báo và khuyến khích mọi người tham dự. Khi nghe bài nói chuyện về công nghiệp hiển hách của Hai Bà. Linda lại gần tôi thỏ thẻ hỏi nhỏ:

- Hai Bà chỉ có ở miền cô ở thôi, ngoài em không có, phải không cô?

Vừa giải thích vừa thấy tội nghiệp em. Không ai có thì giờ giúp em hiểu lịch sử nước nhà. Ngày ở nhà em còn quá nhỏ, xã hội lại thờ ơ, người nhà không ai để ý. Ra đến xứ người, bố mẹ bận rộn rồi xa nhau. Không ai biết đến cô bé Linda mỗi ngày mỗi lớn, lạc lõng trong gia đình và ngoài xã hội. Em cần giáo dục nhiều điều và được khuyến khích giữ gìn nếp sống Việt Nam, tìm biết cội nguồn... Không ai chú ý đến nói chuyện với, em đâm ra mặc cảm... Ở nhà trường em vẫn là cô bé tóc đen, giữa những người Việt, em là cô bé tóc nhuộm xanh đỏ không giống ai và nhất là không nói được một câu tiếng Việt... Tội nghiệp cô bé lạc lõng!!

Làm việc lâu dần tôi biết thêm, em là con người chồng sau của mẹ. Người em trai bỏ học từ lâu, đang ở với mẹ, không được bạn trai của mẹ thương yêu. Khi đã thân nhau hơn nữa, tôi mới nhìn được đôi khi cặp mắt chợt ướt và tiếng thở dài muốn nén. Vẻ thản nhiên trước kia ở cô bé chỉ là một mặc cảm. Biết được những khó khăn trong gia đình mỗi lần em đến sở thẫn thờ, đăm chiêu... Rồi nhiều lần muốn bỏ học. Hết lời giải thích, an ủi vì tôi lờ mờ hiểu rằng không giữ được em hôm nay thì ngày mai chưa biết ra sao?! Tôi muốn hết lòng với cô bé thiếu may mắn, lạc lõng giữa đời. Không là người Việt Nam và không cả là người Canada. Gia đình xô em ra xã hội không hề có sự chuẩn bị. Em cảm nhận về gia đình và ngậm ngùi tâm sự:

- Một “empty nest”!

Nguyên văn em dùng, bùi ngùi lòng tôi.

Thân thiết hơn nữa tôi nghe nhiều chi tiết cuộc đời “sóng gió” của em: những lần bỏ học, bụi đời... Bao nhiêu “summer job” bên những sòng bài chuyên nghiệp. Những “mánh mung” trong cuộc sống. Tội nghiệp cô bé 20 tuổi đầu!

Qua việc làm, qua tiếp xúc với môi trường mới, em dần dà biến đổi. Lối trang diểm và phục sức, ngày ngày đến sở thấy mình không giống ai, em tự biết phải thay đổi. Mỗi tiến bộ của em, tôi mừng. Khuyến khích em tự làm những “flyer” bằng tiếng Việt, tôi vui mừng khi em hỏi từ “conflict” dịch là “mâu thuẫn” được không, rồi bẽn lẽn em nói:

- Mâu thuẫn gia đình phải không cô?

Ngày một ngày hai, hầu hết nhân viên trong cơ quan đều khuyến khích Linda bằng quan tâm thành thật. Linda tiến bộ về nhiều mặt, tôi khen, em nhỏ nhẹ:

- Trung tâm Đa Văn Hóa này đã cho em tất cả.

Tám tháng trôi qua, Linda cho tôi tin tưởng. Em cũng vui hơn, nhưng sao ánh mắt vẫn như còn ưu tư và nhiều lúc ngập ngừng muốn nói điều gì... cho nên tôi vẫn ái ngại mà không tiện hỏi.

Sáng nay, Linda điện thoại vào xin nghỉ một ngày vì bận việc gia đình. Buổi chiều thì Linda đến, mắt đỏ hoe đầy lo lắng, đưa người em trai đến giới thiệu với tôi, nức nở em nói:

- Mục đích em đến đây xin làm việc là để tìm cách cứu em của em... không ai lo cho nó hết cô à!

Mắt tôi thực sự nhòa đi trước gương mặt xanh mét, đôi mắt lờ đờ mệt mỏi, bệnh hoạn của cậu bé. Tôi xót xa hiểu được nỗi đau thương của cô sinh viên già trước tuổi, kém may mắn. 20 tuổi đầu phải tự định đoạt đời mình, quyết tâm tìm lo cho em khỏi bước nghiện ngập!

Người em ngồi đợi phòng ngoài. Linda xúc động kể cho tôi hết các hành động "khốn nạn" của cậu em những lúc lên cơn ghiền; nói láo, ăn cắp, băng đảng, tù tội... Tôi xúc động đến bàng hoàng.

Tôi cùng Linda bắt tay vào việc không để chậm một phút. Tất cả hồ sơ làm xong xuôi. Tôi cần nói chuyện với mẹ Linda vì em trai mới 14 tuổi và ở với mẹ. Tôi cần sự đồng ý của người mẹ để chuyển hồ sơ bệnh nhân cho cơ quan chữa trị. Linda mời bà không đến. Sợ hồ sơ chậm trễ, tôi điện thoại bà đều từ chối. Tôi sốt ruột và Linda cũng khó chịu. Gặp lúc cuối tuần hồ sơ chậm trễ thêm ba ngày nữa. Sáng thứ hai, Linda lại gọi vào xin nghỉ. Nghi ngờ có chuyện chẳng lành. Tôi gọi điện thoại muốn đến thăm nhà. Gặp ngay Linda, em hốt hoảng:

- Em của em đang lên cơn. Nó đang hung dữ quá. Đã gọi cảnh sát mà chưa đến.

Tôi lật đật báo cảnh sát rồi đến thẳng nhà Linda. Tiếng bát đĩa loảng xoảng bên trong. Linda chạy lui, chạy tới và một người đàn bà mặt đầy lo lắng đang lấp ló cửa trước. Thấy tôi bà bước vội ra nhà sau. Tôi đoán là mẹ Linda.

Có lẽ đã quen, cảnh sát làm việc dễ dàng, nhanh chóng. Tôi nhờ người mẹ ký vào hồ sơ để còn bổ túc thêm giấy tờ cho cảnh sát và cơ quan. Người đàn bà không nhìn thẳng tôi, cầm bút ký nhanh sau khi ghi tên Nguyễn Thị Mỹ Dung. Cảnh sát đi rồi, Linda cũng tháp tùng. Tôi ngồi lại tưởng để nói chuyện về hai người con với bà mẹ. Người đàn bà ngồi lại có vẻ bất đắc dĩ. Khuôn mặt bà son phấn công phu- đẹp nếu gọi được là đẹp: mắt to hai mí rất sâu hơi thiếu tự nhiên; mũi được nâng cao không khéo nên còn để lại một vệt nhăn đầu mũi; môi và cằm hình như có nét nhân tạo. Bà cứ có vẻ lẩn tránh tôi. Trả lời nhát gừng những câu hỏi, vừa loanh quanh dọn dẹp vừa nói chuyện. Tôi biết không thuận tiện hôm nay. Bỏ dở câu chuyện. Đứng dậy chào về và không khỏi lạ lùng!

Hôm sau Linda đến sở với một tiết lộ, giải thích được điều lạ lùng của tôi! Sự thật làm tôi choáng váng:

- Em nói cô điều này, cô phải giữ kín, mẹ em biết sẽ "kill" em.

Tôi để tay lên vai Linda để trấn an. Vừa tiếng Anh vừa tiếng Việt em nói:

- Mẹ em là bạn học ngày xưa của cô ở Huế. Năm 1953,

mẹ em phải trở ra Đồng Hới với gia đình. Từ đó biền biệt mấy chục năm, kẻ Nam người Bắc... Mẹ nói lúc nghe tên cô, mẹ đã nghi, gặp lại thì mẹ chắc chắn. Mẹ em không muốn gặp cô vì mặc cảm.

Quá xúc động, giọng tôi run run:

- Tại sao mặc cảm? Cô chưa nhớ ra người bạn tên Mỹ Dung...

- Mẹ đổi tên, có người gọi là Lisa Dung nữa.

Thẩn thờ, tôi trả lời:

- A, vậy à!

- Cô nhớ đừng cho mẹ em biết nhé!

- Ừ.

Ngạc nhiên làm tôi xao xuyến. Nhìn Linda tôi thấy như gần gũi hơn... em là con bạn tôi sao?

Mùa lá vàng lại đến. Heo may thổi lạnh cả trời. Linda phải trở lại trường. Em bịn rịn rời tôi. Sau cái bắt tay thật chặt, Linda vụt chạy biến vào rừng phong thấp thoáng vài tàn lá cây nhuốm vàng...

Tháng 12, 1998

NHỮNG NGÀY XA XỨ

Người đàn bà nhìn tôi với đôi mắt buồn vời vợi. Khuôn mặt nhợt nhạt không son phấn. Mái tóc loà xoà. Người ấy thoáng vẻ chán đời không thiết đến mọi sự chung quanh. Trầm tư nghĩ ngợi. Nắm chặt tay đứa con trai lặng lẽ ngồi bên cạnh. Cháu bé độ năm tuổi, ánh mắt không bình thường, dại dại nhìn chằm chặp vào tôi. Bên cạnh hai mẹ con, bà Shirley, nhân viên của một nhà tạm trú phụ nữ vùng tôi làm việc, im lặng chờ đợi. Phá tan im lặng tôi mở đầu:

- Chị dùng cà phê nhé?

Bà ta nhẹ lắc đầu. Tôi mời Shirley:

- Dùng ly cà phê cho ấm Shirley.

Shirley đứng dậy, bước tới pha cà phê và dù người đàn bà đã từ chối, Shirley cũng làm cho bà một ly. Những bước đầu của một cuộc tham vấn thường thường gặp khó khăn khi tôi đã biết một phần về cuộc đời của người đối diện. Tôi đã không khỏi xúc động mỗi lúc bắt đầu, nhất là những vấn đề liên quan đến tình cảnh khó khăn của người phụ nữ trên bối cảnh xã hội thật nhiều khác lạ của xứ người. Việc bất hòa giữa vợ chồng có khi là mặc cảm, vị trí gia đình của người đàn bà không như quê nhà, nhưng kinh nghiệm cho thấy vấn đề tài chánh vẫn là lý do lớn để người ta không tiếc lời và hết tình với nhau. Trường hợp hôm nay rơi vào hoàn cảnh khác: Ghen! Người đàn bà nạn nhân khổ sở phải rời bỏ nơi định cư lìa xa căn nhà của hai vợ chồng để trốn đến đây với tất cả ngỡ ngàng, xa lạ không một người quen thân. Bà Shirley có nói vì trở ngại ngôn ngữ nên bà chỉ thấy nạn nhân có vẻ e lệ, xấu hổ khi kể lại một vài chi tiết qua người thông dịch. Không hiểu hết nỗi niềm của người đàn bà đau khổ nên bà cần đến tôi, để giúp nạn nhân cho hữu hiệu. Chúng tôi, rất chú trọng đến vấn đề văn hoá của nhiều phụ nữ di dân đến đây từ nhiều nước trên thế giới với quá nhiều tập quán phong tục. Chúng tôi học hỏi lẫn nhau để mong đưa tới tay họ những dịch vụ cần thiết thích hợp.

Sau khi giới thiệu sơ về người đàn bà như vài điều tôi đã biết qua lần nói chuyện điện thoại. Shirley tế nhị chào hai mẹ con và tôi, đi ra ngoài, hẹn sẽ trở lại đón hai giờ đồng hồ nữa.

Tôi bắt đầu nói một chút về mình:

- Tôi làm việc với trung tâm Đa Văn Hóa này đã lâu.

Tôi hy vọng giúp chị giải quyết những khó khăn hiện tại. Chị đừng ngại. Mọi điều chị cho biết hôm nay sẽ được giữ kín. Chị muốn tôi giúp chuyện gì? Nếu được, xin cho tôi thêm vài chi tiết cần thiết.

- Dạ vâng!

- Chị từ Alberta đến đây? chị đến đây từ bao giờ?

- Dạ năm 1994.

- Ai bảo lãnh chị từ Việt Nam sang đây? Người thân hay chính phủ Canada?

Chị nhìn tôi như chưa hiểu câu hỏi. Tôi tiếp tục:

- Chị đi thẳng từ Việt Nam do thân nhân bảo lãnh hay từ trại tỵ nạn?

- Thưa đi từ Sài Gòn, chồng em bảo lãnh.

Bà Shirley có nói sơ về chị khi đến nhà tạm trú vùng này. Nhưng bà cũng không cho tôi nhiều chi tiết. Hiện nay chị cần gì trước mắt, chị có thể trình bày thêm... tôi nghe đây. Chị ngần ngại:

- Em cũng không biết em cần gì nữa!

Rồi chị thở dài buồn bã:

- Xin lỗi chị, em bối rối quá hay chị cho em một dịp khác... Tôi thông cảm như đã bao lần thông cảm. Có khi nạn nhân bỗng thấy bối rối để thổ lộ tâm sự riêng tư. Trường hợp người đàn bà Việt Nam, cảm thấy xấu hổ, bất hạnh, tủi thân càng khó khăn để giải bày, nhất là với một người... lạ như tôi. Tôi mỉm cười khuyến khích:

- Tùy chị không sao, lần khác cũng được. Bà Shirley cũng như tôi đều muốn giúp chị sớm mà thôi.

Chị khép nép đứng dậy, nhìn ra phòng ngoài thấy có hai ba người đang chờ tôi, chị ngập ngừng, bối rối:

- Em xin lỗi, em đang xúc động quá!

Để chị yên tâm, tôi ân cần:

- Không sao, chúng ta sẽ gặp lại, bây giờ bà Shirley cũng chưa trở lại... hay chị ra ngoài kia chờ Shirley nhé!

Tôi vuốt tóc cháu bé và đưa cháu cuốn sách hình trên bàn. Luôn tay tôi lấy tấm danh thiếp của tôi đưa cho chị và dặn:

- Số điện thoại của tôi đây, cần gì cứ gọi.

Một lần nữa cầm tay chị, chị ấp úng xin lỗi.

- Không sao cả, khi nào thuận tiện ta sẽ nói chuyện lại.

Dặn xong tôi bước ra phòng ngoài, định nói chuyện với người kế tiếp. Chị nhìn xuống tấm danh thiếp, bỗng chị nhìn thẳng vào tôi, mắt mở lớn, đưa tay giữ tôi lại, nói nhanh:

- Ngày xưa cô có dạy học ở... Sài Gòn?

Hơi ngạc nhiên, thường tôi cũng ít khi muốn ai biết đến "tông tích" của tôi. Quay lại, tôi hỏi:

- Mà sao? chị...

Chưa dứt lời, người đàn bà viền mắt đỏ ửng, xúc động cầm chặt tay tôi nói một hơi:

- Cô, em là Nguyễn Ngọc Quỳnh Hương, học trò cô ngày

xưa ở Trưng Vương. Em ngồi cạnh Minh Hương bàn đầu. Cô là giáo sư chủ nhiệm của em... trời ơi cô, em mừng quá!

Tôi cũng thảng thốt. Trưng Vương, những ngày Trưng Vương luôn có chỗ đứng êm ái trong tim tôi. Một khoảng thời gian êm đềm dễ thương trong đoạn đời dạy học của tôi, làm sao tôi không xúc động? Nhưng nhớ được một Quỳnh Hương của Trưng Vương ngày xưa thì thật trí nhớ không cho tôi một chi tiết nào. Tuy vậy bất ngờ em chạm đến đường tơ Trưng Vương trong tôi, tôi bỗng rưng rưng nghèn nghẹn:

- Em!

Tôi thương cảm nhìn người trước mặt. Chúng tôi gặp nhau trong hoàn cảnh khó khăn của em và chắc chắn với cả hai nỗi buồn viễn xứ chưa hề nguôi.

- Em học với tôi năm nào, để coi bao nhiêu năm mình xa cách rồi nhỉ?

Chúng tôi tay trong tay xúc động. Cô học trò nhỏ bé của Trưng Vương ngày xưa và người thiếu phụ buồn bã trước mặt tôi đang thổn thức. Tôi nhỏ nhẹ:

- Gặp em cô mừng lắm. Lần này em chưa muốn bắt đầu.

- Không sao, mình sẽ gặp lại lần khác. Nhưng em ngồi lại cô hỏi thăm.

Quỳnh Hương lau vội nước mắt. Nhìn tôi tha thiết em nói:

- Gặp cô em mừng quá! Vậy mà lúc bà trong shelter nói sẽ đưa em đến một tham vấn viên xã hội em ngần ngại mãi. Em mặc cảm, em không muốn nói với ai. Giờ gặp cô, em như thấy lại một thời đã qua: nhà cô gần trường. Chiều về được đi bộ với cô một quãng đường. Các chị cứ tíu tít bên cô làm em cứ ghen... Thời gian qua quá mau. Đọc tên cô em biết chắc chắn em không nhầm. Không ai có tên giống cô được. Trời ơi em mừng quá! Rồi Quỳnh Hương đã không hẹn lần khác mà đã giọt ngắn giọt dài nói hết...

oOo

- Ai cho cô mua áo này? Bảo lãnh cô sang đây để cô làm việc chứ không phải để diện, cô nghe chưa?

Ngạc nhiên, nghẹn ngào tôi chỉ biết khóc. Học xong Cao Đẳng Sư Phạm ngành Lý Hóa. Tôi nhận nhiệm sở ở vùng duyên hải. Lúc đầu tôi cũng lo lắng vì phải xa nhà, xa Sài Gòn, xa bạn bè nhưng sau quen dần. Gia đình tôi cũng trấn an:

- Cố đi xa vài năm rồi xin chuyển về!

Nhưng chưa bao lâu ngôi trường nhỏ bé trở nên ấm cúng. Lũ học trò bé bỏng dễ thương đã cho tôi nghị lực và niềm vui để biến nơi đây thành nơi chốn hạnh phúc. Lúc đi xa là nhớ, muốn về. Tôi say sưa với nhiệm vụ mới và sung sướng đà đem được niềm vui, lòng ham học cho đám học trò thân yêu dù hoàn cảnh khó khăn. Mất mùa, không đủ no cũng thuộc bài! Dần dần tôi gắn bó với ngôi trường và học sinh là những hình bóng thân yêu không thể thiếu. Cho nên ngôi trường nhỏ bé, hẻo lánh ấy đã giữ bước chân tôi như một nơi chốn thân mật... để tôi thưa dần những ngày cuối tuần trở về Sài Gòn. Bạn bè chỉ trích:

- Hương, mày sống lý tưởng quá, coi chừng thất vọng. Vừa vừa thôi, phải nghĩ đến mình với!

- Có gì lý tưởng đâu. Ta đang sống cho ta đây. Hạnh phúc đang có còn phải tìm đâu?

Vậy là tôi dừng chân ở đấy 7 năm và hằng năm đều nhận được lời thúc giục của gia đình xin đổi về gần nhà. Tôi đã trở về khi hoán chuyển cho một cô giáo trẻ muốn về dạy ngay tại quê hương.

Bước chân vào trường Bui thị Xuân, tôi gặp Thiết, do người quen hai gia đình giới thiệu. Dễ dãi với chính mình, tôi nghĩ hai người cùng nghề dễ thông cảm và hy vọng hạnh phúc sẽ đến. Thiết và tôi cùng tuổi bố mẹ hài lòng "cùng tuổi nằm duỗi mà ăn". Có biết đâu những lúc không vui, Thiết thường nói đùa, ác ý:

- Thưa "chị hai" vâng ạ! Hoặc:

- Nếu cô trẻ một chút nữa thì tôi tin. Cô còn già dặn hơn tôi mà... tại sao đến tuổi này mới lấy chồng?

Tôi giận tím mặt, bộ Thiết nghi ngờ gì chăng? Mình có giấu giếm gì Thiết đâu. Bực mình thật sự và chẳng biết Thiết muốn ám chỉ điều gì. Thấy Thiết nhỏ mọn quá, nên tức giận, tôi bỏ đi chỗ khác, không buồn hỏi lại hay trả lời. Lấy Thiết rồi, mới thấy hai vợ chồng không giống nhau nhiều điểm: Chồng nhỏ mọn hay nghi ngờ, ích kỷ... Vợ thì ít chấp nê, không hay để ý xoi mói, hay thương người, đôi lúc động lòng vì chuyện thiên hạ... Chồng chẳng dám tin ai. Vợ thì cả tin. Chồng coi lớn đồng tiền. Với vợ đồng tiền chỉ có giá trị phương tiện, không quá đáng để phải mất nhân cách hay khổ sở vì nó... Mọi thứ từ Thiết làm tôi ngỡ ngàng, bất mãn nhưng cố gắng chấp nhận và cho rằng vợ chồng "có số" lấy nhau. Nhưng một điều làm tôi xấu hổ, mất mặt bao nhiêu lần và đôi khi không dám tin cả với mình: ghen, cái ghen của Thiết thì ghê gớm và khó chịu cùng cực... Từ ngày sang đây, hơn một năm nay, cái ghen của Thiết tưởng nhờ ánh sáng tự do, văn minh đỡ bớt mà hóa ra còn nặng nề, hung dữ hơn. Hôm đàu tiên, lúc đón tôi từ phi trường. Một người đàn ông trưởng nhóm đi từ Việt Nam có nhiệm vụ lo cho đoàn. Lúc đến Alberta, thấy tôi sắp sửa ra về, ông ta bước lại chào và hỏi xem mọi sự xong xuôi tốt đẹp cả chưa. Tôi tươi cười cám ơn và hấp tấp kéo nhanh chiếc vali để đi ra với Thiết. Chưa một lời hỏi thăm vợ con sau bao năm xa cách, Thiết cau mặt, nặng nề:

- Thằng cha nào vậy?

Nhìn gương mặt khó chịu của Thiết, mọi vui mừng tan biến hết. Tôi lại bắt đầu lo sợ "chứng nào tật nấy" của Thiết. Từ phút ấy về nhà chúng tôi hạn chế chuyện trò. Thiết ậm ự nói chuyện với con. Tôi câm nín với ý nghĩ của mình. Bao năm chung sống, bao năm xa cách, tính tình tôi ra sao, chắc Thiết phải biết. Tôi vẫn ngày ngày dạy học, lo cho con và chỉ nghĩ đến Thiết. Thiết không cho tôi tình cảm êm thắm của người chồng, biết thông cảm, chút rộng lượng và hiểu đúng con người của tôi. Nhưng với tôi đã một lần lấy chồng, tôi không cho phép mình ao ước một cuộc đời khác không có Thiết. Giáo dục gia đình tập cho tôi phải biết giữ mình. Sự nổi nóng bất thường dành cho tôi mỗi khi tiếp xúc với người khác phái làm tôi lo sợ, xấu hổ. Tôi luôn e dè, không bao giờ được thoải mái chào hỏi người chung quanh. Tôi mất cả tự nhiên, không còn giữ bản tính vui vẻ hàng ngày của tôi nữa. Những cái bất lịch sự của Thiết làm tôi khó chịu và để khỏi lôi thôi, tôi không còn dám ân cần niềm nở với ai, kể cả các học sinh cũ của những ngày duyên hải, vì Thiết có thể hiểu lầm với bất kỳ ai. Lâu dần tôi trở thành khe khắt với chính mình.

Chiếc áo tôi mặc hôm nay có gì đáng phiền trách? Không hở hang để Thiết không bằng lòng? Tôi hoang phí chăng? Làm gì Thiết phải quá kiểm soát tôi đến như vậy? Tôi thất vọng nhưng vẫn cố gắng. Đến xứ sở này tôi còn ai thân thích ngoài Thiết?

Thiết để mắt đến mọi sinh hoạt của tôi:

- Cho con đi học, trường gần mà đi lâu dữ vậy?

- Tôi ghét những người đàn bà nhổ chân mày...

Lần ấy tôi nhớ sửa soạn đi ăn cưới con gái người anh của Thiết. Còn sớm, thấy chân mày lởm chởm, khó coi, cầm nhíp định làm sạch thì Thiết khó chịu, gây gỗ cho tôi là đỏm dáng... Rồi chúng tôi bỏ luôn buổi tiệc. Tôi phải điện thoại đến nhà ông anh Thiết xin lỗi.

Lần khác sửa soạn đi dự lễ Tết cộng đồng. Tôi vui mừng lấy chiếc áo dài nhung tím, đem từ bên nhà chưa có dịp mặc. Tôi cầm bàn là đang là áo. Thiết thấy và hỏi:

- Mặc áo dài à?

Tưởng Thiết hỏi thật, tôi vui vẻ

- Lâu lắm chưa được mặc áo dài, Tết mà!

- Dẹp đi, qua đây còn Tết với nhất, luộm thà luộm

thuộm, mặc cho ai xem?

Cụt hứng tôi chưng hửng nhìn Thiết, nghẹn cứng cả cổ. Buổi chợ Tết không có nữa. Tôi buồn nhưng rồi cũng cố quên.

Đã lâu không có dịp đi đâu, một hôm thấy Thiết vui vẻ, tôi hỏi:

- Từ đây lên nhà cô Bảy đi làm sao? Hỏi cho biết khi nào anh bận em đi một mình, cho con đi chơi cho vui.

- Khó lắm, lúc nào đi có tôi. Không đi một mình được.

Thiết tìm mọi cách để cô lập tôi với thế giới bên ngoài chăng? Nhà có cửa hàng tạp hóa. Thiết trông coi cửa hàng để ở nhà suốt ngày. Theo lẽ mới sang xứ lạ, có chồng bên cạnh luôn thì sung sướng lắm nhưng với tôi là một điều bất hạnh. Thiết có quá nhiều thì giờ để kiểm soát tôi. Mới 10 giờ sáng đã giục:

- Nấu cơm cho rồi! Cho áo quần vào giặt, giỏ giặt đầy ắp rồi kia kià...

Cứ thúc ép làm như tôi là đứa làm biếng, ở nhà ăn hại không bằng. Có lần tức quá tôi trả lời:

- Có mấy cái làm gì mà đầy ắp. Cuối tuần rồi giặt, có mấy cái, mất công.

Thiết quắc mắt nhìn tôi và cho là tôi dám trả lời. Thiết quát:

- Đừng cãi. Tôi nói là đúng. Đàn bà đâu cứ thói chồng nói một mình nói hai, học ai đấy? Liều liệu đừng tưởng ở xứ này đàn bà muốn làm gì thì làm.

Thì ra Thiết đang sợ tôi học đòi người ở đây. Chẳng là tuần trước có bà khách hàng kể chuyện với Thiết là ông chồng sao đó, bà ta gọi cảnh sát và ông chồng hiện ở trong khám. Bà ta vui vẻ kết luận:

- Đừng khinh thường luật pháp!

Rồi bà cười:

- Đàn bà ở đây có "thớ" lắm à!

Thiết thấy tôi lấp ló sau bếp và nghĩ là tôi đã nghe thấy. Bà khách về Thiết dằn mặt:

- Chuyện vợ chồng kêu cảnh sát hay ho gì. Cảnh sát đến nó chối làm gì nó? Đàn bà lắm mồm!

Thiết tìm mọi cách để làm "ngu dốt" tôi về mọi mặt. Không muốn tôi đi ra ngoài. Thậm chí, nhiều lúc Thiết bận đằng sau, gọi tôi trông hàng cũng nhanh đuổi tôi vào nhà trong. Vài lần giữa câu chuyện vui vui, Thiết thú nhận:

- Vợ phải ngu ngu một chút, biết nhiều thêm mệt. Tốt hơn hết làm tròn "thiên chức" bếp núc là tốt rồi.

Suốt ngày ngồi nhà, buồn quá, tôi đề nghị:

- Ban ngày bận, cho em đi học tiếng Anh buổi tối. Ngu dốt quá cũng chán. T.V. Lắm cái hay không biết nghe.

Thiết gạt phắt:

- Mọi chuyện tôi lo, biết tiếng Anh làm chi? Đi đâu, giao thiệp với ai. Đi học chi cho sinh chuyện!

Tôi bất mãn đến tột cùng. Thiết dùng lối "ngu dân" để cô lập tôi. Thật sự tôi không hiểu Thiết nghĩ thế nào về tôi:

người vợ, vú em hay người làm? Nghĩ đến đứa con không được như những đứa trẻ bình thường khác, bẩm sinh đã khờ dại, chậm chạp, tôi lại cố gắng cam chịu... Cho đến một hôm, có người đến đặt máy điều hòa không khí. Thiết phải theo hướng dẫn. Không đừng được, Thiết bảo tôi ra trông hàng. Người này đến mua cái này, kẻ kia mua thứ khác. Bận rộn nhưng tôi thấy vui vì ít ra nếu cần tôi cũng giúp được Thiết. Lúc xong việc Thiết bước ra thi tôi đang cùng khách hàng, một ông tây bên kệ đồ hộp. Tôi đang vói lên cao lấy món hàng. Ông khách đứng gần chờ đợi. Tôi vừa mỉm cười đưa hộp nấm cho ông ta, thì Thiết bước tới. Một cái tát như trời giáng. Bất ngờ tôi té sấp trên sàn nhà trước sự kinh hoàng của tôi và sự ngạc nhiên hốt hoảng của ông khách. Thiết quát lớn, tôi đau đớn, ông khách không hiểu gì chạy ra đường gọi cảnh sát.

- Lẳng lơ, cười với trai trước mặt tao! Hừ, cho mày chết!

Tôi nằm chết cứng, trán rỉ máu nhưng tôi không để ý mà sự xấu hổ làm tôi hung dữ la lớn:

- Tôi làm gì mà anh đánh tôi? Cầm tù tôi chưa đủ hay sao, nay còn giở thói vũ phu. Đánh đi, tôi không sợ!

Cảnh sát đến cùng với thông dịch viên. Họ ân cần hỏi han tôi. Bình tĩnh, tồi nén giận mà bào chữa cho Thiết:

- Tôi không việc gì, anh ấy giận quá mất khôn.

Tưởng gỡ được tội cho Thiết. Nhưng thấy trán tôi rướm máu, tóc xổ tung, nhòe nhoẹt nước mắt... Họ còng tay Thiết dẫn đi. Tồi thất sắc không ngờ chuyện giữa hai vợ chồng tôi mà Thiết phải như vậy. Lúc đi ngang chỗ tôi Thiết hằn học:

- Lo trông hàng cẩn thận!

Tôi ngạc nhiên trước sự việc xảy ra. Chừng đọc được ý tôi, người thông dịch giải thích nhỏ:

- Anh làm chị có thương tích dù chị không muốn, cảnh sát vẫn giữ anh ấy và có biện pháp giải thích cho anh hiểu luật pháp ở đây.

Tôi lo lắng và chợt hiểu một chút luật lệ Canada. Thật sự xấu hổ tôi ôm con khóc vùi không thiết đến chuyện buôn bán nữa. Thế là mọi người biết chuyện gia đình tôi!

Ba ngày sau Thiết về, im lặng không nói với tôi và con một lời. Chiến tranh lạnh kéo dài giữa chúng tôi ngày nọ sang ngày kia. Tôi vẫn lo cơm nước đầy đủ. Thiết tránh mặt tôi mỗi bữa ăn. Hôm đầu về, Thiết lấy chăn mền sang ngủ phòng con. Không khí gia đình ngột ngạt. Mấy hôm sau, cố gắng làm nhẹ bớt hằn học giữa hai người, tôi ôn tồn;

- Lòng em sao chắc anh đã biết. Bao năm xa cách một mình ở lại bên nhà em có thay đổi lòng dạ, vui vẻ với ai đâu? Anh phải hiểu như vậy để đừng ngờ vực, khổ tâm với những chuyện không thể có. Anh phải tin em chứ! Đừng tự làm khổ anh nữa.

- Khỏi nói.

Thiết trả lời cộc lốc rồi bỏ ra nhà ngoài, vẫn giữ thái độ câm lặng, khó chịu, khinh khỉnh. Thiết giận và nghĩ là vì tôi mà Thiết bị cảnh sát bắt. Một hôm đang nấu ăn, Thiết bước vào, vất lên mặt bàn một lá thư cho tôi đọc, lá thư của gia đình Thiết. Đọc lá thư mồ hôi tôi vã ra, xấu hổ làm tôi run rẩy. Thư rằng: "mới qua xứ người, học đòi nhanh thế, muốn chồng ở tù để đi tắt về ngang... Gia đình không chấp nhận một người con dâu như thế." Dòng chữ nhòe đi trước mắt tôi. Tôi ôm mặt khóc, tủi thân và càng nghĩ càng ngao ngán. Thế này là hai bên gia đình đều hay biết. Làm sao để minh oan cho tôi? Tôi biết làm gì bây giờ? Ai hiểu cho tôi?

Căn nhà trở nên chốn lạnh lẽo, cô đơn. Mẹ con tôi thui thủi ra vào. Vốn ít để ý đến con vì bận làm tiền bao lâu nay. Bây giờ lấy cớ là cảnh sát đòi hỏi để không một lời với mẹ con tôi. Tôi buồn khổ, chịu đựng và xấu hổ. Tôi ủ dột làm nhiệm vụ một người ở đợ. Thiết lầm lì với tôi nhưng có vẻ khó chịu, bực dọc với con. Thấy con lẩn quẩn gần là Thiết quát nạt ầm ĩ:

- Đi vô trong kia để người ta mua bán.

Và hôm nay thì thật quá đáng. Tôi bận sau bếp. Cháu Thanh tha thẩn bên mấy kệ hàng. Ngồi bệt xuống đất nghịch chơi với mấy lon thực phẩm dưới thấp. Thiết thấy được bước tới vừa hét vừa đá mạnh, hất bé Thanh va đầu vào tường. Tôi chạy vội ra và thật sự bất bình trước thái độ hung dữ của Thiết:

- Anh làm gì vậy?

Chạy đến bên con nước mắt ràn rụa, nghèn nghẹn ở cổ, tôi nghe Thiết hằn học lẩm bẩm:

- Đồ ăn hại, mẹ nào con nấy!

Thực trạng này buộc tôi phải làm một quyết định: con tôi làm gì nên tội. Tại sao tôi phải chịu đựng đau khổ, nơm nớp lo sợ với những thất thường, bất công, vũ phu của Thiết? Tôi khổ đã đành, nhưng con tôi...?!

oOo

Quỳnh Hương còn thổn thức trước mặt. Tôi làm việc với nhiều trường hợp tương tự. Đã xót xa với hoàn cảnh của những phụ nữ di dân nhiều bất hạnh trên xứ người. Nhưng lần này người trước mặt bỗng dưng thân thiết, đã có với tôi một thời nơi trường học, nhiều kỷ niệm của một Sài Gòn xưa. Lòng chùng xuống thương cảm, rưng rưng xao xuyến... Tôi cầm tay hai mẹ con lặng thinh một hồi lâu. Chúng tôi nỗ lực làm việc, nhiệt tâm tìm những dịch vụ giúp đỡ hữu hiệu cho những người đàn bà bỡ ngỡ, khó khăn, không may trên đất nước mới định cư còn lạ lùng như Quỳnh Hương. Cũng sợ Quỳnh Hương mặc cảm, tôi giải thích về quyền lợi phải được bảo vệ của người đàn bà thật sự cần giúp đỡ. Nhìn em ngần ngại hôm đầu tiên vào nhà tạm trú, tôi thông cảm và hứa sẽ liên lạc hằng ngày. Tạm ổn định nơi ăn chốn ở, thêm một vài bận rộn của lớp Anh ngữ ESL, những giờ làm việc thiện nguyện với cơ quan Phụ Nữ di dân... Tôi hy vọng thời gian sẽ làm nhạt bớt những tháng ngày đau khổ, nặng nề. Rồi Quỳnh Hương tỏ ra yên tâm chút nữa khi chúng tôi gửi được cháu Thanh vào nhà trường dành riêng cho những trẻ cần đặc biệt chăm sóc. Tuy vậy, tôi biết Quỳnh Hương không phải chỉ cần có thế, và dù với cả tình tôi em vẫn còn trống vắng...

MÀU TRẮNG KỶ NIỆM

Năm nay tuyết muộn. Đã tháng 12 mà mới lơ thơ những hạt tuyết bay bay trong gió nhẹ. Trời chuyển mùa mà dễ chịu quá. Heo may vừa đủ làm se sắt đôi cánh tay trần. Chiếc áo ngắn bằng tơ mỏng còn mơn man làn da trắng hồng. Nắng còn trong vắt. Cây trơ cành mà không ủ dột. Đàn vịt trời gọi nhau quang quác mà chưa thực sự tìm nơi trốn lạnh. Những cánh hải âu còn từng đàn đáp xuống sân cỏ ríu rít bên những mẩu bánh mì vỡ vụn từ bao giờ. Chị tôi đẩy mạnh cánh cửa làm tấm màn trắng lung lay. Mắt chị rực sáng chút reo vui. Chị bước nhanh ra ngoài, vội vàng đưa tay bắt những bông tuyết chờn vờn trong không trung. Miệng he hé tươi cười mà mắt bỗng rưng rưng rồi hai hàng nước mắt lăn dài trên má. Không biết tôi đang nhìn, chị tung tăng vừa khóc vừa cười đưa tay hứng những hạt tuyết đầu mùa. Tôi gọi. Chị quay lại rồi vui vẻ bảo:

- Mừng quá, chị thật sự nhìn thấy tuyết rồi! Đã bao lần mơ ước. Mộng đã thành sự thật!

Chị vừa ôm ngực xúc động vừa nhìn tôi tươi cười mà sao dòng lệ còn long lanh riềm mi. Mắt tôi bỗng cay nồng. Khóc là bệnh hay lây hay tôi đang hiểu sâu xa những thầm kín của chị tôi?

Chị đã là nữ sinh Trưng Vương. Tôi còn nhỏ xíu. Cả nhà ai cũng yêu chị. Bố mẹ tôi có bốn "Vân": Vân Không tên chị;

Vân Hồng, Vân Hà và Vân Khanh tên tôi. Chị xinh nhất, ngoan ngoãn, chăm chỉ, nết na... Chị lấy hết tất cả những cái nhất của chúng tôi. Năm 16 tuổi chị càng tươi hơn. Những ngày này anh Hải luôn có mặt tại nhà tôi, những chiều sau khi tan học hay những ngày cuối tuần dù mưa bay hay nắng đẹp. Anh là láng giềng của gia đình tôi. Hai gia đình quen biết vì ở cùng xóm đã lâu. Bố mẹ tôi thân tình với anh như người bạn tốt của các con, hơn nữa như người con trai lớn của gia đình. Nhiều lần bố mẹ tôi nhờ anh góp ý kiến có thể là về việc học của chúng tôi, có thể là một vài việc trong gia đình vì bố mẹ tôi không có con trai. Riêng chúng tôi đều quí mến anh: nhờ giảng bài học, tập một bài hát, "cố vấn" cho môn học nhiệm ý ở trường v.v... Nhưng với nhận xét con trẻ của tôi, anh quý chị Vân Không nhất. Mọi ưu tiên đều dành cho chị. Có lần Vân Hồng so bì:

- Sao anh yêu chị Vân Không hơn chúng em?

Anh chỉ cười không nói. Chị Vân thì đỏ hồng đôi má. Bài học Anh Văn trong cuốn "Blue English" tuần tới của chị, tuần này đã được anh ghi ra giấy. Nghĩa từng ngữ vựng rồi một bài dịch ra Việt văn từ đầu đến cuối trong sáng gẫy gọn. Những bản đồ địa lý năm châu, mỗi nước với chi tiết kinh tế, khí hậu, giao thông, sông ngòi. Mỗi lần học xong chị cẩn thận cho vào tấm bìa cất kỹ. Lần nào Hồng, Hà mượn chị bảo phải giữ gìn để trả lại anh Hải. Nhưng tôi biết anh Hải đâu còn học những thứ ấy. Cho nên chị giữ lại như dấu vết đẹp ngời của cảm tình thuở mới lớn. Tôi chưa đến tuổi được dùng những thứ ấy nên dù yêu tôi lắm chị cũng không mất công cho tôi mượn. Có năm Tết chị Vân cần bài nhạc "Một Kiếp Hoa" cho điệu vũ ở trường mà chị là đóa hoa chính đứng giữa sân khấu Trưng Vương rực rỡ của ngày hội Xuân. Tuần sau không những chị có một bài Kiếp Hoa mà còn có cả một tập nhạc chép tay của những nhạc sĩ tên tuổi bên cạnh những bài hát của chính anh. Anh Hải khéo léo kẻ từng đường, từng khe của khuôn nhạc vừa rõ ràng vừa bay bướm. Hồng, Hà cứ nhìn đến thèm. Khi tôi bắt đầu khôn lớn tôi mê nhất tập thơ anh tặng chị. Tập thơ chép tay trên giấy hoa tiên mơ màng hoa lá. Mầu mực tím dễ thương cho nét chữ nắn nót đẹp như những trong sáng và trọn vẹn của lưu luyến ban đầu. Tôi nhớ chị nâng niu giở từng tờ còn thơm mùi giấy trinh nguyên, mơ màng dừng lại bên bài "Áo Trắng" khe khẽ đọc, mắt long lanh, má hồng hồng và môi chúm chím. Tôi biết chị đang sung sướng, hãnh diện với cảm tình của chàng trai trẻ trường bạn Chu Văn An. Lần nào mang thơ hay nhạc sang, anh Hải cũng bảo:

- Cái này cho các em!

Nhưng Hồng, Hà và nhất là tôi hiểu "các em" được hiểu là Vân Không! Thật sự mà nói, mỗi lần anh sang chơi, câu chuyện diễn ra có cả chúng tôi. Rất ít khi tôi thấy anh chị nói chuyện riêng chỉ có hai người. Chưa bao giờ anh chị được phép đi chơi với nhau ở ngoài mà không có chúng tôi. Tôi nhớ có một lần, mồng hai Tết, cả nhà đi lễ chùa. Chị ở nhà trông nhà và tiếp khách hộ bố mẹ tôi. Lúc về, nhìn thấy anh Hải đang cầm cọ ghi nhanh hình ảnh của chị đang ngồi nghiêng nghiêng giở từng tờ của tập thơ Áo Trắng. Nắng chiều xuyên qua giàn hoa thiên lý làm thành một vệt sáng vàng trên mái tóc đen huyền mượt mà của chị. Chúng tôi ào vào, cười nói ồn ào. Chị gấp sách lại. Anh đóng xấp giấy "croquis", đứng dậy chào bố mẹ tôi. Bức tranh này khi anh được học bổng Columbo để đi Canada, tôi thấy chị Vân để trên bàn học. Bức tranh có dòng chữ: "Vân, anh giữ mãi hình ảnh nắng vàng nhuộm mái tóc em". Sau này lớn lên tôi mới biết là anh đã lấy ý của nhạc sĩ Lâm Tuyền trong bản Hình Ảnh Một Buổi Chiều: "Anh không giữ trong tay một kho tàng hay một danh vọng nào cả mà chỉ giữ hình ảnh một buổi chiều khi nắng vàng nhuộm mái tóc em!", thật lãng mạn và dễ thương như mái tóc của chị tôi trong bức tranh mà chị tôi còn giữ đến ngày nay.

Gần ngày lên đường du học, anh Hải sang nhà tôi thường hơn. Gần chia tay mà anh chị trông vui vẻ và tin tưởng hơn cả bao giờ, như bố tôi thường bảo anh Hải:

- Như vậy tương lai càng bảo đảm con ạ!

Cả hai không có một ràng buộc lễ nghi nào. Cũng không ai đề cập đến mối tình của hai người, mà hình như tất cả đều ngầm hiểu rằng hai người là của nhau... Hôm tiễn anh lên đường, có một mình tôi được theo gia đình anh lên phi trường. Vân Không chỉ đứng xa xa sau cửa sổ nhìn qua bên kia đường thấy mọi người lần lượt lên xe, có tôi lon ton theo tay dắt của người chị lớn anh Hải vui vẻ chui tọt vào xe. Anh Hải buồn buồn nhìn nhanh sang phía bên nhà tôi... Lúc đó tự nhiên tôi đoán chắc chị đang bước vào bàn học nhìn bức tranh có nét chữ của anh Hải "nắng vàng nhuộm mái tóc em!".

Anh Hải đến Canada sau ngày nhập học một tháng. Trời Canada đang chuyển sang đông. Những bức thư hàng tuần đến tay chị tôi mang đầy hình ảnh đông giá của một trời tuyết mênh mông. Anh bảo càng nhớ nhung thêm người trong bức tranh của một chiều nắng vàng ấm áp năm nào. Tuyết trắng với những con đường đổ dốc có hàng cây evergreen xanh xanh bám tuyết trên đầu. Những mái nhà chìm trong tuyết trắng một màu lặng lẽ, im lìm... Rồi những hàng cây trơ cành giữ chuỗi nước đá trong veo như những hạt thủy tinh lấp lánh ánh sáng mặt trời. Một ngôi giáo đường nào đó xa xa khuất sau một đồi tuyết bao la, đỉnh vút cao có cây thánh giá in lên nền trời xanh, trong veo. Con sông đào giữa thủ đô Ottawa đóng băng. Từng đoàn sinh viên đến trường bằng giày skating với áo lạnh đủ mầu, tươi cười nắm tay nhau lướt trên băng, đẹp như ngày hội. Bức ảnh sau cùng chị nhận được là bức ảnh anh Hải cùng các bạn đi trượt tuyết trên vùng đồi cao trắng xóa làm nổi bật những bộ áo lạnh mầu đỏ thẫm hay xanh lục với chiếc nón có tua trên đỉnh đầu trông ngộ nghĩnh hay hay. Chị có vẻ yêu chiếc ảnh này nhất vì có hình ảnh anh Hải và các bạn làm cho sống động, linh hoạt và gần gũi biết bao! Mùa đông Canada kéo dài đến 5, 6 tháng nên tất cả thương yêu gói ghém trong những chiếc ảnh trao về chị đều giữ trong mầu trắng bao la mênh mang trải dài của thảm tuyết mịn màng đến vô tận. Chị chưa thấy tuyết lần nào mà bỗng gần gũi thân quen và thầm ao ước sẽ có ngày hội ngộ bên xứ băng giá mà tình nồng sẽ ấm mãi, đẹp mãi. Đẹp như hình ảnh của nắng vàng ngày nào của hai người trên quê hương... Để chị đi giữa Sài Gòn mà lòng mơ màng đến thảm tuyết nhẹ êm như bông. Yêu thương làm hồng thêm đôi má hây hây đỏ, làm sáng thêm đôi mắt trong...

Rời mái trường Trưng Vương, chị chuẩn bị cho tương lai: ghi tên vào đại học dược khoa. Ngày ngày đến giảng đường ở góc Cường Để - Đinh Tiên Hoàng, chị vẫn vui và tin tưởng vì cứ nghĩ như đây là con đường nối dài của những ngày Trưng Vương áo trắng với đầy hình ảnh của anh Hải.

Có lẽ Canada không còn mùa đông nên những tấm ảnh mùa đông cũng thưa dần và tuyết trắng cũng chỉ còn là kỷ niệm. Đáp lại những bồn chồn mong mỏi, những lá thư ướp đầy thương nhớ từ miền băng giá xa xôi chỉ là vô vọng. Mắt chị trở nên xa xôi đầy ưu tư. Hơn ai hết tôi biết lòng chị nhưng tôi làm gì được? Chị không nói với ai một lòi về nỗi niềm ấy. Vân cố giữ những buổi đến lớp đều đặn. Chiều về thả bộ lặng lẽ trên con đường Cường Để có hai hàng sao cao lớn thẳng tắp. Chị câm nín với mối sầu sâu thẳm của mình khi biết anh đang có hình ảnh một mái tóc vàng, một đôi mắt xanh màu trời... Tôi xót xa thấy chị thẫn thờ, xuống sắc, âm thầm từ chối mọi quen biết đề nghị. Chị chỉ có một ao ước nói riêng với tôi là có được một lần trong đời đến thăm xứ tuyết giá và tận mắt nhìn thấy những hình ảnh của những tấm hình năm xưa, hình ảnh của yêu thương thắm thiết một đời. Xong sự nghiệp, chị sống lặng lẽ với chung quanh, với nắng vàng dĩ vãng. Trong khi Hồng, Hà và cả tôi đã xong chuyện chồng con. Bố mẹ và chúng tôi tuy đau lòng nhưng tôn trọng niềm riêng của chị. Từ ngày ấy không bao giờ nhắc chuyện cũ mà cũng chẳng dám đề nghị chuyện mới.

Việc làm đầu tiên của gia đình chúng tôi khi định cư ở Canada là tìm cách để chị được tròn mơ ước: đến với màu tuyết trắng vời vợi yêu thương, mênh mông bao la như tình chị tròn đầy thủy chung dù biết giờ đây chỉ còn kỷ niệm xót xa.

Tháng 12-1998

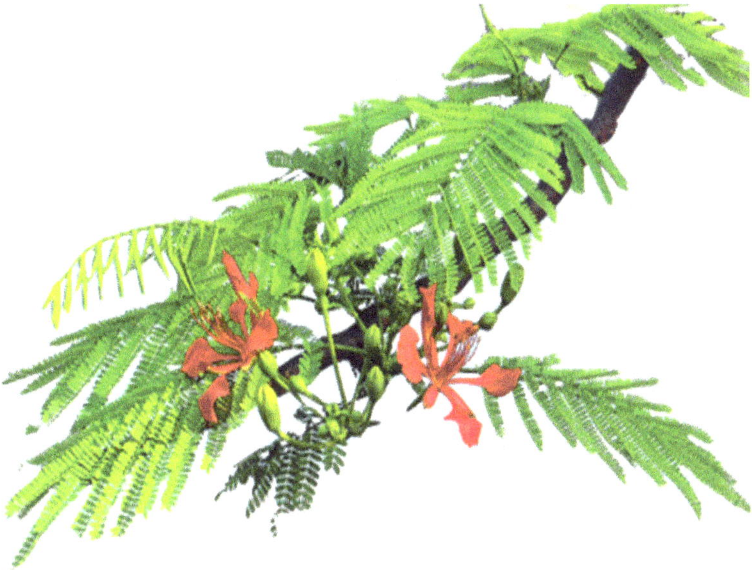

chương hai:

biển dâu không thể xóa
tấc lòng một quê xưa

NỖI NIỀM

Vừa đẩy cửa bước vào nhà, Hoàng đã bực mình khi ngửi thấy thoang thoảng mùi khói nhang. Biết ngay là bà mẹ vợ đang cúng kiến gì đây. Chàng lẩm bẩm:

- Nói mãi cũng không bỏ cái thói dị đoan.

Hoàng gắt gỏng nói lớn:

- Có ai trong nhà, mở hết cửa dùm, ngột ngạt quá.

Không ai trả lời chỉ nghe tiếng sột soạt... Bà Tâm vội vã xô cửa sổ, mở hé cửa sau. Hơi lạnh phả vào người, bà rùng mình. Trời Canada đang chuyển mùa từ đông sang xuân. Đã tháng ba mà gió còn se sắt, khó chịu? Trên ba năm ở xứ người, bà Tâm vẫn chưa quen được với mọi sự chung quanh: lòng người, khí hậu, ngôn ngữ và còn nhiều thứ nữa. Tim bà muốn ngừng đập khi tiếng người con rể mỗi lúc như mỗi mũi kim xuyên qua da thịt.

- Cứ như câm, nói gì cũng cứ im ỉm.

Bà bỗng buồn thấm thía, có bao giờ trả lời, phân trần gì được đâu. Nhớ một lần bà nhỏ nhẹ trình bày khi Hoàng phản đối việc cúng kiến của bà vào những ngày rằm, mồng một. Bà làm theo một tin tưởng từ thuở nào xa xưa. Những lần lâm râm khấn nguyện cho được "tai qua nạn khỏi, tật bệnh tiêu trừ" cho hết thảy mọi người trong căn nhà này là bà lại thấy yên lòng. Lần ấy Hoàng đã tức giận ném tung đĩa xôi và chén chè vỡ tan tành trên nền gạch. Bà Tâm kinh ngạc sợ hãi, chỉ biết khóc cho đến khi Hiền, con gái bà và hai cháu trở về. Bà tấm tức tủi thân và thương con. Từ đó đến nay, bà luôn giữ thái độ câm nín như lời Hiền căn dặn:

- Thôi má, kệ anh ấy má đừng cãi gì hết. Tính anh ấy vậy, hễ ai cãi lại là sinh chuyện lôi thôi. Con cũng nhiều lúc làm thinh cho xong. Nói ra thêm xấu hổ. Thôi má nghe con - đừng buồn - rồi cũng quen. Có vậy má con mình mới được gần nhau.

Hiền buồn bã quay vào trong thay áo, che đôi mắt ướt. Sau đó bà thấy hai vợ chồng con gái có vẻ lạnh lùng, không ai nói với ai lời nào. Bà buồn bã và hối hận vì mình mà gia đình con mất vui... Từ hôm ấy bà Tâm học thêm bài học câm nín. Nhưng hôm nay sự chịu đựng câm lời của bà cũng lại bị chỉ trích, làm thêm nỗi hằn học cho con rể. Bà thở dài. Bước lại gần bếp lấy đũa trở miếng trứng tráng đã chín từ lâu. Lấy tay quệt giọt nước mắt vừa trào ra. Bao nhiêu lần rồi, chịu đựng đến bao giờ? Thương con, bà muốn hy sinh tất cả. Nhưng một chút gì thật vô lý - muốn gần con mà phải chịu đựng - nhưng nào có được vui vẻ chuyện trò với con đâu. Hiền đi làm từ sáng sớm. Sau đó Hoàng đưa hai con đến trường rồi đi làm luôn. Căn nhà vắng lạnh sau 9 giờ sáng. Hằng ngày bà dậy trước mọi người, nhẹ nhàng ra bếp hâm lại thức ăn để các con còn mang theo cho buổi trưa. Đun ấm nước. Lấy chai nestcafe, lọ đường, không quên lon sữa đặc bày giữa bàn nhỏ trong bếp, nơi mọi người có thể vội vã điểm tâm. Bà tế nhị biết ý con rể muốn uống cà-phê với sữa đặc. Làm xong mọi việc bà lại lặng lẽ trở vào phòng. Ngồi nhìn cửa sổ còn buông màn vì cháu Hương còn ngủ. Đêm đêm, tuổi già không ngủ được nhiều. Mỗi lần thức giấc, kéo chăn đáp cho cháu. Sửa lại gối cho đầu cháu êm ả. Bà cảm thấy hạnh phúc. Lòng như ấm lại. Hiền đi làm suốt ngày. Về nhà mệt mỏi, bận rộn, giục con ăn uống, làm bài, tắm rửa là cũng đã đến lúc phải đi ngủ để sáng mai còn đi làm sớm. Cuối tuần thì chợ búa, giặt giũ là cũng không còn nhiều thì giờ để chuyện trò cùng mẹ. Nàng biết có mẹ, nàng đỡ tay nhiều lắm. Mỗi ngày đi làm về, vợ chồng con cái có cơm nóng đủ món mặn, món xào, món nước... Nghe con vừa miệng món nào, lại lo "tái bản" cho đến khi Hiền bảo thôi mới lại đổi món khác. Từ ngày có mẹ, nàng quên luôn thứ ba hằng tuần là ngày đổ rác. Mẹ lo hết! Hiền thấy tội nghiệp mẹ. Bà luôn muốn chiều chuộng làm vừa lòng con cháu. Bà muốn gia đình con được yên ấm. Nhưng Hoàng thì không một lời tử tế, không chuyện trò với bà đã đành, nhiều lần bà hỏi cũng không trả lời. Lâu dần, mặc cảm, bà không hỏi nữa. Hoàng tỏ ra khó chịu khi Hiền vui vẻ chuyện trò với mẹ. Nhìn ánh mắt không vui của chồng, Hiền cụt hứng, lảng ra cho khỏi lôi thôi. Các cháu thì suốt tuần đi học. Cuối tuần hoặc theo bố mẹ đi đâu đó. Những mẩu chuyện cổ tích của bà hình như không còn đủ hấp dẫn các cháu nữa. Những nhân vật trong phim hoạt họa trên truyền hình thì quá xa lạ để bà có thể nhớ mà trao đổi với các cháu cho hợp thời. Việc cập nhật kiến thức quả thật khó khăn cho một bà già Việt Nam 72 tuổi trên xứ người. Cả cuộc đời chỉ biết tận tụy cho gia đình; nay sống với gia đình con cháu mà sao không vui?

Ba năm qua, ba năm dài đằng đẵng, bà cố gắng và mong sự hy sinh của mình đem lại hạnh phúc cho con. Thậm chí ước muốn duy nhất của bà là được đến chùa vào những ngày lễ lớn cũng không còn thực hiện được vì con gái không có thì giờ? Vì con gái sợ thái độ khó chịu của chồng? Hay sợ không khí gia đình sẽ nặng nề khó thở? Bà nghĩ thôi thương con thì thương cho trót, tự dẹp bỏ mọi ý muốn, sở thích và tâm nguyện. Bà chịu đựng mọi chuyện, luôn ở nhà giúp con từ việc bếp nước, dọn dẹp và làm tất cả những gì có thể làm được.

Thấy mẹ không đòi hỏi, Hiền cũng yên tâm và cũng mong tránh được phiền phức với chồng. Lâu dần, Hiền quên là có mẹ bên cạnh và bà cũng có những ước muốn những sở thích như mọi người... Suốt ngày ở nhà làm hết công việc, bà vô ra nghĩ ngợi. Có vài cuốn phim Tàu, ca nhạc nhưng làm sao bà cũng không mấy thích. Đôi lúc cho vào máy cũng để cho có tiếng cho nhà đỡ vắng lặng mà thôi. Để bớt cô đơn bà chỉ biết kinh kệ, lễ bái rất đúng ngày vì bà có quá nhiều thì giờ để dò lịch biết hôm nào rằm, mồng một... Biết con rể không thích mùi khói nhang nhưng với bà một buổi lễ thiếu nhang đèn là chưa thành buổi lễ. Đã hạn chế từ ba cây nhang còn một. Mùi nhang trầm cho không khí ấm cúng dễ chịu... lim dim tụng nhỏ lời kinh Phổ Môn, lòng lâng lâng. Những sợi khói tỏa nhẹ bay bay khiến bà tạm quên hiện tại để hướng lòng tinh tấn, cầu nguyện cho "xả" cái ngã của mình. Xả được ngã chấp. Tinh thần yên tịnh. Trí tuệ thảnh thơi... xin được quên mình, đừng bận tâm với những khó khăn chung quanh... Nhưng làm sao cứ mỗi lần cầu xin là mỗi lần càng thấy rõ thân phận hơn cả. Biết nói gì? Làm gì cho bớt tủi thân? Thương con gái quá, bà tự nhủ thôi không cúng kiến, không nhang đèn nữa cho khỏi ồn ào nhà cửa... củng cố niềm tin trong tâm vậy. Khi cả nhà đi rồi bà cầm tràng hạt, thành kính tụng nhỏ lời kinh, thành kính trong tinh thần hỷ xả, bao dung. Nhưng thái độ của con rể càng ngày càng quá quắt. Nhìn bà như cái gai trước mắt. Bà trở thành nguồn bực dọc của Hoàng. Bước chân đến xứ người theo sự bảo lãnh của con gái, bà cứ tưởng sẽ được lo lắng cho các con còn ở Việt Nam trong hoàn cảnh quá khó khăn về kinh tế. Đồng lương của đứa con làm giáo viên không thể đủ sinh sống cho chính gia đình nó. Đứa khác làm công nhân viên nhà nước còn khốn khổ hơn. Những đứa kia hoặc ra trường chưa có việc làm hoặc ngày ngày đến các lớp học Anh văn, hy vọng kiếm được một việc ở các hãng ngoại quốc còn đang quá hiếm hoi trên đất nước. Nhìn chung quanh những người trẻ đang mất hướng sống... bao nhiêu sa ngã của những thanh niên, thiếu nữ trước đời sống kinh tế bấp bênh khiến bà có quyết định ra đi. Vui mừng vừa "bớt miệng ăn" cho con vừa hy vọng có thể giúp con. Đến xứ người bà cũng vì con mà sống. Cũng vì thương con mà bà băn khoăn khó nghĩ. Mỗi lần nghe hai vợ chồng con to tiếng với nhau hoặc vì lý do này hay lý do khác, nhưng chắc chắn lý do vì bà cũng một phần lớn.

Có lần Hiền nhẹ nhàng giải thích sự cáu kỉnh của chồng một phần cũng vì vấn đề kinh tế. Hợp đồng bảo lãnh với 10 năm cam kết chăm lo cho mẹ, khiến mẹ không thể xin trợ cấp xã hội. Ăn uống thì không sao nhưng tiền "dằn túi" cho mẹ... Nàng bảo khi nào cần mẹ cứ nói. Nghe ra bà chợt hiểu thì ra Hoàng tưởng Hiền san sẻ cho bà nhiều tiền bạc lắm. Bà buồn rười rượi và suy nghĩ mông lung: Có đời nào cha mẹ mở miệng xin con tiền đâu. Đã bao đời nay gia đình bà sống êm ấm, trên thuận dưới hòa. Con cái phụng dưỡng cha mẹ. Ông Tâm mất đi bà vẫn làm tròn bổn phận với gia đình chồng và không bao giờ dám nghĩ đó là một sự hy sinh. Qua đây tuy hoàn cảnh có khác, thực tế hơn, nhưng chưa bao giờ bà ngửa tay xin tiền con. Thấy con gái cố gắng giải thích, bà càng ý thức mình đang là gánh nặng và là nguyên nhân sự "nặng nhẹ" của con rể. Bà nhỏ nhẹ nói cho con yên tâm:

- Mẹ có đi đâu mà cần tiền, lâu lâu cúng giỗ cha, hay hương hoa cầu nguyện thì đã có con mua.

Buồn quá bà cũng không dám viết thư về nhà. Sợ lòng buồn không kềm chế được lại tuôn vào lời thư làm các con buồn lây tội nghiệp. Bà quyết câm nín một mình và cũng không biết đến bao giờ mới thoát khỏi tình huống này?

Vừa chợp mắt, bà Tâm bỗng giật thót mình vì tiếng la lớn của Hoàng ở phòng bên:

- Không nói chuyện tốn kém nhưng tôi không thích. Không thích là không thích, không có lý do gì hết. Cô chọn đi hoặc tôi hoặc...

Hiền thút thít:

- Anh ích kỷ quá! Mình cũng có con. Rồi chúng đối xử ra sao với mình sau này?

- Tôi không cần.

Hoàng xô mạnh cửa bước ra. Bà Tâm sợ hãi, nhắm mắt vờ ngủ, dù bà biết Hoàng đâu có bước vô phòng bà. Trằn trọc mãi không làm sao chợp mắt. Mờ mờ sáng bà làm như không hay biết gì hết, vẫn bình tĩnh làm thức ăn cho cả nhà như mọi khi. Bà cố giấu không cho Hiền biết là bà đã rõ mọi chuyện hồi hôm. Bà biết con đang buồn vì khó xử. Nhưng chuyện xảy ra là động lực khiến bà phải có quyết định không nên chần chờ. Phải mạnh dạn không nên vì thương con mà làm khổ con nữa. Phải dứt khoát. Bà suy nghĩ thật lung. Chờ dịp thuận lợi để tỏ bày. Chờ cho không khí giữa hai vợ chồng con dịu bớt. Khuya hôm ấy, Hiền vào phòng lấy quần áo cho vào máy giặt, bà nhỏ nhẹ nói với con:

- Hiền ơi, gần đến nghỉ học, mấy đứa ở nhà, con cũng đỡ bận rộn. Má muốn về thăm mấy em, ba năm rồi cũng nhớ! Không để con tiếp lời và sợ con lo lắng vấn dề tài chánh, bà vội nói luôn:

- Con đừng lo, má có tiền mua vé. Má biết con không dư dả gì - Má có cặp nhẫn đeo lâu cũng chán lại vướng tay. Con dùng mà mua vé cho má. Về thăm các em bao giờ nhớ con má lại sang.

Bà không dám dài dòng thêm vì sợ không giữ nổi bình tĩnh bà sẽ oà khóc... Bà làm như tự nhiên, vừa dọn dẹp vừa nói chuyện. Thấy Hiền làm thinh, bà biết con cũng cần giải quyết vấn đề sao cho đỡ phiền hà. Hiền cũng đang rưng rưng biết mẹ giải quyết mọi điều là vì hạnh phúc của mình. Nàng đau xót không đành. Mẹ làm gì nên tội? Hoàng ích kỷ, khó chịu cứ muốn nàng phải xa mẹ. Thương mẹ vô cùng. Có mẹ, nàng đỡ tay đỡ chân. Mẹ biết phận mình, thương con mà chịu đựng nhưng sao Hoàng lại quá bất công? Làm việc mệt mỏi suốt ngày, về nhà lại bị chồng đay nghiến. Nàng cố nhịn, cứ sợ mẹ biết sẽ buồn. Thương mẹ quá suốt đời lo cho con. Mẹ chỉ giúp vợ chồng nàng thậm chí là một người giữ nhà tin cẩn. Sao Hoàng không biết mà nỡ kiếm cớ nọ cớ kia để nặng nhẹ. Quả thật chồng nàng nhỏ nhen, hẹp hòi nhưng biết làm sao? Đúng là một mẹ nuôi trọn vẹn 7 con mà 7 con không nuôi nổi một mẹ già. Hiền buồn khổ không cầm được nước mắt trước quyết định của mẹ. Bà Tâm cũng xúc động không ít nhưng cố nén lòng. Bằng một giọng nhỏ nhẹ nhưng cương quyết:

- Đây con cố lo cho má vui. Nếu con không chiều má, má sẽ tự lo một mình. Má nhớ mấy em lắm rồi. Đừng nói gì hết. Rồi con sẽ thấy làm vậy là thương má.

Nén xúc động nói hết một hơi bà thấy đỡ hẳn. Bằng lòng với việc làm của mình. Sự hy sinh nhỏ của mình sẽ đem lại hạnh phúc cho con gái, bà thấy yên tâm. Trước quyết định của mẹ Hiền cay đắng, bất lực và thấm thía "nước mắt chỉ chảy xuôi". Nàng phải lo cho gia đình nàng. Mẹ đã hy sinh và thông cảm cho nàng, biết nói gì hơn? Nghẹn ngào trong tình thương bao la của mẹ và thật sự xót xa cho đời mình. Nước mắt tràn ra, đầu óc quay cuồng, hình ảnh của mẹ nhòa đi trước mắt. Thôi cũng đành... tự hứa sẽ cố gắng mỗi ba tháng gửi chút đỉnh về mẹ để đỡ ray rứt... thương mẹ quá!

Bước chân đến phi trường Tân Sơn Nhất, trời lất phất mưa phùn, tiết trời lành lạnh trong những ngày giáp Tết... Bâng khuâng đặt chân lên quê hương mà lòng không sung sướng trong cảm giác trở về. Miên man suy nghĩ. Bùi ngùi nhớ ánh mắt buồn rười rượi của con gái lúc tiễn đưa. Biết bao giờ gặp lại con? Cuộc đời thay đổi. Hoàn cảnh đổi thay, biết làm gì hơn? Hôm có quyết định, chưa xa con mà lòng đã xót xa nhớ. Hôm nay thật sự xa, lòng quặn thắt. Một thoáng gió, bà đưa tay khép lại vạt áo tung bay, khẽ rùng mình. Bà bằng lòng với quyết định của mình. Yên tâm khi chắc chắn một điều gia đình con gái sẽ dễ chịu hơn. Từ nay, bà không còn nơm nớp lo sợ những chuyện không đâu làm tim bà thắt lại theo những giọt nước mắt rơi thầm của con gái.

Một tiếng gọi, những cái vẫy tay bên kia hành lang của các con cháu đang mừng rỡ chào đón. Lòng bất chợt ấm lại. Bà mỉm cười, nét tươi cười bà đã bỏ quên ba năm qua... Bà đưa mắt tìm kiếm Thanh, người con trai trưởng bà luôn thương nhớ thì Liên chạy đến nắm tay bà như để giải thích:

- Anh Thanh ốm, nằm nhà thương. Chị Thanh định viết thư xin má thuốc thì hay tin má về.

Bà hốt hoảng:

- Nó làm sao có can chi không?

Liên ôm chặt cánh tay mẹ, lo lắng làm nàng quên giữ ý nói luôn:

- Má về được bao lâu, bao giờ má lại đi? Lúc này ở đây buồn lắm, quá nhiều lo lắng. Tú và Lan cũng mới mất việc vì hãng Đại Hàn sa thải công nhân, gây gỗ nhau dữ lắm má.

Sững sờ, bà Tâm kéo đứa cháu nhỏ vào lòng, cúi hôn lên tóc cháu để nén tiếng thở dài và giấu đôi mắt đỏ ửng.

- Cha mày nhớ lắm!

Chưa kịp cho con nụ cười... bà đang làm con thất vọng. Chưa dám nói với con chuyến về không có ngày đi. Bà hấp tấp giục Liên:

- Cho má về thăm anh Thanh cái đã!

Bà ngao ngán nhìn những gạch đá ngổn ngang, cản trở lối đi, chân bước ghập ghềnh... mơ hồ nghe tiếng Liên giải thích bên tai:

- Sân bay đang sửa chữa thì nghe đâu hết tiền phải ngưng. Chưa biết bao giờ bắt đầu lại. Công trình xây cất dở dang làm sân bay trông bẩn thỉu, luộm thuộm, loang lổ... nhưng bà Tâm không chú ý. Bà như hụt hẫng, chao đảo, không tìm thấy chỗ đứng cho mình và lòng thương con đang dâng ngập lòng.

KHÔNG CÒN MÙA XUÂN

Đang loay hoay khóa chiếc xe đạp cũ kỹ, Khuê không thấy Duy tinh nghịch đẩy bánh xe húc vào xe Khuê, cười nói:

- Không ai thèm lấy đâu mà khoá kỹ vậy. Đạp xe của chị ra dốc này có mà đi thẳng đến bệnh viện Nhi-Đồng luôn à!

Biết Duy luôn đùa nghịch, Khuê vẫn mỉm cười hỏi:

- Đùa hoài, không khóa là mất ngay. Mất xe là cụt chân, hết đi dạy. Xe không có thắng nhưng chưa vô bệnh viện lần nào và chưa chết ai. Bọn mình xuống dốc có thắng đâu mà vẫn chưa ai chết.

- Chưa đâu, sắp thôi. Không biết sắp chết ai và ai sắp chết đây?

Hà vừa đạp xe thẳng lên bậc thềm nhà, lắc đầu góp chuyện:

- Dân Văn có khác, chơi chữ dữ vậy. Không ai chết đâu. Người ta đi xe "cố vấn" còn sống nhăn răng nữa là!

Duy cười dí dỏm, làm bộ ghé tai Khuê và Hà hỏi:

- Biết xe cố vấn không?

Duy nổi tiếng ở trường là người luôn làm vui bạn bè bằng những tin tức khó tin mà có thật; những mẩu "chuyện lạ xứ mình". Anh chàng là một "cây tiếu lâm" của trường nên Khuê và Hà đưa mắt chờ đợi. Duy chậm rãi đọc-

Ăn qua "noa"
Mặc áo "chuyên gia"
Ở nhà "điện tử"
Đi xe "cố vấn".

Nghe xong, cả hai cùng cười. Duy nhanh nhẩu giải thích luôn:

- Ăn qua "noa", noa là cái ống loa. Chúng ta nghe biết bao nhiêu lần qua loa báo cáo, nhắc đi nhắc lại giáo viên ta sẽ được lo ngày hai bữa ăn. Sẽ tranh đấu cho có thịt có cá, có nhu yếu phẩm cho anh chị em... Bao nhiêu là "sẽ" đấy, thực tế có gì chưa? Thịt, cá mà phải "tranh đấu" lận đó nghe! Khuê và Hà cười rộ...

- Đợi em với! Cho em cười với... Gì vậy? Gì vậy?

Như chạy vội từ cổng vào cho kịp ba người để góp vui vì nàng biết có Duy là có chuyện vui, có tiếng cười... đôi lúc là cười ra nước mắt. Cả ba dừng lại đợi Như. Vừa thở

Như vừa than:

- Mỗi ngày bốn “chuyến xe hoa” đứng một chân thế này, mệt quá!

Như bắt Duy đọc lại và đợi lời giải thích tiếp theo:

- Áo “chuyên gia” là áo rách, thấy da nhiều hơn vải. Nhà “điện tử” là nhà không có điện, “tử” là “chết” mà. Xe “cố vấn” là xe bung vành, nổ lốp, phải lấy dây cố gắng vấn lại mà dùng!!! Hay chưa?

Nghe xong cả bọn cùng cười, thấm thía hoàn cảnh hiện tại. Cùng rảo bước vào trường.

Đã vào giờ học mà học sinh còn chạy loạn xạ đó đây. Lớp học thưa thớt. Chưa thấy giáo viên nào vào lớp. Khuê và các bạn bước vào phòng giáo viên. Mọi người còn đứng bên bảng đen, bàn tán về “tiêu chuẩn Tết của giáo viên”. Không ai nghe tiếng chuông reo lần thứ ba báo hiệu giờ vào lớp. Duy chép miệng:

- Tết có khác.

- Nhắc đến Tết mà buồn! Thoa nói.

- Tết làm gì mà mọi thứ lên giá vùn vụt. Hôm qua em mua bó rau muống năm đồng có chút xíu à. Hà kể.

Như hỏi Khuê:

- 28 Tết chị đi thăm anh phải không?

Nghe Như hỏi, lòng Khuê bỗng chùng xuống. Năm năm rồi, năm lần Tết không có Văn. Mấy mẹ con nàng sống cho nhau. Cuộc sống càng lúc càng khó khăn. Đã gần ngày thăm Văn mà nhà chẳng còn gì. Mọi thứ trong nhà ra đã “ra đi" dần hết. Hôm nay đã 22 chưa mua được gì.

Duy nhanh nhẹn bước vào đám đông giáo viên về thông báo tiêu chuẩn Tết:

200g đậu xanh

500g đường tán

10g bột ngọt

1 bao gối

Đọc xong Duy phán một câu:

- Tết, nấu chè cho thêm bột ngọt cho mặn mà rồi... đi ngủ, sướng ghê!

Mọi người cười ngất. Khuê, Hà, Như thấu hết nỗi chua chát. Đã quen lắm rồi những ngậm ngùi cho thân phận "kỹ sư tâm hồn" nhà trường xã hội chủ nghĩa mà vẫn thấy uất ức nghẹn ngào.

Tiếng hiệu trưởng oang oang qua loa phóng thanh "Giáo viên vào lớp ngay. Quản lý học sinh thật chặt. Cấm học sinh đốt pháo và ra khỏi lớp". Mọi người bất bình. Có tiếng ai càu nhàu:

- Đậu xanh, đường tán, Tết với nhất.

- Nhà nước lo ăn rồi lo ngủ còn gì nữa. Duy bước ra khỏi phòng nói lớn:

- Đừng "no" để "nhà nuớc no".

Duy rụt cổ che miệng cười khúc khích, nhìn lui các bạn với ánh mắt diễu cợt.

Lớp học còn chừng mươi học sinh, kẻ đứng, người

ngồi, nói cười náo loạn. Không ai thèm biết giáo viên đã vào lớp. Thoáng thấy Khuê, Tâm đứng dậy. Cô học trò già trước tuổi. Những ngày áp Tết học trò vui nhộn thế kia mà không nhập cuộc được: Bố còn trong trại cải tạo Hà Nam Ninh. Mẹ lam lũ chợ trời. Bốn em bữa đói bữa no. Hôm đầu năm đọc lý lịch học sinh, Khuê đã dừng lại nhìn Tâm. Chua xót nghĩ đến hoàn cảnh mình.

- Đùng!

Mọi người giật mình. Lớp học mù mịt khét lẹt mùi khói pháo. Khuê đứng dậy tìm Tuấn Bùi. Dựa vào thế lực ông bố, giám đốc thương nghiệp. Nó làm mưa làm gió trường này. Khốn khổ cho Khuê, giáo viên chủ nhiệm. Bực mình, bất lực, xấu hổ trước hội đồng kỷ luật, nó ồn ào tuyên bố: chính nó là thủ phạm đánh thầy giáo. Không biết bố mẹ nó đã nghĩ gì trong buổi họp hôm ấy? Ban giám hiệu lờ đi vì cái tôn ti trật tự của xã hội chủ nghiã. Đạo lý nơi chốn học đường có nghĩa gì so với chức vụ giám đốc thương nghiệp? Đã có những nhà giáo thà lam lũ chợ trời để còn giữ chút tư cách. Khuê chưa làm thế được vì Văn còn trong tay bọn người được đào tạo trong đường lối giáo dục ấy!

Để mặc học sinh nhao nhao chạy tán loạn trong khói pháo, Khuê bỏ ra ngoài. Đụng đầu ngay với hiệu phó hầm hầm:

- Sao để bọn nó đốt pháo- Phải có biện pháp chứ. Chị cứ... Chưa dứt lời, đùng! đùng! đùng! ba tiếng nổ lớn ba phía trường. Hiệu phó ngơ ngác. Tiếng nổ thay tiếng trả lời. Khuê lại lửng thửng trở vào lớp. Xác pháo màu đỏ úa bay đến tận bàn giáo viên. Tâm cầm cặp ý chừng muốn đi ra. Khuê bảo:

- Thôi em về đi.

- Thưa cô cổng khóa. Học sinh không được về.

Khuê bực mình. Quy định của sở giáo dục phải "quản lý" học sinh thật kỹ để những báo cáo cuối năm "đạt tiêu chuẩn" mặc cho những bất lực trước náo loạn của những nhân vật như "Tuấn Bùi". Cửa trường đóng kín mà! Sá gì sự dối trá cỏn con này! Trong cái ồn ào vỡ chợ, tiếng hiệu trưởng truyền qua loa: học sinh đốt pháo sẽ không được thi học kỳ hai. Nào có ai nghe. Ba hiệu phó chạy ngược chạy xuôi hầm hầm la lối. Khuê cau mày nhìn thấy ông hiệu phó lôi xềnh xệch một nhân vật cùng lý lịch với Tuấn Bùi.

Tâm ra rồi. Lóp học không còn ai. Khuê có quyền ra khỏi lớp. Lâm đang đứng trước phòng giáo viên. Hình hài lêu khêu, áo quần xốc xếch của Lâm được các bạn tâng bốc là đúng "mẫu giáo viên xã hội chủ nghĩa":

- Tôi không vào lớp. Đúng là cái chợ. Thầy trò đều không muốn vào - chỉ làm khổ nhau. Bây giờ muốn về cũng không được. Cổng khóa tứ bề. Đúng là bị nhốt!

Khuê nhìn Lâm thông cảm. Ngồi xuống. Thẫn thờ nhìn lên thông báo hàng Tết, chợt nhớ phải xuống phòng tiếp liệu nhận hàng để còn "tiếp tế" cho Văn. Chua xót với hai chữ "tiếp tế" thật quá to lớn với tiêu chuẩn hàng Tết của mình. Đứng dậy, bảo Lâm:

- Đi lãnh hàng Tết chứ Lâm!

- Lãnh rồi, nhiều quá đang lo không có đủ "chất đốt" mà nấu đây.

Khuê lững thững đi lẫn vào đám đông học trò ồn ào ở

hành lang để đến phòng tiếp liệu. Chưa vào đã nghe giọng Duy diễu cợt:

- Đậu xanh cho thêm sạn cho nặng cân, bà con ơi!

Các bạn đã có người đi ra, xách tòn teng ba túi ni-lông đậu xanh, đường và bột ngọt. Thấy Khuê, Duy đang ngồi vắt vẻo trên bàn, đưa túi đậu xanh lên tận mắt, ngắm nghía:

- À, để hỏi chị Khuê. Chị giỏi nấu ăn, đã nấu chè sạn bao giờ chưa? Năm nay được nếm đó nghe!

Chị Liên, một giáo viên đứng tuổi, dạy ở trường lâu năm, nay xin ra làm tiếp liệu. Thấy Duy quá lời, đưa tay lên miệng suỵt:

- Giữ mồm giữ miệng đi em!

Duy lè lưỡi, bụm miệng:

- Em lỡ lòi, anh chị nào có nghe cũng coi như em không nói gì. Đậu xanh và sạn như nhau không sao cả...

Cả phòng cười rộ. Duy xách cặp đi ra, còn ngoái đầu lại:

- Thôi đi chỗ khác. Đứng đây nói tầm bậy, tầm bạ "mất dạy" bây giờ!

Thất vọng về cách đối xử với kẻ được mệnh danh "kỹ-sư tâm hồn". Nhiều người bực mình, không nén nổi:

- Ăn lấy hương, lấy hoa thôi mà. Có hương Tết được rồi. "Hương" chứ không "vị" đâu nghe.

Cuối góc phòng, chị Kim, y-tá của trường. Chồng chết trong trại cải tạo Hàm Tân năm ngoái... đang gói kỹ bao đường tán cho vào cặp làm như không nghe thấy gì chung quanh. Lấy hàng xong, Khuê theo các bạn đến văn phòng. Hiệu trưởng đang ghi tên những giáo viên hội trí thức yêu nước đóng tiền liên hoan Tết. Hai hiệu phó "xử lý" mấy tên học trò đốt pháo về tội "phá hoại an ninh" nhà trường. Gần đầy đủ giáo viên kẻ đứng, người ngồi. Duy đang cười cười nói nói ở góc phòng. Hiệu trưởng hỏi:

- Anh chị nào có tên trong hội trí thức yêu nước, ghi tên vào đây.

Duy chạy lại vừa đưa cao tay vừa la:

- Em, em!

Hiệu trưởng vui mừng chìa giấy bút:

- Đây, cậu ghi tên vào đây, thế mà nãy giờ không nói.

Duy hăng hái cầm giấy bút, cúi xuống định viết, bỗng ngẩng đầu lên hỏi lớn làm vẻ trịnh trọng:

- Em ở trong hội trí thức yêu... nước ngoài, có phải ghi không ạ!

Duy dừng một chút sau chữ "yêu nước" và kéo dài chữ "ngoài" có ý diễu cợt. Rồi bụm miệng làm như lỡ lời. Giáo viên lại có dịp cười. Hiệu trưởng giật lại giấy bút, bật cười, chỉ tay vào mặt Duy:

- Thôi đi mày, gì cũng đùa được.

Lối xưng hô "mày tao, mi tớ" của hiệu trưởng làm hầu hết giáo viên bực mình nhưng hằng ngày phải nghe mà không làm sao quen được lối đối thoại "bình dân" xã hội chủ nghĩa ấy. Thái độ không chút giận dữ của hiệu trưởng đối với nhiều câu nói lắm lúc "rất phản động" của Duy làm nhiều người suy nghĩ... Mang tước hiệu "con liệt sĩ", giai cấp mới trong nhà trường có quyền lột trần cái sự thật được ngụy trang... Chẳng bù với Như, vì bản báo cáo sỉ số học sinh lên lớp không như ý hiệu trưởng mà bị trù dập không làm sao ngóc đầu lên được. Duy có ông bố đi tập kết từ năm Duy còn bé lắm. Không biết mặt bố. Không nghe người nhà nhắc đến bố. Năm 1975, gia đình có giấy chứng nhận là gia đình liệt sĩ, Duy chẳng thèm để ý. Ban giám hiệu lại cho đó là lý do tốt để ít kiểm soát Duy hơn những người khác. Trước kia Duy là một tu sĩ dạy học ở một trường công giáo. Sau 1975, các trường công giáo giải tán. Tu sĩ trở về đời sống của người thường. Cởi bỏ áo dòng tu, ai có nghề gì thì "lao động" mà sống. Duy đến dạy trường Khuê mang theo cái lý lịch sáng ngời của gia đình liệt sĩ và được ngay sự ưu đãi của ban giám hiệu. Ra đời Duy sống bình thường hơn tất cả những người bình thường khác: bạo mồm, bạo miệng, nói cười suốt ngày. Chọc người nọ, ghẹo người kia. Không có một chuuyện gì trên đời mà Duy không đem ra diễu cợt. Có lần có giáo viên nói thẳng với Duy:

- Tôi lấy làm lạ sao ông có thể là một tu sĩ được?

Không phật ý, Duy vui vẻ:

- Đi với Bụt mặc áo cà sa, đi với ma mặc áo giấy chứ bạn!

Ở đâu có Duy là có tiếng cười ầm ĩ. Duy đi dạy hình như để vui chơi; chỉ thích đùa mà không thiết đến một thứ gì kể cả tiền lương và tiếp liệu. Với bốn ông anh ở nước ngoài, Duy sống sung túc. Duy nhường mọi "tiêu chuẩn" cho chị lao công. Trong trường, một vài giáo viên có hoàn cảnh tương tự như Duy đều nhường phần mình cho các bạn bè thân thiết đang khó khăn.

Duy đến trường này gặp Khuê. Qua những lần tiếp xúc, tư cách của Khuê, Duy dành tình cảm như với một người chị đáng kính. Những lúc thấy Khuê ngồi đăm chiêu trong phòng giáo viên, Duy thường đến gần, nói nhỏ:

- "Khắc phục" đi chị!

oOo

Từ hôm nay giáo viên phải thay phiên trực trường vì những ngày nghỉ Tết. Khuê ngồi đây trong sân trường vắng lặng. Buồn vô hạn. Nhớ hôm 28 Tết lặn lội đi thăm nuôi Văn. Tiền xe quá đắt đỏ so với tiền lương của nàng. Từ 3 giờ sáng, hai mẹ con đã mang xách đồ lề ra bến xe. Hơn 6 giờ ngồi trên xe chật như nêm. Chiếc xe lồng lên trên những ổ gà. Chiếc ghế gỗ cơ hồ hất tung hành khách và những bao, những bị lên xuống như sắp gãy đến nơi. Xe lại mệt nhọc bò lên dốc, ì ạch như đe doạ có thể đứng lại bất cứ lúc nào. Quen rồi, ai cũng ngồi im ỉm, thầm mong cho được may mắn đến nơi. Không một tiếng phàn nàn. Có thay đổi gì được mà lên tiếng. Tai họa ập tới như tiếng sét. Ai còn kịp trở tay? Theo mọi người, Khuê nhẫn nhục chịu đựng. Làm thủ tục giấy tờ là một nỗi cay đắng. Chú công an chỉ bằng tuổi con nàng hống hách bắt khoan, bắt nhặt đủ điều. Biết làm sao được, đường lối "cách mạng" kiểu như vậy, cho nên ai cũng cắn răng cho xong. Nỗi nhọc nhằn dọc đường làm Khuê ê ẩm cả người. Nhưng cuối cùng xe cũng đến đầu khu rừng mới phát hoang. Những cành lá chưa kịp khô, héo úa, vàng vọt vương vãi đó đây. Không ai bảo ai đều xót xa cho sức lao động của chồng, cuả cha ra sức xây dựng nhà tù ở những nơi chướng khí đày đọa con người. Những khu nhà cây mới mọc trông như những chuồng thú khổng lồ, nằm dọc theo con đường đất mới nhầy nhụa sau cơn mưa. Đau xót để biết chồng, cha họ đang có cuộc sống của những kẻ ở chuồng.

Khuê nôn nóng chờ đợi phút gặp mặt Văn. Đã bao lâu không gặp chồng. Bao điều lo nghĩ về Văn. Mong được trao cho chồng một ít thức ăn ngày Tết. Biết Văn đang rất thiếu thốn. Có kẻ đã tin tưởng vào lời lừa dối trắng trợn để uất ức và khốn khổ phải bỏ xác đâu đó mà thân nhân vẫn chưa hay biết. Khuê không dám nghĩ tiếp. Chăm chú nhìn đoàn tù đang xếp hàng một từ trong đi ra để mong tìm bóng dáng Văn. Người quản giáo bước đến trả lại bao thư đã nộp để người ta lấy đó mà tìm tên. Khuê choáng váng như muốn ngã:

- Anh Văn chuyển trại hai tuần rồi!

Hoảng hốt Khuê hỏi:

- Đi đâu ạ?

- Tôi không biết, chị sẽ có tin tức sau.

Không kịp hỏi tiếp thì người ấy đã quay qua gọi tên khác mặc Khuê đứng sững, nước mắt tức tưởi chạy quanh. Như người mất hồn, Khuê cùng con ôm hai thùng quà ra về giữa cảnh thăm nuôi buồn rười rượi hôm ấy. Về đến thành phố thì nhà nhà đã đi vào giấc ngủ. Từ cầu Phan Thanh Giản, hai mẹ con uể oải khiêng quà trở về nhà không ai nói với ai lời nào... Đoạn đường đi bộ tưởng như xa quá.

oOo

Tiếng Duy và Như lao xao ngoài cổng. Khuê biết là đã 8 giờ tối và hai người đến thay phiên cho mình.

- Sao không mở cửa phòng? Trực trường hay trực vườn hoa?

- Cây hương quế về đêm thơm quá Như à.

Khuê ngắt một cánh hoa trắng đưa cho Như, rồi đứng dậy.

- Thôi chị về để chúng em trực.

- Trực gì, lấy sổ ký tên là xong. Duy nói.

- Hông xong nồi xôi cho bà cụ là em đi đây. Ông bà cụ rầy quá trời. Con gái, 30 Tết không ở nhà làm việc, bỏ đi trực. Không trực gì cả...

Khuê nhìn Duy:

- Còn anh lo xong nhà cửa cho bà cụ chưa mà đi trực đấy?

- Tổng vệ sinh nhà thôi chứ có làm gì đâu. Đề nghị là năm nay đừng ăn Tết nữa, vui gì đâu... nhưng cụ đâu có chịu. Tết là ngày thiêng liêng mà! Nhưng bọn mình đâu có ai yên tâm ăn Tết. Duy không cười cợt như mọi khi. Thoáng chút suy tư:

29 Tết thầy giáo tháo giầy ra chợ bán,
30 Tết giáo chức dứt cháo đón giao thừa.

- Trời đất anh sưu tầm đâu ra thơ thẩn chua chát quá vậy? Khuê và Như cùng buồn.

- Thơ thẩn thấm thía thiết tha thê thảm thật: "giáo chức" "dứt cháo" giữa đêm 30, thiếu thốn nào hơn....

Khuê thở dài, đưa chìa khóa cho hai người. Ra về.

Sương đêm xuống lạnh mềm cả hai vai. Nhìn thẳng phía trước. Mắt nhòe đi. Khuê không thấy gì cả...

Khuê bày các thức lên bàn: bốn chén chè, hai tách nước, đĩa mì xào. Cây đèn dầu hôi được thay thế cho cặp nến. Bây giờ nhà nào cũng làm như vậy. Có ai ngờ vật nhỏ mọn ấy lại trở thành khan hiếm như một chút tình người cũng trở nên khó tìm vì người ta đang chủ trương phải "cách mạng" tận gốc... Cùng với các con khăn áo chỉnh tề, lần lượt làm lễ trước bàn thờ tổ tiên. Đĩa mì xào nhắc Khuê xót xa nghĩ đến Văn. Quà Tết đã không đến được với người chồng tù tội không biết đang ở phương nào. Cả thùng mì ăn liền còn đó. Đĩa mì xào hiện diện trên mâm cỗ. Chua chát nào bằng! Đồng hồ chỉ đúng 11 giờ. Con trai lớn hỏi mẹ:

- Con đốt pháo nghe mẹ?

Năm nào cũng vậy, bạn của con cũng biếu một phong pháo vì cháu làm việc ở xưởng pháo Gò-Vấp. Tiếng pháo nổ dòn. Ánh pháo loé lên chiếu sáng bốn khuôn mặt trẻ thơ của con. Khuê cảm chút ấm lòng. Xác pháo hồng tung tóe đó đây. Năm mẹ con nhìn nhau trong khói pháo thơm thơm... Có tiếng bà Thọ, vợ người cán bộ đã chiếm phần dưới căn nhà của Khuê, lấy cớ là chồng nàng đang mất quyền công dân, đang phải cải tạo. Mất quyền công dân là mất luôn nhà ở... đang ong óng từ sân sau dưới nhà vọng lên:

- Mới 11 giờ, cô giáo đốt pháo sớm thế? Đã giao thừa đâu? Năm nào cũng vậy. Từ ngày thành phố mất tên, đổi giờ. Khuê vẫn đón giao thừa theo giờ cũ. Mấy mẹ con nàng cười thầm cho cái dụng ý phản đối rõ tiêu cực của mình. Tiếng pháo giao thừa nhà nàng bao giờ cũng nổ vang trước mọi nhà trong khu phố đúng một tiếng.

Bảy ngày nghỉ Tết trôi qua quá nhanh. Khuê đến trường buồn nản hơn bao giờ vì thiếu Như. Như đến từ giã nàng hôm mồng hai Tết vì chuyến tàu sẽ rời bến Rạch Giá vào khuya hôm ấy. Siết chặt tay Như, rưng rưng:

- May mắn nhé!

Chiều mồng bốn, có tin chẳng lành. Bà cụ, mẹ Như nhờ Khuê tìm cách đối phó ở trường. Ngày Tết đã buồn lại buồn hơn.

Không khí nhà trường sau Tết có vẻ nặng nề làm sao. Chỗ này vài bạn to nhỏ. Chỗ kia tổ toán xầm xì có bạn "đi" chưa có tin. Có một cái gì xôn xao muốn che giấu. Mọi người có vẻ bất an. Khuê đang suy nghĩ cách để xin phép cho Như vắng mặt, tìm cớ hoãn binh trước khi phường khóm liên lạc với ban giám hiệu. Duy chạy vụt đến, hốc hác, bơ phờ, kéo ghế ngồi cạnh, nói nhỏ bên tai:

- Vừa chạy về nhà khuya hôm qua. Suýt bị tóm... khủng khiếp lắm. Sẽ kể chị nghe.

Trước tình hình ấy Khuê không dám báo tin của Như. Hai người im lặng cho đến khi chuông reo. Khuê uể oải xách cặp vào lớp. Ngang qua chiếc ghế đá, mùi hương quế phảng phất thơm. Nàng nhớ Như vô cùng. Khuê lại không nén được tiếng thở dài. Tiếng thở dài mở đầu cho năm mới ở trường học.

ĐẤT ĐỎ

Chiếc xe GMC chở đầy đá đang ì ạch leo dốc, dưới nắng hè gay gắt. Văn dừng tay lợp mái nhà. Nhìn những tảng đá quá lớn, anh nghĩ đến việc lao động nặng nhọc ngày mai. Sau bảy tháng, từ ngày rời trại cải tạo Long-Thành lên đây, không một lần được "thăm nuôi", tất cả bạn tù đang xuống sức thê thảm... liệu có làm nổi nữa không?

Chiếc xe dừng lại cách chỗ Văn làm việc chừng 30m. Đưa tay lên gạt mồ hôi thấm vào mắt cay nồng, bỗng Văn giật mình, mở lớn mắt nhìn bóng một thiếu niên vội vã từ những tảng đá lao xuống xe. Văn quên hết mọi thứ chung quanh la lớn:

- Con!

- Bố!

Hai tiếng gọi thảng thốt cùng lúc trên hai khuôn mặt nhòe nước mắt... Cậu bé chạy về hướng bố. Văn tuột từ mái nhà xuống không kịp suy nghĩ.

- Đứng lại!

Tiếng hô và tiếng lên cò súng của người lính gác làm hai bố con cùng khựng lại - bất động - bàng hoàng. Cậu bé sực nhớ lời mẹ dặn, nắm chặt tay, bước tới phía người lính đang chĩa súng vào mình:

- Cháu đi tìm thăm bố cháu... xin...

Nghẹn ngào, cậu bé không nói thèm được lời nào; nước mắt ràn rụa trên má.

Người lính gác quát:

- Thăm ai? Ai cho thăm?

Cậu bé cắn môi, nuốt uất hận, nghe tiếng quát đằng kia:

- Leo lên làm việc, còn đúng đó à?

Trông thấy bố đang run chân leo trở lên từng nấc thang. Cậu bé nghiến răng, nghe mặn ở môi và đắng cả cổ. Nắng hè đang thiêu đốt da thịt những người lao động khổ sai. Những người tù bàng hoàng xúc động, khi biết cậu bé là con của Văn. Người đầu tiên tìm đến đây từ ngày họ khai phá rừng Xuyên Mộc này. Mọi người xúc động, khóc trong lòng. Mặt ai cũng buồn rười rượi. Họ đau xót trước cảnh bị ngăn cách của bố con Văn.

Mặc cho cậu bé van nài, giải thích, Văn cũng phải phạt cho tới chiều hôm sau mới được gặp con. Suốt đêm hôm ấy, cậu bé khóc vùi nơi góc trại của những thanh niên xung phong cho ngủ tạm để đợi thăm bố. Văn tức tưởi cắn chảy máu môi trong đêm trắng vì những lời "kỷ-luật" của những kẻ không còn nhân tính. Đây là lần thứ hai Văn phải phạt vì phản ứng rất tự nhiên của con người. Lần thứ nhất, đoàn người cải tạo đang xếp hàng từ những bức tường cao lớn của nhà tù Long-Thành để ra thăm thân nhân chờ đợi bên ngoài từ sáng sớm. Có tiếng trẻ con reo mừng, vụt chạy ra khỏi nhà thăm nuôi:

- Bố, bố kìa!

Thế là người lính lên cò súng, chỉa vào đoàn người cải tạo, hét lớn:

- Đứng lại! Quay mặt vào tường!

Mọi người ngơ ngác. Một bà mẹ chạy vội ra, bế con lên, đến bên người lính gác, xin lỗi rối rít:

- Cán bộ tha lỗi cho. Cháu bé không hiểu lời cán bộ dặn ban nãy: thân nhân không được khóc trước mặt trại viên; không được gọi khi trại viên chưa vào đến nhà thăm nuôi... xin cán bộ tha lỗi cho...

Người mẹ mặt tái mét, vừa van xin vừa mắng con. Đứa bé ôm chặt cổ mẹ, mếu máo chẳng hiểu gì. Người cán bộ mặt lạnh như băng, đanh lại không một tiếng trả lời. Trời hôm ấy mưa mưa, lành lạnh. Đoàn tù bị hình phạt, quay mặt vào tường hai tiếng đồng hồ. Thân nhân cay đắng lặng câm trong khung cảnh trại cải tạo Long Thành u uất. Lần đầu tiên được đi thăm nuôi hôm ấy hằn sâu tủi hờn với một sự thật mà không ai có thể ngờ được: người ta nhẫn tâm đến thế sao! Người ta được huấn luyện để không còn biết xúc động là gì chăng?

Cậu bé nhớ lần sau cùng gặp bố để ngày mai bố lên đường khai phá rừng Xuyên Mộc, bố còn chút sức khỏe, còn hy vọng "đi lao động nặng để chóng được về với gia đình". Nay bố yếu ớt đón lấy giỏ thức ăn, mà món "cúu tinh" là đường tán. Văn cần thứ đó hơn bao giờ hết may ra cứu được sự suy nhược toàn bộ một bạn cùng đội đang chờ cục đường như một thần dược.

Sau hai ngày chờ đợi, náo nức và cay đắng, hai bố con được gặp nhau đúng 15 phút. Văn chỉ kịp hỏi thăm tin tức vợ con. Cầm tay con, rưng rưng, Văn nghẹn ngào:

- Bố vẫn khỏe. Gắng học. Con đi đường chắc mệt lắm. Sao con biết bố ở đây? Làm sao con nhờ được xe chở đá kia?

- Con hỏi dò. Đợi ngoài Bầu Lâm từ chiều hôm trước, rồi xin được quá giang xe chở đá vào đây. Bố gầy quá! Con có mua thêm hai hũ chao. Chỉ có 2kg đường tán thôi vì con không chắc sẽ tìm được bố. Con có xin gửi bố 100 đồng mà họ không cho. Họ giữ lại rồi và nói sẽ trả lại lúc con ra về.

Văn buồn bã:

- Thôi bố không cần tiền, sau này được thăm chỉ cần mang đường.

Rồi Văn hạ giọng chỉ đủ cho con nghe:

- Bác T. chú C. anh H. dặn con đến số nhà.... báo cho biết là hiện đang ở đây, thiếu thốn lắm. Bác T. bệnh nặng, may ra có đường này thì đỡ phần nào... Con thưa mẹ, bố khoẻ lắm. Văn cố ý nói to câu cuối cho người cán bộ vừa bước tới nghe thấy.

- Hết giờ thăm, sửa soạn vô trại! Đặc biệt lắm đó. Đã ai được thăm đâu.

Hai bố con líu ríu đứng dậy, quyến luyến từ giã nhau. Cậu bé đứng sững nhìn hình ảnh bố gầy gò xách giỏ thức ăn, lầm lũi quay lưng bước vào trại. Bóng chiều âm u làm hiu hắt miền rừng núi... cậu bé biết bố cũng như mình nước mắt đang nhạt nhòa...

Khuê lặng người, nghe con kể, lòng thổn thức buồn thương. Mấy mẹ con quyết định cho con trai lớn đi tìm thăm Văn sau khi được thư viết vội vàng "Gửi gấp cho anh 2kg đường tán - Hộp thư TH6 - Đồng-Nai". Khuê bàng hoàng suy nghĩ: đã 7 tháng không tin tức của Văn, nay được thư thế này, chắc chắn Văn phải rất khó khăn. Tính Văn vẫn rất chịu đựng. Kể từ ngày bước chân vào trại cải tạo, chưa bao giờ Văn đòi hỏi nàng gửi một thứ gì. Biết vợ con khó khăn, Văn luôn cố gắng nhẫn nại, nhịn hết mọi thứ. Vô cùng lo lắng. Sáng hôm sau, nàng làm một gói quà 3kg gửi bưu điện. Đến nơi, thất vọng tột cùng khi nghe cô thư ký, giọng Bắc Kỳ năm 75, ỏn ẻn trả lời:

- Hòm thư này chưa đăng ký, không nhận quà gửi được. Khuê và con trở về, lo buồn vì biết Văn đang vô cùng thiếu thốn. Tối hôm ấy năm mẹ con bàn tính mãi. Quyết định cuối cùng là con trai của Khuê sẽ nghỉ học đi tìm bố theo địa chỉ dặn trong thư. Khuê không thể nghỉ dạy để đi được.

Bây giờ nghe con kể, Khuê tưởng như đang nhìn thấy Văn gầy gò, thiếu ăn, thiếu mặc, phải làm việc nặng nhọc trong rừng già Xuyên-Mộc... Khuê thẫn thờ không yên. Nàng đến trường như người mất hồn.

Chiếc xe lồng lên như muốn hất hành khách xuống đường. Khi ra khỏi địa hạt Bà-Rịa, Khuê hỏi người bên cạnh:

- Sắp đến chưa bác?

Bà cụ lắc đầu trả lời:

- Không biết, người ta bảo hơn 6 tiếng mới đến mà!

Khuê thở dài. Được thư Văn cho biết ngày 8/11 này được phép thăm nuôi lần đầu. Nàng mừng không ngủ được. Mấy mẹ con lo chuẩn bị cho Văn bao nhiêu thứ cần dùng. Mọi thứ dù là cần thiết cho gia đình đều dồn cả cho Văn.

Gia đình hy sinh tất cả, chỉ mong cho người đang phải đọa đày nơi rừng thiêng nước độc được chút ấm lòng!

Nắng lên cao, xe đi vào đám bụi mù mầu đỏ. Có người húng hắng ho. Người đàn bà ngồi trước mặt Khuê, bụi đỏ bám vào tóc, lông mày, mắt mũi: khuôn mặt nhớp nháp mồ hôi, trông như một kẻ dị hình! Khuê giật mình lấy khăn ra lau mặt. Chiếc khăn nhuộm mầu nâu đỏ. Khuê biết mặt mình cũng lem luốc như những người chung quanh. Tất cả như những kẻ dị hình rã rời, mệt mỏi... Khuê đưa tay kéo chiếc nón xuống để nhìn ra ngoài cho rõ. Hàng cây bên đường mất hết mầu xanh. Bụi đỏ bám trên lá, trên thân tưởng như bị phủ lên một lớp sơn úa đỏ. Chiếc xe chạy qua, những người đi đường, nép sát vào hàng cây nối dài hai bên. Những chiếc áo mầu đen loang lổ bụi đỏ, trông dơ dáy đến tội nghiệp. Đoạn đường ổ gà làm hành khách ê ẩm cả người. Những chiếc ghế gỗ cứng ngắt theo đoạn đường lồi lõm, thẩy những thân người lên xuống, xiêu vẹo, va vào nhau, quờ quạng tìm chỗ bám... Chiếc xe chở quá trọng tải khó khăn vượt qua đoạn đường ngoằn ngoèo. Nhíp xe cót két rên rỉ. Mọi người bụm miệng, nhắm mắt, bất mãn. Chung quanh làng mạc xơ xác. Đất hoang chạy dài. Không một ngọn cây, bông lúa. Bụi đỏ phủ mờ nhà cửa, cây cối. Vài trẻ con bên đứng trần truồng, thân bám đầy đất bụi, tóc đỏ hoe, ngơ ngác nhìn chiếc xe đi qua. Khuê đọc hàng chữ bên đường "Long Điền- Long Đất", một vùng đất đỏ mầu mỡ ngày xưa, nay có gì? Xa xa vài túp lều của những người thành thị đến đây lập vùng kinh tế mới, thất bại, bỏ đi- để lại căn nhà xiêu vẹo trong gió cát.... Một luồng gió mạnh hắt vào cửa xe lớp bụi mù. Khuê sặc sụa ho. Áo quần, chân tay dính đầy đất đỏ bẩn thỉu, Khuê ngao ngán. Đoạn đường còn bao xa nữa? Người ta giữ chồng nàng ở đâu? Góc rừng nào? Đoạn đường này trước kia nàng chưa bao giờ biết đến. Đây đất đỏ miền Đông. Khuê chợt nhớ đến một bài giảng hôm phái đoàn giáo dục đến "kiểm tra" lớp. Khuê đã chấm dứt bài giảng giữa sự say mê của học sinh và sự thán phục muốn che giấu của cán bộ giáo dục. Nàng đã ca tụng mầu xanh thắm đẹp bên mầu đỏ phù sa mầu mỡ của xứ sở. Nàng đã cảm xúc thật sự ý thơ trữ tình, đầy hình ảnh của tác giả... hôm nay nhìn thấy sự thật này... ai đã "hư cấu" niềm tin? Đi sâu vào vùng đất đỏ lạ lùng này, không nhìn thấy sự nẩy mầm sống. Đâu mầu xanh? Sao vậy? Người ta chưa làm, bỏ quên hay thờ ơ vì chính sách "hợp tác hóa nông nghiệp"? Miên man nghĩ ngợi đến khi người ta cho biết đã đến vùng

Bà-Tơ và mọi người phải đổi xe khác. Nàng ngạc nhiên thì được cho biết xe chạy từ thành phố không được đi tiếp mà phải dành cho tập đoàn chuyên chở địa phương. Nhìn một vài chiếc xe lam cũ kỹ với hàng chữ "Ba-Tơ-Xã Ác", người ta thắc mắc hỏi:

- Chúng tôi đi Xuyên-Mộc mà?

- Xã-Ác là nơi có trại tù Xuyên-Mộc.

Khuê bồn chồn lo lắng khi nghe tên một địa danh gợi thêm lo sợ, đau thương. Người ta nói như hét vào tai nhau mà chưa nghe được vì động cơ xe nổ chát chúa. Sau hơn một giờ, xe lam mới gật gù lên được dốc và đỗ trước một căn nhà bằng cây, lợp lá còn mới. Mái lá nửa xanh úa nửa vàng héo. Có khúc cây nhỏ bắc qua để vào nhà. Mấy cọng hoa 10 giờ mới được cắm vội vàng, nằm gục bên luống đất núi khô cằn trông buồn nản làm sao! Khuê nhọc nhằn khiêng hai giỏ quà từ xe xuống. Vội vã trình giấy. Hồi hộp mong cho đến giây phút gặp chồng. Một năm trời chưa thấy nhau... Làm xong thủ tục, bước vào căn nhà gọi là "tiếp tân" để tránh nắng và kiếm một chỗ ngồi nhưng mọi nơi đã chật ních. Phải ra đứng tựa cửa, Khuê nhìn dãy nhà cây xa xa trông như những cái chuồng khổng lồ im lìm giữa nắng trưa chói chang. Đây là trại A. Có người lại phải gồng gánh, nai nịt để còn đi bộ thêm hai cây số nữa vì vừa biết thân nhân đang ở trại B. Đường vào trại B qua chiếc cầu đất bắc ngang con suối cạn, nước đỏ lòm. Tất cả là dấu vết của sự mới khai phá, từ con đường đất mới đắp còn lẫn xác lá tươi mầu. Những căn nhà đơn sơ, bờ tường còn ẩm mùi đất. Những chiếc giường ghép bằng những thân cây tươi, nhựa vỏ cây còn dinh dính làm chỗ ngồi cho những người đến thăm. Nhìn sâu ngoài kia, rừng già cây cối ngút ngàn... Những bàn tay chỉ biết cầm bút nay đến đây phát hoang để biến miền rừng núi hiểm độc này thành những nhà tù lớn dần, lớn dần... Khuê chua xót nghĩ thương Văn.

Khuê mở lớn mắt cố tìm hình dáng Văn trong đoàn người được dẫn ra từ dãy nhà phía xa xa. Đoàn người đến gần trong bộ áo mầu xanh tù với bốn chữ in lứn sau lưng CTCT (cải tạo chính trị). Khuê thất vọng, đưa tay lên ngực nín thở. Nàng không nhìn thấy Văn đâu cả. Bỗng người cán bộ đọc tên Văn, Khuê ngơ ngác. Văn từ đoàn người bước nhanh về phía nàng. Khuê suýt kêu lên hãi hùng: Văn đây sao? Một người gầy đen, gân guốc, râu dài, tóc trắng hoe vàng vì nắng cháy, trông già nhất đám tù cải tạo là Văn của Khuê đây sao? Khuê nắm chặt tay Văn, mắt ráo hoảnh, sửng sốt, không nói được một lời. Nàng nghe:

- Vào bàn kia!

Người cán bộ hét lớn. Mọi người đang xúc động, bàng hoàng của phút gặp mặt đầu tiên sau bao ngày xa cách, vội vã buông tay nhau, bước vào dãy bàn cây đóng sơ sài. Người cải tạo ngồi phía bên này, thân nhân phía bên kia. Khuê đưa tay lên môi, cắn chặt, nén xúc động, không sao nói nên lời. Văn nắm chặt hai bàn tay vào nhau để lên bàn, nói nhanh:

- Cả nhà khoẻ chứ? Đường đi có xa không? Khuê có tin tức gì mới không? Ở đây mong tin tức ngoài lắm... Em...

Văn như hết trấn tỉnh nổi, bỏ dở câu nói, cúi đầu xuống... Văn không biết mình đã nói gì nữa. Nước mắt Khuê ứa ra, chảy dài xuống má. Khuê chỉ có thể gật đầu sau mỗi câu hỏi của chồng mà không làm sao nói lên được lời nào... tuy biết giờ thăm rất ngắn ngủi. Lúc ra đi, Khuê dự trù bao nhiêu điều để nói với Văn. Các con nhắn với bố đủ điều. Trước hình hài tiều tụy thảm thương của chồng, Khuê cơ hồ tê điếng cả người. Nàng không muốn khóc. Muốn có chút bình tĩnh để nói với Văn rất nhiều sau bao nhiêu ngày xa cách. Muốn được chia sẻ với Văn những gì mà trước đây hai vợ chồng không bao giờ có thể tưởng tượng được: Văn đã vui vẻ với tin tưởng ngây thơ "anh đi học một tháng rồi về". Hình ảnh vui tươi khi Văn từ giã vợ, bước vào cổng trường Gia Long, nơi tập trung đầu tiên ngày 24/6/1975 vẫn làm Khuê ngậm ngùi với cảm giác bị lừa! Càng thấm thía hơn, đau xót hơn những ngày Văn ở trại cải tạo Long-Thành và hôm nay trong vùng đất đỏ thâm u này. Hai vợ chồng lặng đi trong thương xót lẫn nhau, thấy mình bất lực trước sự thật của vùng đất đỏ không hề có mầu xanh, không như Văn nghĩ trước đây và càng không giống bài giảng của nàng, chỉ thơ mộng hóa qua trang sách.

Mười lăm phút qua trong tê tái. Văn đứng dậy, cầm vội tay Khuê, vội vàng nói nhỏ như một quyết định long trời:

- Anh sẽ vượt trại. Không chịu thêm được nữa. Chờ tin anh! Văn lách đám đông, đi nhanh ra xếp hàng vào trại, không quay lại nhìn Khuê đang lặng người, ngơ ngác không kịp phản ứng.

Đường về, rừng Xuyên-Mộc tối thẫm lại. Đất đỏ như đen thêm. Khuê miên man nghĩ đến quyết định của Văn, thấy lòng mình hướng trọn vẹn về chồng hơn bao giờ cả. Những đốm than đỏ từ chiếc xe rơi xuống, chốc chốc làm loé sáng đoạn đường rừng tăm tối như củng cố thêm ý nghĩ của hai người. Đoạn đường nàng đang đi chỉ có đất đỏ mà chẳng có mầu xanh!...

BỎ CUỘC

Trời thấp u ám mây mù,
Đất đau quằn quại cao su giép người,
Quê hương mất hẳn nụ cười,
Tương lai tăm tối tai bèo nón ơi!

Tôi bàng hoàng xúc động, đọc đi đọc lại mảnh giấy viết bằng nét chữ học trò đều đặn, non nớt. Cậu học trò tưởng như không biết gì ngoài sách vở có thể là tác giả những câu thơ đậm màu chính trị thế này sao?

Vừa giờ sổ, định điểm danh học sinh rồi bắt đầu bài giảng, tôi nhận được mảnh giấy như ra lệnh: "giáo viên xuống phòng hiệu trưởng ngay. Cho cán bộ lớp tự quản học sinh". Tôi dặn qua loa học sinh, vội vã xuống lầu đi thẳng đến phòng hiệu trưởng. Vừa đẩy cửa bước vào, tôi ngạc nhiên trước sự có mặt đông đủ của ban giám hiệu và các "nhân vật quan trọng" trong trường. Mọi người im lặng. Tôi ngồi vào chiếc ghế trống ở góc phòng, chờ đợi. Hiệu trưởng vẻ trịnh trọng, gác một chân lên ghế. Chúng tôi thường gọi đùa đây là "thế ngồi xã hội chủ nghĩa" để chuẩn bị cho sự kéo dài của phiên họp. Bà ta bắt đầu tuyên bố lý do:

- Các đồng chí đã đông đủ. Ta bắt đầu phiên họp về vụ phản động của học sinh trong trường. Thành phần chính là ở lớp 12C.

Tôi giật mình, thầm hỏi: lớp tôi, việc gì sao tôi chẳng biết?

Nhìn thấy vẻ ngạc nhiên của tôi, hiệu trưởng tiếp tục:

- Đất nước mới thống nhất. Trong lúc giao thời, thành phần học sinh miền Nam phức tạp. Chắc chắn địch còn tìm cách phá hoại cách mạng. Chúng ta phải cảnh giác. Hôm qua, chúng tôi đã có phiên họp liên tịch và đánh giá vụ này có tầm quan trọng và bên trong phải có một tổ chức yểm trợ... Nghe hiệu trưởng nói một hơi dài, toàn các danh từ "dao to búa lớn". Chưa hiểu chuyện gì, tôi cũng đâm lo. Không muốn hỏi vội vàng, tôi kiên nhẫn chờ đợi. Tôi vẫn luôn giữ tư thế của một giáo viên "lưu dung". Là một trong những người dạy lâu năm ở trường, tôi còn lại đây sau ngày 30/4/75. Tôi có mặt từ khi trường bắt đầu chế độ quân quản; rồi sau đó chuyển sang trực thuộc sở giáo dục. Một giáo viên ở "A", trước dạy học ở miền Bắc, không biết trường nào. Nghe nói đã vào "B" hoạt động theo đường Trường Sơn hai năm trước 1975. Bây giờ về làm hiệu trưởng ở đây, một trường trung học lớn nhất nhì Sài Gòn trước kia. Ngày mới đến, không ai biết đây là người sắp "lãnh đạo" chúng tôi: Một người đàn bà, gương mặt xương xương, trán thấp, mắt nhỏ lờ đờ mệt mỏi. Lối phục sức không giống ai trong các nữ giáo viên trường tôi còn lại sau biến cố 1975, đã cẩu thả rất nhiều trong lối ăn mặc. Chiếc quần đen bằng vải ni lông cứng đơ, bóng loáng, ngắn đến mắt cá chân làm nổi bật chiếc áo sơ mi vải trắng cũ bèo nhèo ngắn cũn cởn. Mái tóc tết thành hai con bím, buộc lại đằng sau như thời trang của năm 1945. Ban quân quản long trọng giới thiệu "đồng chí" hiệu trưởng là một chiến sĩ thoát ly gia đình từ năm 12 tuổi. Chính thức hoạt động trong đơn vị giáo dục ở Trường Sơn cách đây hai năm, bà sẽ "lãnh đạo" trường khi ban quân quản rút lui. Chúng tôi nhìn nhau chấp nhận như đã chịu đựng bao nhiêu cái lạ lùng của một môi truòrng giáo dục mà người "lãnh đạo" là người cầm súng nhiều hơn cầm bút. Đang miên man nghĩ ngợi, tiếng hiệu trưởng kéo tôi về hiện tại:

- Đồng chí giáo viên chủ nhiệm lớp 12C chú ý, trong lớp có nhiều học sinh có cha, anh đang học tập cải tạo thuộc thành phần sĩ quan, công chức cũ, phải theo dõi...

Chưa nghe hiệu trưởng nói hết câu, tôi đã chột dạ. Tôi đang là giáo viên của chế độ cũ- cũng ở trong gia đình, hầu hết anh em và chồng đều đang học tập cải tạo. Khó chịu, nhưng tôi vẫn làm vẻ tỉnh bơ, nghe tiếp:

- Đồng chí giáo viên chủ nhiệm chắc đã biết những câu thơ này của thằng Hưng. Hôm qua giáo viên Toán đã bắt gặp tờ giấy này trong hộc bàn của nó.

- Câu thơ gì ạ, tôi chưa biết.

Hiệu trưởng chuyền qua tay tôi mảnh giấy nhỏ viết

mấy câu thơ này đây với một loạt mệnh lệnh:

- Đồng chí cho điều tra xem ai đã đứng sau lưng thằng Hưng, tổ chức nào đã gây mầm mống phản động trong trường. Bắt đầu ngày mai đình chỉ việc học của nó. Mỗi ngày nó phải đến phòng tôi để làm bản tự kiểm cho đến khi nào thành khẩn thì thôi, ta sẽ xử lý. Tôi biết trong lớp còn nhiều thành phần phản động khác nữa. Để hỗ trợ đồng chí, chúng tôi đã có "màng lưới" học sinh trong "đoàn" trường và giáo viên trong chi bộ bí mật theo dõi. Bản thân giáo viên phải tích cực để tìm ra manh mối càng sớm càng tốt. Chúng ta thà bắt lầm chứ không lơi tay để kẻ thù có thêm hành động mới.

Nén tức bực, tôi trả lời: - Tôi ngạc nhiên thấy em Hưng là học sinh giỏi trong lớp. Giáo viên và học sinh đều công nhận em gương mẫu về học cũng như hạnh. Tôi không biết ban giám hiệu đã cho điều tra kỹ chưa, để khẳng định những câu thơ này là của em Hưng và mục đích để làm gì?

Tuy nói vậy nhưng tôi đã biết đây chính là nét chữ của Hưng, cậu học trò ngoan mà học sinh vẫn gọi đùa là "đệ tử ruột" của tôi. Tôi cũng biết chắc chắn không có tổ chức nào đứng sau lưng Hưng cả. Đây chỉ là một lối bộc lộ rất thường tình của học sinh về cảm nghĩ bất bình có trong đầu. Không trả lời tôi, hiệu trưởng tuyên bố giải tán buổi họp, để mình tôi trở về lóp. Các giáo viên khác còn ngồi lại họp tiếp. Tôi không hề được trao đổi ý kiến về chính sự việc xảy ra trong lớp tôi. Rời khỏi phòng hiệu trưởng, đầu óc tôi rối bời suy nghĩ. Sao Hưng lại dại dột đến thế? Trong cuộc sống hiện nay, viết ra làm gì những ý nghĩ chỉ có thể giấu kín trong đầu. Theo tôi biết, sau biến cố 1975, gia đình Hưng tương đối ít bị xáo trộn nhất. Ông bố là công chức đã về hưu. Một ông anh đi du học từ lâu. Một bà chị đã lập gia đình. Ở trường Hưng vẫn học giỏi, ngoan ngoãn, chăm chỉ hơn hết thảy học sinh trong lớp. Nhưng Hưng bị phê bình là thiếu sinh hoạt tập thể. Hưng nhất định không gia nhập "đoàn thanh niên cộng sản" như phần nhiều học sinh khác trong trường. Trong những ngày đầu, hầu hết học sinh đều tham gia sinh hoạt đoàn trường vì cũng chưa ý thức được đoàn "thanh niên cộng sản" là đoàn thể như thế nào, hay chỉ là một tổ chức cho học sinh vui chơi, hội hè. Có kẻ lại nghĩ vào đoàn cho yên thân. Một hôm họp lớp, bí thư chi đoàn trong lớp, một học sinh từ miền Bắc vào, thao thao giới thiệu vai trò quan trọng của đoàn thể. Sinh hoạt "đoàn" được đánh giá cao hơn cả học tập. Bí thư chi đoàn nắm quyền "sinh sát" các bạn trong tay. Tôi nhớ nhiều lần cô ta "phản ánh" với tôi là Hưng không chịu vào đoàn:

- Bạn ấy không hòa mình với tập thể, không chịu vào đoàn, như vậy không thể là "học sinh toàn diện".

Tôi đã gọi riêng Hưng hỏi lý do vì tôi cũng lờ mờ nghĩ rằng học sinh năm cuối như Hưng cứ vào đoàn để khỏi khó khăn việc thi cử cuối năm. Sau này ra trường muốn làm gì thì làm. Nhưng câu trả lời cuả Hưng đã làm tôi suy nghĩ:

- Em không thích, nếu tự ý em thấy đoàn tốt thì em sẽ gia nhập. Nếu dùng áp lực buộc em phải là đoàn viên, thì em thà bị đuổi.

Bao nhiêu lần, việc không gia nhập đoàn thể của Hưng, khiến tôi khó khăn trong việc xếp hạng học sinh trong lớp.

Nhà trường không công nhận một học sinh giỏi hay "tiên tiến" mà ở ngoài đoàn. Không là "đoàn viên", học sinh không được dự kỳ thi tốt nghiệp phổ thông cuối năm. Mặc dù vậy, không bao giờ tôi nghĩ là Hưng có thể có sự chống đối nào sâu sắc về chính trị vì gia đình và bản thân em, sau năm 1975, không gặp một khó khăn lớn nào để có thể đưa đến bất mãn được. Hôm nay đọc mấy câu thơ này của Hưng, tôi cảm thấy bối rối. Chính tôi đang nhẫn nhục, chịu đựng, tiêu cực quá. Buồn thấm thía khi phải chấp nhận mọi thứ cho yên thân. Như bao nhiêu giáo sư cũ khác trong truờng, không dám có một phản ứng nào, chúng tôi nhắm mắt đưa chân. Mong rằng thời gian đầu sẽ chóng quen. Cố gắng trốn tránh mọi sự trước mắt để hy vọng môi trường giáo dục có thể không đến nỗi nào! Có thể những ý tưởng "ngây thơ" ấy làm chúng tôi "hèn" đi chăng? Ngày lại ngày, thực trạng chỉ thấy mù tối thêm mà nỗ lực của chúng tôi cứ cạn dần... Đọc lại mấy câu thơ, tôi rưng rưng thấy rằng có cái gì đó trong cậu học trò nhỏ đang "trưởng thành" hơn tôi!

- Mày nghĩ nó có phải đi cải tạo như hiệu trưởng nói không?

- Dám lắm ạ! Mấy ông này cái gì cũng phải "tẩy não" hết.

- "Tẩy" mà có hết đâu, "đen" thêm mới khổ chứ. Chú tao ở ngoài Bắc vào nói rõ lắm. Cái gì chứ đụng đến chính trị thì hết đời.

- Bảy bản tự kiểm mà còn chưa thành khẩn! Nghe bí thư chi đoàn nói nó sẽ bị đuổi. Tên nó sẽ được thông báo đến tất cả các trường trong thành phố. Như vậy là hết học. Năm cuối, nó lại học giỏi, thật uổng. Anh tao bảo nó dại quá!

Để người ta đọc được ý nghĩ của mình lúc này là không nên chút nào.

- Nhưng phải công nhận nó có gan, không xin xỏ một câu. Anh tao bảo mấy câu thơ thâm thuý lắm. Tao hỏi mày năm cuối hay không năm cuối thì nhằm nhò gì; ở ngoài Bắc tốt nghiệp Đại Học Sư Phạm, lương không đủ sống. Tương lai ở đâu, mày nghĩ đi!

Lời đối thoại nãy giờ của hai học sinh làm một người thứ ba đang buồn bã nhìn vào phòng hiệu trưởng thấy Hưng ngồi đăm chiêu với bản tự kiểm thứ bảy, lân la đến góp chuyện:

- Bí thư chi đoàn nói đuổi à? tội nghiệp nó!

- Ừ đuổi, mà đuổi bây giờ là vĩnh viễn không được bước chân đến một trường nào nữa. Không được đến trường là trả về địa phương quản lý. Địa phương "kiểm soát" thì "thê thảm": phải đưa đi lao động ở nông trường, phải trình diện mỗi ngày... gia đình phải liên lụy... Ôi lắm chuyện phiền phức!

- Trưa nào đi về cũng muốn gặp nó, mà đâu có được, công an chìm theo sát. Không biết thầy chủ nhiệm có giúp gì được không?

- Thầy chủ nhiệm có quyền gì. Nghe nói hôm thông báo cho thầy về tội của nó, không ai còn trao đổi với thầy một tiếng nào nữa. Thầy không có trong hội đồng xét xử. Thầy cũng "bấp bênh" như thân phận những người cũ trong trường. Ai cũng nơm nớp chờ Sở Giáo Dục xét "thành phần" rồi "cám ơn" ai thì người ấy ra khỏi ngành Giáo dục. Trường hợp cô H. dạy Triết nghỉ đã ba tháng trước rồi. Nhà trường Xã hội chủ nghĩa chỉ có triết lý Mác-lê-nin mà thôi.

- Tội nghiệp nó, chúng mình đành chịu, chứ biết làm gì!

- Thầy còn bó tay nữa là chúng mình! Thật buồn!

Ba người bạn đang thầm thì nói chuyện. Một giọng Bắc đặc biệt của Sơn, một bạn cùng lớp từ miền Bắc vào, đang bô bô với các bạn khác:

- Hưng nó kiên trì nhỉ! Tự kiểm làm gì? Cậu biết thừa là bài tự kiểm của nó không bao giờ được công nhận là thành khẩn hay nó được trở về học lại đâu... Buồn cười thật! Tớ mà cho nghỉ học càng hay! Sang biên giới một chuyến trở về, tớ sẽ huy hoàng hơn vạn thằng tốt nghiệp đại học.... Rồi Sơn chạy vụt qua phòng hiệu trưởng, la lớn: - Bỏ đi mày, đừng thèm viết nữa mày!

Hiệu trưởng từ trong chạy ra, nhận biết là Sơn. Bà đưa tay làm bộ đe dọa cho có chuyện. Sơn quay đầu lại, cười lớn. Quả thật bản tự kiểm thứ bảy của Hưng chẳng ai đọc đến. Hưng nhận mảnh giấy là thành phần bất hảo được trả về địa phương quản lý. Sau năm lần bảy lượt bị sở Giáo dục "hỏi cung" như một tội nhân ra tòa hàng ngày. Một thanh niên bị địa phương "quản lý" là đi vào ngõ cụt, không lối thoát...!!

Tôi đạp xe đến nhà Hưng vào một buổi chiều có cơn giông đầu mùa. Tôi gặp cả nhà nhưng thiếu Hưng. Ông cụ cho biết Hưng phải đi lao động ở nông trường Lê minh Xuân. Tôi đã muốn trở về vì không còn hứng thú để nói rõ ý định của tôi đến đây. Địa phương thật sự đã thi hành "bản án" nhà trường dành cho Hưng. Đã bước vào nhà, không đừng được. Tôi tỏ ý muốn nhờ hiệu phó một trường khác xin cho Hưng được dự thính lớp học ở trường ông ta. Như vậy Hưng sẽ đỡ thì giờ trống trải và để che mắt địa phương. Gia đình Hưng cảm ơn nhưng từ chối đề nghị của tôi. Ông bố bảo:

- Học để làm gì nữa. Cháu mất tương lai rồi. Chúng tôi chấp nhận, chúng tôi...

Ông bố ngập ngừng bỏ giở câu nói. Ông đã cẩn thận dừng lại dù đối với tôi. Những ngày tháng này đây, người ta không dám tin nhau là chuyện thường. Tôi hiểu nên không dám hỏi thêm. Thật lòng mà nói, tôi suy nghĩ rất nhiều trước khi đề nghị. Tôi biết dự thính lớp học không lợi ích gì cho Hưng. Tôi cứ thử cho lòng bớt ray rứt khi tôi bất lực hoàn toàn ở trường học. Người ta có cho tôi góp ý kiến gì nữa đâu sau ngày tôi nhận mệnh lệnh "quản lý" học sinh kỹ hơn. Chính bản thân tôi cũng đang được người khác "quản lý".

Ra khỏi nhà Hưng, tôi đạp xe về trên con đường Trần Quốc Toản dài thăm thẳm. Mùi đất ẩm xông lên từ con đường loang loáng nước, làm khó chịu và uể oải.

Hưng không còn đứng trong hàng ngũ học sinh thế mà đã ba tháng. Ba tháng với bao nhiêu khó khăn cho Hưng ở địa phương. Từ sau ngày đó cũng bao nhiêu khó khăn cho nhà trường. Nhà trường cũng đã bao nhiêu lần phải triệu tập những phiên họp với các giáo viên chủ nhiệm có học sinh phạm pháp như trường hợp lớp tôi ngày trước. Nhiều đến nỗi không còn xử kín mà đưa ra công khai. Học sinh "phản động", có tư tưởng phản động càng ngày càng nhiều.

Một buổi sáng vào lớp, tất cả các hình của "lãnh tụ" treo trước lớp đều hạ xuống bục gỗ. Một lớp khác vào giờ học chính trị, giảng viên từ sở giáo dục về, bỗng thấy chữ viết nguệch ngoạc bằng phấn:

Đất nước giầu đẹp,
Nhân dân giẹp đầu.

Giáo viên thông báo khẩn cấp nhưng cũng chưa biết thủ phạm là ai. Khắp nơi từ nhà xe, sân chơi, cầu thang và cả bờ tường phòng hiệu trưởng, chữ viết bằng gạch đỏ:

Trò lăm le buôn lậu,
Thầy tấp tểnh chợ trời.

Gần đây, vào giờ chơi một vụ học sinh làm thơ phản động làm xôn xao nhà trường. Những tấm giấy học trò được đánh máy, dán khắp từ lầu ba đến sân chơi. Nhà trường điên đầu. Sở giáo dục báo động. Vụ phản động được xem là có tầm cỡ lớn. Lực lượng công an địa phương được điều động làm việc với ban giám hiệu và đoàn trường ngày đêm điều tra, bàn "kế hoạch" tìm thủ phạm. Mọi người nghiêm trọng lo lắng cầm tờ truyền đơn với bốn câu:

Cờ đỏ ghê người màu đỏ ơi,
Sao vàng rụng xuống đổi đời tôi,
Không độc lập, mất tự do rồi,
Bác đảng đốt tàn mộng hai mươi!

Trong trường, ngoài xã hội, mọi nơi đang bất ổn. Làn sóng nghi ngờ càng ngày càng lan rộng. Mọi người nghẹt thở. Từ sau ngày Hưng thôi học, tôi thấy rõ vai trò tạm bợ của mình. Tôi không thể trung thành với nghề tôi. Tôi đến trường như cái máy. Lòng tha thiết với nhà trường, lớp học với từng bông hoa, ngọn cỏ trong tôi cũng hóa lạnh lùng. Mặc thiên hạ quan trọng hóa vấn đề, bàn bạc, hội họp, tôi dửng dưng như vai trò của người ngoại cuộc, của kẻ không được tin dùng. Chúng tôi trong tư thế chờ đợi người đến thay thế một ngày rất gần. Nhà trường hôm nay, sau ba tháng cậu học trò tên Hưng bị đuổi vì tội làm thơ phản động, đã phải phiền phức đương đầu với biết bao nhiêu trò Hưng khác với những vụ to tát, nguy hiểm hơn nhiều!

Vừa ngồi lên yên xe đạp, tôi vừa đưa tay khóa lại cổng nhà để đi đến điểm hẹn. Người chủ nhà sẽ biết tôi rời căn nhà vĩnh viễn, bỏ lại đây bao nhiêu thương yêu. Không còn gì ngoài gói hành trang thật gọn cho một thuyền nhân, tôi dứt khoát đặt chân lên bàn đạp nhấn mạnh. Chiếc xe lao tới trước, bỗng có tiếng gọi quen thuộc của người đưa thư:

- Thầy, thầy có thư!

Tôi giật mình quay lại. Cầm bức thư, tôi ngạc nhiên: thư của Hưng, dấu đóng ở thành phố này. Thư vỏn vẹn có dòng chữ ngắn “em dặn người nhà, sau một tuần, em rời thành phố thì gửi thư này đến thầy. Em kính tin thầy biết. Cho em thăm trường và lớp. Hưng”. Tôi đạp xe lên dốc DaH kao, con đường vẫn dẫn tôi đến trường hàng ngày. Tôi nói thầm với Hưng “thầy cũng như em, có đến trường nữa đâu” rồi cho xe chạy nhanh, bỏ lại đằng sau con đường có hàng me xanh non tôi vẫn thường yêu mến...

CƠN LỐC NĂM ẤY

Đến trước rạp chiếu bóng Đại-Lợi, đường Thoại-Ngọc-Hầu, chiếc xe xích lô rẽ vào con đường đất nhỏ bên tay phải đến chùa Hải Quang. Vừa đến đầu hẻm, mùi khói cháy khét lẹt xông lên mù mịt. Bà cụ ngồi trên xe húng hắng ho, vẻ mặt đầy lo lắng, quay lại định nói gì với người con gái đang đạp xe theo sau. Bác xích lô đã nhanh nhẩu lên tiếng trước:

- Chó má thật, không biết bọn nó chui ở đâu ra mà đào mồ đào mả tổ tiên, ông bà, cha mẹ thế này! Bà cụ biết không, cả thành phố đang trong "chiến dịch đào mả". Người ta thiêu xương xác chết giữa đường vậy đó, nhìn kia kìa... từ cha sinh mẹ đẻ chưa thấy thời nào như thời này!

Ngay bên lề con hẻm, người ta túm năm, tụm ba bên đống củi lửa sơ sài, thảy từng khúc xương lên đốt. Có người lấy tay bụm tro tàn vừa thiêu xong, lẫn đất cát bẩn thỉu cho vào bao ny lông, nét mặt buồn rười rượi...

Quang cảnh cả một vùng nghĩa địa hỗn độn. Đó đây kẻ cuốc, người đào, tìm tìm kiếm kiếm những khúc xương từ những ngôi mộ đang trở thành hố đen ngòm. Những thân nhân xúc động, chua xót trong công việc vội vàng đem hài cốt của người thân lên sớm ngày nào hay ngày ấy. Cái thông cáo quái ác viết bàng hàng chữ lớn xiêu vẹo, trước trụ sở phường quận Tân-Bình: “Ngày mai 14/6 hốt cốt đại trà, ai có mồ mả thuộc khu này, liên lạc tại đây”. Người ta ngơ ngác hỏi nhau để biết “đại trà” có nghĩa là làm hết các ngôi mộ cùng lúc không phân biệt mộ mới hay cũ, của ai và trên phần đất nào thuộc vùng này. Có người tình cờ đi thăm mộ thấy vậy, vội vã tin cho người thân có mồ mả ở đây để lo việc bốc mộ gấp. Người ta làm “đại trà” thì biết làm sao, xương người nọ lẫn với người kia, biết đâu là hài cốt của người thân bên đống xương đốt “tập thể”, như người ta đốt đống rác?! Công việc này quá lạ lùng đến độ tàn nhẫn. Một việc làm ngoài sức tưởng tượng của biết bao người.

Mùi tử khí của những thân xác chưa kịp rữa nát. Mùi xương cháy. Mùi khói nhang. Con hẻm nồng nặc thứ mùi gây cảm giác ngộp thở cho mọi người. Cho dù vô thần, cho dù không tín ngưỡng thì cũng tôn trọng vấn đề vệ sinh chung chứ. Chưa bao giờ vấn đề sức khỏe của con người lại bị coi thường và bừa bãi như hôm nay.

Cả một vùng hoang tàn, đổ nát nghĩa trang Trung-

Việt hiện ra trước mắt. Những nấm mồ vừa được khai quật để lại những hố đất đen ngòm, vương vãi những vật dụng của người chết đã lâu han rỉ, đen đúa. Gạch đá ngổn ngang của những ngôi mộ phải đập phá vội vàng trông nham nhở đến khó chịu. Những tấm bia mộ lây lất đó đây, có cái còn mang tên họ, xuất xứ của người chết. Có tấm bị đập vỡ từng mảng thảm hại lẫn trong đất bụi, khiến phải ngậm ngùi, xót xa. Hơn bao giờ ta rõ nghĩa "vô thần". Tất cả chỉ là cát bụi thôi sao? Khuê sửng sốt thở dài, xuống xe đạp, bước đến bên chiếc xe xích lô vừa phải ngừng lại vì hẻm đầy chướng ngại vật. Những mảnh tường, những cốt xi-măng, cuốc, xẻng chắn ngang lối đi. Khuê nắm tay Mẹ như một cử chỉ trấn an trước sự việc hãi hùng, dẫn Mẹ vào chùa. Khuê biết Mẹ cũng như mình đang nôn nóng để biết ngôi mộ của Cha trong khuôn viên chùa ra sao. Trước đây gia đình nàng đã cố gắng mua thêm phần đất bên cạnh mộ cha để làm sanh phần cho mẹ. Làm xong việc đó, chị em nàng tạm yên tâm phần nào. Thời gian "yên tâm" chưa được bao lâu, lại gặp lúc quá khó khăn, phải nhường đất sanh phần để lo thang thuốc vì mẹ ốm nặng. Thời ấy, đồng lương của một công nhân viên nhà nước trong một tháng không đủ mua mười viên thuốc trụ sinh... Bây giờ nhìn sự đổ nát, hoang tàn do sự cố ý đập phá mà ngao ngán! Hồi hộp Khuê bước thật nhanh vào trong. Tay dắt xe đạp, tay dìu mẹ. Bà cụ đăm chiêu, im lặng, bước đi khập khiễng, thiếu bình tĩnh. Khuê xót xa. Một xe đạp trờ tới, một bà cụ nữa, tóc bạc phơ, chiếc nón bật ra đằng sau, vội vàng nhảy xuống xe từ phía sau, khiến người chở mất thăng bằng suýt té. Hốt hoảng, bà cụ la lên, nước mắt lưng tròng:

- Trời ơi! Người ta đào mồ mả thế này sao! Ác quá, ác quá! Vừa than bà cụ vừa xông tới trước. Người con tay giữ xe đạp, tay giữ mẹ lại:

- Bình tĩnh đi mẹ, khổ quá!

Trụ sở phường đông nghẹt người ra vào. Ai cũng có vẻ lo âu, vội vã và hốt hoảng trước quyết định quá khẩn cấp. Một lúc lâu, Khuê mới tìm được chỗ khóa xe cẩn thận. Khuê đưa mẹ vào trước một bàn gỗ, có bảng đề "cán bộ phụ trách việc bốc mộ". Mừng rỡ, Khuê đặt câu hỏi:

- Chúng tôi có ngôi mộ trong khuôn viên chùa H.Q. mới chôn được sáu tháng, chắc là không thuộc diện phải bốc trong đợt này? Theo tôi biết lệnh giải tỏa chỉ nhằm vào những ngôi mộ chôn đã quá hai năm. Tôi nghĩ như vậy là đúng vì bảo đảm được vấn đề vệ sinh.

Khuê nói một hơi. Vừa nói nàng vừa nhón chân nhìn chừng chiếc xe đạp ngoài kia. Người cán bộ không nhìn Khuê, vừa ghi ghi chép chép vừa trả lời:

- Địa phương quyết định giải tỏa hết vì cuối tháng này chúng tôi khởi công xây nhà trẻ cho phường.

- Nhưng ngôi mộ của gia đình chúng tôi mới quá làm sao bốc được? Nếu muốn như vậy, phải có lệnh cấm chôn cất ở đây từ lâu chứ. Tháng trước vẫn còn đám ma trên phần đất này mà! Vậy thì...

Khuê chưa dứt lời, người cán bộ có vẻ tức bực, xẵng giọng:

- Đến nay tôi mới có lệnh giải tỏa, trước kia tôi không biết. Tôi bận lắm. Bao nhiêu người đang đợi sau chị. Đừng nhiều lời. Tôi chỉ làm theo lệnh cấp trên.

Khuê bực lắm nhưng cố nhẫn nhịn:

- Hay cán bộ cho tôi biết tôi có thể tìm hiểu thể lệ ở đâu không?

- Lên thành mà hỏi.

- Cơ quan nào?

- Giải tỏa nghĩa trang thành phố.

Người cán bộ đưa tay lấy tờ đơn của người đứng sau Khuê và nói chuyện với người ấy như Khuê không còn đấy. Khuê biết nói thêm cũng vô ích. Vừa dắt mẹ vừa đưa mắt nhìn ra gốc cây, chiếc xe đạp vẫn còn đó.

- Sao con không năn nỉ ông ta, xin hoãn hoãn một chút rồi mình lo?

Khuê thẫn thờ nói:

- Năn nỉ mấy người này không ăn thua gì. Họ làm việc như cái máy, có tình cảm, quyền hành gì đâu. Con sẽ lên thành hỏi xem sao.

Đưa mẹ về, Khuê đạp xe lên toà Đô-chính. Hỏi mãi mới tìm ra nơi gọi là "cơ quan giải tỏa nghĩa trang Đô thành". Nàng thất vọng hoàn toàn khi người nhân viên trả lời:

- Lệnh thì vậy nhưng địa phương tùy hoàn cảnh riêng có thể linh động. Tốt hơn chị nên qua sở y tế, cơ quan bảo vệ vệ sinh thành phố xem sao!

Khuê lại lên xe, đạp nhanh từ đường L.T.T qua đường Thống-Nhất rồi rẽ đường Hồng-Thập-Tự. Gửi xe xong, nàng vào thẳng cơ quan bảo vệ vệ sinh thành phố hỏi về một ngôi mộ mới chôn sáu tháng, có hợp vệ sinh để bốc mộ hay không. Câu trả lời là:

- Nhất định không!

Khuê mừng rỡ, trình bày thêm:

- Ngôi mộ của cha tôi mới chôn cách đây sáu tháng, theo qui định của thành phố và của sở y-tế đều chưa thể thực hiện việc bốc mộ lúc này. Tôi đã trình bày mà nhân viên phường 1 quận Tân-Bình bảo là không giải quyết trường hợp riêng lẻ. Ngày mai đã bắt đầu cày vùng đất đó. Vậy cán bộ bảo tôi phải làm thế nào? Ở đây có thể cấp cho tôi một giấy xác nhận lời nói của sở y-tế về việc này không?

Người cán bộ đang thu xếp để nghỉ trưa tuy mới 11 giờ sáng, vội vã trả lời:

- Thật ra quyền của địa phương là chính vì người ta cần đất để làm gì đó; nay ví thử tất cả đều giải tỏa, còn một ngôi mộ của bác thì làm sao thực hiện chương trình xây cất của người ta? Cho nên tôi đề nghị chị nên làm theo người ta.

Khuê bực mình:

- Tôi đã nói ngôi mộ còn mới quá! Việc bốc mộ sẽ khó khăn - không hợp vệ sinh - Bốc mộ lúc này là làm sai lệnh của nhà nước. Cán bộ có cách gì giúp tôi?

- Chị đã hỏi, tôi góp ý. Chị nên về địa phương xin một giấy khai tử.

- Thưa có, tôi đã xin giấy khai tử khi ông cụ tôi vừa mất. Người cán bộ cười khẩy, chê sự thông minh của Khuê:

- Tôi muốn nói giấy khai tử giả ấy!

Khuê ngạc nhiên:

- Khai tử giả là làm sao?

- Giấy chứng nhận ông cụ mất đã ba, bốn năm chẳng hạn thì sẽ hợp lệ để bốc mộ.

- Sao? Ba tôi mất đã ba, bốn năm à?

Khuê vừa giận vừa ngạc nhiên trước câu "góp ý" trắng trợn của người cán bộ sở y tế. Nhìn thấy thái độ của Khuê, người ấy nói thêm một câu khiến Khuê bất mãn đến tột cùng:

- Người chết còn làm gì được cho xã hội mà chị quan tâm dữ vậy?!

Từ tháng tư năm ấy, trong thành phố này có biết bao nhiêu cái lạ lùng, trắng trợn, giả dối... Nói láo đã thành thói quen. Giấy khai sinh giả - Hôn thú giả - Giấy thăm nuôi học tập cải tạo giả - Giấy đi đường giả - Giấy phép giả... và bây giờ lại thêm giấy khai tử giả- Đã chết thì còn giả làm gì?! Có tiền thì tất cả đều giả được!

Thành phố có đủ mọi tên gọi các cơ quan mà không có một nơi nào làm đúng chức năng của mình. Người dân biết tin tưởng vào đâu? Buồn biết chừng nào khi không còn giữ được một chút niềm tin. Ngao ngán, không còn biết nói gì với người cán bộ kia. Khuê xách nón đi thẳng ra cửa - lấy xe đạp - qua đường B.H.T.Q để về T.M.G giữa trưa hè oi nồng của tháng ngày rã rời, ngộp thở...

Vừa dựng xe đạp, Khuê đã kể cho cả nhà nghe về

chuyện "giấy khai tử giả". Ai cũng bất mãn, ngao ngán, thất vọng. Mẹ nàng nước mắt lưng tròng, bám víu vào một hy vọng cuối cùng:

- Hay vô cơ quan tìm cậu Thành, may ra cậu có làm gì được. Xin để mộ ba thêm một năm, làm bây giờ tội nghiệp ba quá. Chết cũng không yên nữa ông ơi!

Chị em Khuê đồng thanh can:

- Cậu không làm gì được đâu. Cậu ở ngoài Bắc vào công tác, có quen biết ai, làm gì được. Ăn thua ở địa phương thôi!

Cậu Thành là em út của mẹ Khuê. Cậu đi tập kết từ năm 1945 với bầu nhiệt huyết của một thanh niên yêu nước trong sáng, một giải phóng quân. Ba mươi năm sau trở về, cậu là một đại tá già yếu, thất vọng, thê thảm vì lý tưởng bị đánh lừa. Cậu cố che giấu, lâu lâu trong lúc tâm sự, không nén nổi, mới thố lộ những thối nát nội bộ, những láo khoét trắng trợn... Nhưng câu kết thường là:

- Cậu làm gì được, mọi sự đã lỡ. Nhà buồn một, cậu buồn một trăm...

Rồi cậu cười hiền hoà như thầm nói với gia đình thông cảm cho hoàn cảnh dĩ lỡ của cậu. Cậu sống kham khổ, cam chịu và khá tế nhị nên gia đình không ai nỡ tỏ ý coi thường như một vài nhân vật khác từ miền Bắc vào... Một trong những cái được chị em Khuê ghi nhận là dễ thương nhất của cậu là không bao giờ cậu mặc quân phục đại tá với quân hàm mỗi lần về thăm gia đình. Cậu bất mãn nhưng nhát gan, chẳng dám làm điều gì coi là trái với "chủ trương". Chị em Khuê ai cũng tội nghiệp cho cậu cũng như bao người khác trở nên đốn hèn trước guồng máy công an trị. Mọi người đã thở dài buồn bã khi cậu kể ngày phải theo yêu cầu của "tổ chức" đoạn tuyệt với cái tên Vĩnh Thành đầy vẻ hoàng gia phong kiến để trở thành Nguyễn Thành ngày nay! Vì vậy chị em Khuê phản đối quyết liệt đề nghị của mẹ. May mắn cho mẹ. Ngay lúc ấy, cậu Thành đạp xe vào cổng, tươi cười nói vọng vào:

- Cả nhà ăn cơm chưa, cho cậu ăn với!

Không ai đáp lời cậu như mọi khi. Mẹ Khuê vội vã chạy ra. Thấy mắt mẹ đỏ hoe, cậu ôm vai mẹ ngạc nhiên hỏi:

- Gì vậy chị? nhà có chuyện gì à? Có cháu nào "đi" bị "kẹt" hay sao?

Mẹ Khuê xúc động khóc thành tiếng, vừa lắc đầu:

- Không, chuyện của anh. Mộ bị đập phá tan tành, cậu ơi. Sở y-tế không cho bốc mộ vì mộ còn mới. Quận Tân Bình thì bắt phải giải tỏa. Mâu thuẫn vậy đó. Cả nhà chưa biết tính sao?

Cậu Thành ngồi xuống bên bàn ăn ra chiều suy nghĩ. Lắng nghe Khuê kể lại đầu đuôi câu chuyện, cậu lắc đầu:

- "Phép vua thua lệ làng" cháu à! Tốt hơn là làm theo lời cán bộ y tế, sau đó tỏ ra biết điều với cán bộ địa phương - tìm cách để đưa ba lên mà không phải thay áo quan phiền phức, bất tiện. Xin công an phường lờ đi cho ta để quan tài nguyên vậy đưa lên xe đi thẳng đến Gò Dưa. Làm như vậy, tránh được thương tâm như Khuê nói - Cả nhà nghĩ sao?

Em trai Khuê bất mãn ra mặt trước thái độ bất lực hoàn toàn của ông cậu bao nhiêu năm đóng góp cho "cách mạng":

- Tại sao nhà nước cho địa phương quyền hành quá lớn như vậy. Chả trách công an khu vực là vua một vùng. Cán bộ địa phương nhũng nhiễu dân chúng. Chạy "giấy khai tử giả" rồi đút lót cho nhân viên quận Tân Bình quên dùm cái giấy khai tử giả ấy đi! Chán quá!

- Chế độ "vô sản" mà phải "có sản" mới ở được thật lạ lùng! Cậu Thành bước đến ngồi cạnh mẹ Khuê đang rũ rượi thất vọng. Cậu nói nhỏ để an ủi chị:

- Bọn này nó thế đấy chị ạ. Nó cứ nghĩ người chết không còn đóng góp gì cho xã hội nữa nên việc này dù mình có kêu nài chỉ mất công. "Lo" cho địa phương để được chuyện cho xong. Em biết quá rồi!

Khuê nghe cậu Thành nhắc đúng câu nói của cán bộ sở y tế, vừa tức vừa thương cậu. Luận điệu đúng là vô thần duy vật- Mọi người lâu dần nói theo, làm theo như một giáo điều - Sợ hãi đến thế là cùng!

Công việc cải táng ngôi mộ cụ thân sinh của Khuê được cử hành vào một buổi bình minh nhiều sương mù theo qui định quái dị của một tháng tư khó quên. Khu nghĩa trang T.V tranh sáng tranh tối. Người ta rờn rợn bên những ngôi mộ đã khai quật, hê hủng. Những ngôi mộ chưa có thân nhân đến cải táng bị đập phá nham nhở, bên cạnh những ngôi mộ vô chủ trông thảm hại như nhau. Gia đình Khuê lần mò, bước thấp, bước cao đi vào con hẻm tối tăm bẩn thỉu. Mọi người vội vã làm lễ bên mộ cha trước giờ động đất, di quan. Mẹ Khuê thắp nhang với đôi tay run rẩy, giọt ngắn giọt dài. Mọi người cắn môi uất ức và chịu đựng trước một việc làm bắt buộc mà còn phải chi số tiền bằng đồng lương cả năm của ba người con, đều là công nhân viên nhà nước.

Khuê xót xa nghĩ đến cha. Ông cụ bắt đầu bệnh khi được tin em trai lớn của nàng bỏ xác trong trại học tập cải tạo T.L. Tin em mất đến với gia đình sau hơn một năm, ngày giỗ đầu cũng đã qua đi. Hôm công an phường đem tin đến, mẹ Khuê đã ngất lịm. Cha Khuê tức giận đập tay xuống bàn, đuổi người đưa tin ra khỏi nhà, với vẻ mặt đau khổ đến tận cùng, khi nghe:

- Chúng tôi đến liên hệ với gia đình để báo tin cái chết của anh hai bị bệnh sốt rét cấp tính. Trại đã hết sức cứu chữa. Anh đã mất. Đây là giấy chứng nhận của nhà nước trả quyền công dân cho anh hai.

Cha Khuê nạt:

- Chú ra khỏi nhà tôi. Con tôi chết, còn trả quyền công dân để làm gì? Mỉa mai quá. Tôi không cần "quyền công dân" chú biết chưa?!

Cha Khuê tức tưởi ôm đầu gục xuống. Người công an lặng lẽ để bao thư lên bàn rồi rút lui. Chị em Khuê xúm lại lo cho cha mẹ không ai còn để ý đến người ấy nữa. Từ ngày đó cha Khuê càng suy nhược. Mỗi lần nhớ con còn đau khổ vì cái giấy "trả quyền công dân" trơ trẽn kia. Nay cha nàng mới mất có sáu tháng cũng không được nằm yên dưới huyệt lạnh. Cha phải đi vào lòng đất lần thứ hai vì những lệnh lạc bât nhất, những luận điệu dối trá như cái giây trả quyền công dân cho một người đã chết.

Đúng năm giờ sáng, chiếc xe của "cơ quan mai táng" đến. Theo xe có một nhân viên phụ trách việc bốc mộ, một công an phường và bốn người nữa. Khuê bước đến, trình đủ giấy tờ: giấy khai tử giả, đã "chạy" với giá ba ngàn đồng. Một hợp đồng bốc mộ năm ngàn đồng. Hai bao thư, trong đó có một ngàn đồng tiền "trà nước" cho người có thẩm quyền cho phép di quan mà không phải thay áo quan; và một ngàn đồng cho nhân viên địa phương để "cảm ơn" cho việc bốc mộ được dễ dàng.

Cả nhà Khuê cảm động, bùi ngùi nhìn chiếc quan tài của cha được vòng dây đưa từ từ ra khỏi huyệt, hạ xuống phần đất bên cạnh để lau chùi qua loa, trước khi đưa lên xe tang. Thình lình trong đám người đứng xem, hai cậu bé vụt chạy nhanh ra, lấy búa đập mạnh vào hai cái móc sắt nhỏ bên quan tài còn bám đất đen, giật mạnh chạy biến ra xa. Trước sự ngạc nhiên của mọi người, một giọng nói trả lời cho tất cả:

- Có được bao lăm mà cũng lấy bán, khổ thật!

Khuê đi từ ngao ngán này đến ngao ngán khác. Gia đình muốn đưa cha ra khỏi chốn này càng sớm càng tốt. Dọc đường, xe có bị chặn hỏi mấy lần. Nhân viên mai táng bảo mọi người yên chí, sau khi nắm tờ giấy bạc 50 đồng trong tay, nhảy xuống xe. Xe lại băng băng trên xa lộ Đại Hàn thẳng đến nghĩa trang Gò-Dưa. Gia đình Khuê lại ngậm ngùi đưa tiễn cha xuống huyệt lạnh lần thứ hai trong tiếng khóc bi thương của mẹ nàng:

- Biết ở đây đã yên chưa, ông ơi!

Viết vào những ngày tháng tư đau khổ.

ĐIỆN HÒN CHÉN

Những con đường đông đúc, xe cộ ngược xuôi, người người tấp nập, không khí chìm trong bụi bặm,ồn aò đã làm mất đi cái tĩnh lặng của Huế như người ta vẫn thường nghĩ đến. Đang ở giữa lòng Huế mà quay quắt nhớ Huế. Ai cho một đề nghị sáng giá mà chúng tôi cảm ơn mãi: tìm lại Huế từ giòng Hương Giang giữ một đời kỷ niệm thời aó trắng.

Con đò dọc đang neo bến Bao-Vinh. Tất cả chìm trong êm ả vắng lặng của buổi sáng tinh mơ. Phố Bao Vinh mờ sương. Trời lành lạnh. Lòng lâng lâng. Thuyền chao nhẹ theo chân bước làm lan những gợn nước bên bến trong veo thấy rõ cát vàng và sỏi trắng. Rồi thoáng chốc cái lặng lẽ bị phá vỡ bằng tiếng cười reo vui cuả cả bọn chúng tôi, tưởng như đang có lại một chút ngày xưa. Mọi người ổn định chỗ ngồi theo ý thích. Thuyền êm ả rời bến. Theo yêu cầu, thuyền trôi thật chậm. Mỗi người tập trung tìm lại cảnh trí của Huế theo kỷ niệm vơi đầy. Tiếng chèo khua nước nhịp nhàng giữa buổi ban mai tĩnh lặng. Lòng chùng xuống nhớ xa xưa.

Thuyền qua dưới cầu Bao-Vinh. Giòng Hương ở đây như hẹp lại. Hai bờ thật gần nhau, thân mật. Chưa một người trên bến vắng. Đây miệt Thanh Long. Những bến đỗ nhỏ có bậc cấp gập ghềnh nghiêng dốc đìu hiu. Kìa, khóm tre già lả ngọn nép bên bến sông, thả những cành ẻo lả cho lá tre xanh mơn man mặt nước, nên thơ lạ lùng. Những con đường đất thật hẹp cheo leo dẫn xuống bến im vắng giữa cây cối bát ngát xanh, đẹp như tranh, dễ thương như bao tấm lòng của bà mẹ Huế suốt đời câm nín! Nước xanh xanh, tre bát ngát xanh, con đường nâu thẫm lác đác đá xanh... sao thanh thản, nhẹ nhàng! Có ai bảo bên trên đường là vị trí nhà hàng La-Ngu một thời quen thuộc của tuổi học trò. Đây bến cầu Đông-Ba, thấp thoáng bóng người. Hình như có quán hàng bên sông thì phải. Được biết cầu Đông Ba cũng cũ kỹ lắm nhưng từ sông nước chẳng nhìn thấy gì... Có thể đó là cái may mắn để đỡ xót xa như mấy ngày vừa qua biết bao lần lòng thắt lại cho những điêu tàn, đổ nát. Lòng đã tê tái, ngậm ngùi. Bên kia bờ, bến sông có bậc cấp đi lên, tôi nhớ vị trí của trường Nguyễn-Du vẫn chưa có bóng người... lặng lẽ. Dọc bờ sông theo đường Hàng Bè rải rác những con đò neo bến. Lơ thơ làn khói mỏng nhẹ nhàng vươn lên giữa bầu trời trong xanh, gợi cảnh êm ấm gia đình bên bữa cơm mai. Không thấy những bè lồ ô thả ngập bên bờ như dạo nào. Những con đò vẫn mảnh dẻ với mái che bằng tre đan theo hình mắt cáo, che úp một đoạn ngắn đằng sau: mui thuyền. Sinh hoạt của cả gia đình ở đò chỉ dồn vào dưới mái che này.

Đò thả chèo tấp vào bến Diệu Đế. So với các bến khác, bến Diệu Đế lớn hơn nhiều. Các bậc cấp có lẽ được trùng tu mới đây, nên có phần bằng phẳng. Dấu vôi gạch trông như mới. Chúng tôi không ai bảo ai cùng đứng dậy bước ra ngoài, nhìn lên: Diệu Đế "bốn lầu hai chuông" vẫn sừng sững gợi một thời hai buổi đi về học. Đến đây là biết sắp đến nhà... Cái "mấp" chờ đợi một thời dấu ái của chúng tôi. Tò mò tôi bước lên bờ để nhìn thấy cây đa già chứng kiến sự có mặt của chúng tôi mỗi ngày đi học thường dừng lại nhìn ngắm những bình vôi, những ông táo, lâu lâu có những bình sứ vỡ ai vừa mới cho vào dang chen chúc dưới gốc cây. Nhớ vô cùng những ngày thơ. Thuyền lướt nhẹ, nhìn lên bờ một dãy nhà quen thuộc của họ hàng, bạn bè ngày xưa trên đường Hàng Bè... Hội Quảng Tri có lần diễn những vở kịch học trò. Bên kia bờ tưởng như đang nhìn thấy cả một dãy nhà bán đồ đồng sáng loáng. Người ta cho biết không còn hàng đồng đã từ lâu lắm rồi. Với chúng tôi, những người xa Huế lâu ngày về thăm lại, đôi khi Huế chỉ còn trong trí tưởng. Cầu Gia Hội đã trước mắt. Bến Gia Hội, tên gọi quen thuộc một thời còn ngày ngày theo cha mẹ qua cầu để ra chợ Đông-Ba, phố Trần Hưng Đạo... Bến Gia-Hội phía chợ Đông-Ba còn thấy đông đúc. Những chiếc thuyền chở rau cải từ miệt vườn đã bắt đầu cặp bến chợ.

Người ta nhanh nhẹn chuyển hàng từ thuyền lên chợ trong nhịp điệu đều đặn thường ngày. Nhìn chung buôn bán của Huế vẫn còn tính cách cá thể. Trời sáng hơn để sinh hoạt bến chợ bắt đầu rộn rịp. Thuyền xuôi nhẹ, chúng tôi nhìn quanh tìm lại chuyến đò ngang. Từ đường Đội Cung xuống thẳng bến để lên đò sang chợ Đông Ba. Bước lên đò lần nào tôi cũng sợ sệt nắm chặt tay mẹ. Chưa bao giờ tôi dám ngồi bên mạn thuyền, chỉ đứng thẳng giữa lòng đò không dám nhúc nhích. Đò chòng chành tôi sợ hãi... tuổi nhỏ qua đã bao lâu mà cảm giác như mới hôm qua. Đã nhìn thấy cầu Tràng Tiền xa xa. Trên sông những con đò nghèo nàn vẫn còn đó như chưa hề thay đổi những áo quần phơi la liệt trên mui như hệt ngày xưa. Nhìn bên trái tôi tìm bến Huyền-Trân, gần đài Phát Thanh Huế thuở nào. Không thấy cây phượng đỏ cành sà xuống gần mặt nước như ký ức vẫn còn rất rõ. Cầu Tràng Tiền nhìn từ sông nước là hình ảnh độc đáo không thể nào quên, ít nơi có được cây cầu trắng bạc bắc qua giòng Hương xanh biếc giữa lòng thành phố. Lại đặc biệt vô cùng những chiều tan học, học sinh áo trắng phơi phới qua cầu: hình ảnh của kỷ niệm nghìn đời còn xao xuyến con tim người dân Huế lưu lạc bốn phương... Gió sông mát lạnh. Trời trong vắt mây xanh. Nắng Huế len lén trở về. Lòng vương vấn niềm xưa... Bến Thương-Bạc, nhà Lục giác, Phú-Vân-Lâu. Bên kia bờ là Nhà-Thể-Thao-Huế, vườn hoa trước Nhà Thương. Đây rồi Bến Đò Thừa-Phủ có gốc phượng già phơi cả rễ trên mặt đất; và hình ảnh của riêng tôi, tô nước chè Huế sóng sánh bóng hoa phượng mỗi lần gió nhẹ chao. Làm sao vẫn bồi hồi mỗi lần nhớ lại! Đò ngang Thừa-Phủ chở biết bao kỷ niệm của thuở làm học trò Đồng-Khánh Quốc-Học. Đã nhìn thấy cầu Bạch-Hổ. Rồi bên trên đường tưởng như còn nhìn thấy đường về An-Hoà,

Văn-Xá... và lòng bỗng xao xuyến khi hình ảnh tuyệt vời của tháp chùa Thiên Mụ vút cao giữa mây trời bát ngát, bao la. Không nghe được tiếng chuông sớm ngân vang mà lòng vẫn lâng lâng trong thăm thẳm nỗi nhớ vô cùng. Thuyền qua Văn Thánh, Long Thọ, Nguyệt Biều... đâu cũng gợi nhớ!

Thuyền vẫn nhè nhẹ trôi. Thinh không thanh thoát. Giòng Hương phẳng lặng xanh biếc. Mọi người như chìm trong cảnh sắc êm đềm để Huế trở về với trọn vẹn một thời xa xưa. Bỗng thuyền tách giòng, từ từ đáp bến ven sông: Điện-Hòn-Chén. Triền núi thấp là là chân dãy Trường-Sơn, đang chạy về đồng bằng Huế- gặp giòng Hương chặn lại ở phía bên trái. Đến đây ngọn núi không phát triển được theo chiều dài nữa mà dồn đứng lại thành một ngọn núi biệt lập. Phong cảnh ở đây hùng vĩ mà nên thơ với cây cối xanh tươi vút cao làm thành một bức màn lá xanh trùng điệp bao la. Núi nằm cheo leo bên bờ vực thẳm. Nhìn xuống giòng Hương xa vời vợi. Trên đỉnh ngọn núi biệt lập này, có chỗ trũng xuống chung quanh có bờ đá. Trời mưa thường đọng lại thành giếng nước trong xanh. Người xưa ví như một chén đựng nước nên tên núi được gọi là Ngọc-Trãn hay Hòn-Chén. Có lẽ vì cảnh trí nên thơ và thanh thoát như vậy nên từ xưa nơi đây được chọn là nơi thờ phượng: là đất của Thiên-Tiên-Thánh-Giáo. Một tôn giáo không tìm thấy kinh điển, sử sách mà chỉ được nghe truyền miệng. Tất cả là một huyền thoại tôn giáo. Từ khi có thiết lập đền thờ thì tên gọi là Điện Hòn-Chén, nghe vừa có vẻ thần thánh vừa có vẻ thơ mộng. Cũng theo truyền thuyết ở đây ngày xưa người Chàm thờ Nữ thần Po Nagar. Sau đó người Việt chúng ta tiếp tục thờ Bà với danh xưng kính cẩn là Thánh Mẫu Thiên YANa và lập phái Thiên-Tiên-Thánh Giáo. Vào năm 1954, khi có đợt di tản lớn lao đầu tiên của người Việt chúng ta từ Bắc vào Nam thì Liễu Hạnh công chúa, còn gọi là Vân Hương Thánh Mẫu cũng được thờ ở đây. Truyền thuyết kể rằng công chúa là một vị tiên nữ làm vỡ chén ngọc mà bị Ngọc Hoàng Thượng Đế phạt, cho giáng xuống trần trong thời hạn ba năm. Xuống trần công chúa sống như một người đàn bà trần gian, có gia đình hạnh phúc bên chồng hiền con ngoan. Hết hạn bị đọa, công chúa lại về trời trong niềm thương nhớ cuộc sống trần gian, nên sau đó Tiên nữ lại giáng trần nhiêu lần để giúp đời. Tiên nữ thường xuất hiện nơi núi Ngọc-Trãn nên người dân nhớ ơn và cung kính thờ Bà tại Điện Hòn-Chén. Vào năm 1964, một cuốn sách chuyền tay, không xuất bản, của các đệ tử của Vân Hương Chánh Nhất Thánh. Sách cho biết sự tích là Thánh đã giáng trần ba lần: lần thứ nhất vào năm 1434 ở tỉnh Nam-Định; năm 1635, lần cuối cùng công chúa hiển thánh tại Thanh-Hóa. Sự hiển linh của Thánh Mẫu đến nay vẫn được truyền tụng. Điện Hòn Chén còn thờ Đức Phật, thờ Thánh Quan Công và rất nhiều vị Thần Thánh được tôn kính như là đệ tử của các vị thần linh chính đề cập ở trên. Đặc biệt vua Đồng-Khánh cũng có tượng thờ ở đây.

Truyền thuyết thờ phượng của Điện Hòn-Chén nhắc ta một nơi chốn huyền thoại khác: Tháp Bà Nha-Trang. Cảnh trí cũng nên thơ. Nơi thờ phượng cũng nhuốm vẻ huyền bí, thần thánh trang nghiêm. Chuyện kể chi tiết có vài điểm hơi khác, tuy Nữ Thần vẫn có tên là Po Nagar của người Chàm, người dân địa phương cũng goị Thiên-Y-A-Na Thánh mẫu. Thần là con gái cuả Ngọc Hoàng Thượng Đế, giáng sinh xuống trần làm cô bé đêm đêm xuất hiện hái trộm dưa trong khu vườn của hai vợ chồng già không có con tại làng Đại-An, tỉnh Khánh-Hoà. Một hôm ông bà bắt được, thấy cô bé kháu khỉnh nên nhận làm con nuôi. Nhưng một thời gian sau, cô bé nhớ cảnh Bồng Lai, Thiên cung nên nhập vào một thân cây theo giòng nước lũ trôi ra biển Đông, tấp vào bờ Trung Quốc. Hoàng tử Trung-Quốc vớt được. Nàng hiện nguyên hình là một thiếu nữ xinh đẹp. Hoàng tử xin vua cha được cùng nàng nên duyên và sau đó có cùng nàng hai con, một trai, một gái. Một thời gian, lại nhớ quê xưa, trở về thì cha mẹ nuôi đã mất từ lâu. Nàng than khóc, lập đền thờ cho cha mẹ rồi cùng hai con trở về tiên cảnh. Nhưng luôn nhớ cảnh trần nên thường xuất hiện để cứu nhân độ thế. Truyền thuyết liên quan đên văn hóa Chàm và Việt này được thể hiện dung hòa qua việc thờ phượng đầy tôn kính của nền Thánh Giáo Việt-Nam nơi Điện Hòn-Chén. Truyền thuyết không cho biết Điện được thành lập từ bao giờ. Chỉ biết theo một sắc lệnh của vua Minh-Mạng cho phép được trùng tu đền Ngọc-Trãn, tức là điện Hòn-Chén đề ngày 8/5/1834 thì Đền có từ thời Gia-Long. Sử sách Nguyễn triều cũng cho biết, vua Minh- Mạng cho trùng tu điện hai lần vaò năm 1832 và 1834. Năm 1836 vua Đồng-Khánh lên ngôi lại cho xây dựng Đền khang trang hơn và đổi tên là Huệ Nam Điện để tỏ lòng biết ơn Thánh Mẫu đã cho nước Nam được thái bình thịnh trị. Từ đó ngày lễ của Đền được coi như một trong ngày Quốc lễ. Nhưng cho đến nay với người dân Huế cũng như du khách đến Huế, Điện Hòn-Chén vẫn là tên gọi chính thức. Du khách đến đây không hẳn để thăm viếng một di tích tôn giáo mà còn vì phong cảnh hữu tình, một kiến trúc theo tôn giáo thần thoại giữa khung cảnh thơ mộng bên giòng Hương Giang trong xanh, Điện nằm cheo leo trên tầng cao thanh thoát khói hương...

Thuyền cặp bến, vẫn còn ban mai, nên người thăm viếng chưa đông. Chúng tôi hăm hở bước lên mảnh ván chòng chành bắc từ mũi thuyền lên đến bến. Con đường đất nhỏ len giữa cỏ xanh ngoằn ngoèo đưa bước chân lên cao... lên cao. Nhìn xuống con thuyền nhỏ dần nhỏ dần. Rồi bậc cấp đá mấp mô. Hai bên có thân cây đặt dài làm chỗ nghỉ chân cho người du ngoạn. Cành lá xanh um tùm hai bên. Vài gốc sim lác đác hoa tím còn ướt sương. Kiến trúc duyên dáng của ngôi đền nằm lưng chừng sườn núi, thoai thoải ẩn hiện dưới bóng khu rừng toàn cây đại thụ, một vùng sầm uất xanh ngắt chập chờn bóng nắng đầu ngày. Hồn bỗng êm ả, thanh thoát... Con thuyền dưới bến sông chỉ còn là một chấm nhỏ. Mặt sông Hương phẳng lặng mênh mông đến vô cùng, như gương in bóng toàn cảnh Điện thờ, trông tuyệt vời! Bên phải là núi Kim-Phụng sừng sững. Bên trái vách đá chênh vênh dốc đứng bên bờ vực. Am nhỏ thờ Thần Hổ mắt nhìn thẳng hướng này.

Trên mặt phẳng, xây dựng điện thờ chính, hướng mặt ra sông nước bao la. Diện tích Điện tuy không rộng lớn nhung trang nghiêm, theo thứ tự thiết kế:

- Đệ nhất cung (Minh Kính Đài), tức Thượng điện, thượng cung. Tầng trên thờ Thánh Mẫu Thiên Y A Na, Thánh Mẫu Vân-Hương. Gương mặt tượng thờ mang vẻ huyền bí. Đôi mắt tinh anh sáng rực như soi thấu mọi nơi. Y thánh không có vẻ quá rực rỡ, lấp lánh như tượng thờ ở Tháp Bà

Nha trang. Thấp hơn có tượng thờ các vị thần thánh cao cấp của Thiên Tiên giáo và ảnh của vua Đồng-Khánh. Hai bên có hai lọng che màu vàng viền đỏ.

- Đệ nhị cung của Minh kính Đài: thờ hàng chục tượng của các thần thánh khác, có cả tượng Phật, trong khung cảnh mờ ảo, hơi tối nên có vẻ thâm u. Hai bên có thiết trí vật dụng thờ phượng sẽ được dùng trong các lễ lớn: đôi quạt lông lớn mầu hồng. Có kiếm dài tên đề Võ Cung Nghinh Mẫu, Phụng Liễu, Long Đình... vài cây đèn dầu phụng leo lét tỏa ánh mờ.

- Đệ tam cung của Minh kính Đài: tiểu Đài hay tiểu Điện, có hương án ở giữa, hai bên thiết kế trống chuông là nơi cử hành tế lễ.

Trước đền thờ Quan Thánh có cột chạm trổ hai bên và có hai bức liễn màu đỏ chữ vàng.

Bước ra sân trước lát gạch. Chung quanh đây đó có mấy am nhỏ. Trong không khí mát lạnh buổi ban mai, trầm hương nghi ngút, tiếng chuông ngân vang. Chúng tôi trầm ngâm mỗi người theo đuổi một niềm riêng, bước tới thùng Phước Sương góp chút "công đức" rồi ra khỏi Điện thờ. Trở lại con đường nhỏ xuống bến cùng luyến tiếc nhìn lần nữa một thắng cảnh quê Mẹ gợi nhiều kỷ niệm ngày thơ.

Không nhớ rõ năm nào, hình như vào khoảng tháng 5, trời nắng đẹp, ngàn cây nội cỏ bừng sống mãnh liệt. Anh em chúng tôi tổ chức buổi thăm viếng ngày lễ hội hằng năm của Điện Hòn-Chén. Thuyền xuôi sông Hương lên đến Điện đã trưa, vừa kịp lễ vào đúng ngọ. Lễ bắt đầu bằng buổi dâng hương ở chính Điện của ban tổ chức. Lần lượt khách thập phương vào dâng hương. Bắt chước mọi người chúng tôi cũng nhang khói nhưng lòng náo nức chờ đợi lễ chính, lễ "rước đồng" như lòng hiếu kỳ đã từ lâu. Hằng năm đều có tổ chức lễ nghinh Thánh Mẫu, hoặc bằng cuộc tuần hành qua các đường phố chính của Huế, hoặc long trọng tổ chức tại Điện. Các đệ tử của Thiên Tiên giáo, tùy theo vai đang sắm, có khi là công chúa Thượng Ngàn, là Cô, là Cậu, con của Mẫu, là Thần Hổ mà mang y trang nhưng tất cả đều lộng lẫy nhiều mầu sắc sáng chói và nhảy múa theo tiếng réo rắt đặc biệt của nhạc "chầu văn" mà lời lẽ thường là để giới thiệu sự hiển linh của Thần Thánh. Năm nay lễ hội được tổ chức tại điện. Sau lễ dâng hương, các đệ tử của Mẫu lần lượt xuất hiện trước bàn thờ trong y thánh rực rỡ, lấp lánh dưới ánh đèn. Theo nhịp điệu nhanh chậm của nhạc mà các "cô đồng" uốn éo lên xuống nhịp nhàng. Mọi "cô đồng" đều phủ một khăn đỏ lên đầu che kín mặt khi bắt đầu cử động đầu từ nhẹ rồi mạnh dần, mạnh dần cho đến khi tấm khăn đỏ rơi xuống... Các cô trông thoát xác vừa lắc lư múa vừa lấy hoa trái bên bàn thờ chia cho mọi người gọi là "phát lộc". Thập phương đưa tay nhận lộc với vẻ thành kính tin tưởng vô cùng. Chúng tôi làm theo mọi người vì đùa nghịch nhiều hơn là tin tưởng. Trong tất cả các "cô đồng", chúng tôi cùng chú ý một cô trẻ và đẹp nhất. Cô mặc áo gấm đỏ hoa vàng, khoác thêm chiếc khăn voan mầu hồng tươi trông mơ màng, huyền ảo... tóc cài đóa huệ trắng, thả dài buông lơi. Cô vừa nhảy múa vừa ban lộc. Mắt long lanh, má hồng hồng, trán lấm tấm mồ hôi, trông cô duyên dáng tệ!

Ban nhạc bắt đầu di chuyển ra bên ngoài qua những đồi núi chung quanh. Giữa đồi núi bát ngát xanh, đoàn "rước đồng" uyển chuyển múa theo tiếng nhạc trong trang phục nhiều màu sắc, sống động lạ lùng! Chúng tôi say sưa theo bước chân cô đồng trẻ... cô vừa tung tăng theo tiếng nhạc, lả lướt bước xuống một mô đất thấp. Cô luýnh quýnh sắp ngã, anh tôi nhảy đến đỡ kịp. Cô đứng dậy nhìn anh cười cười... tiếp tục uyển chuyển qua các đồi cỏ mơn mởn xanh. Một lúc sau, cô lả lơi quay qua nhìn anh tôi, cười. Rồi bỗng ghé sát gần đệ tử đang mê mẫn là anh tôi, dang tay phát lộc. Anh tôi đưa tay nhận lộc và cố ý cầm luôn bàn tay của người đẹp. Đang trong vẻ chơi vơi thoát trần, cô bỗng giận dữ rút mạnh tay ra, rồi cho anh tôi một cái "háy" rất trần gian và rất Huế!!! Cô đồng trong vai "Công Chúa Thượng Ngàn" xinh xắn của anh tôi vụt chạy biến vào trong... Anh tôi ăn năn với cử chỉ sỗ sàng của mình mãi...

Trở lại Điện Hòn-Chén hôm nay, chúng tôi cũng không còn đầy đủ những người xưa. Bên di tích lịch sử tôn giáo, bên đồi núi thơ mộng... ngày qua đang trở về rất rõ. Tôi như đang nhìn thấy ánh mắt hờn giận dễ thương của cô đồng trẻ xứ Huế hôm nào...

Với em tôi, Ngọc-Cầu về lại Huế, sau 30 năm xa cách.

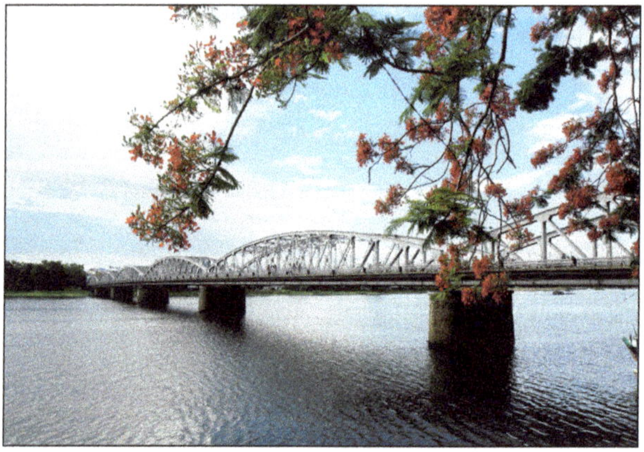

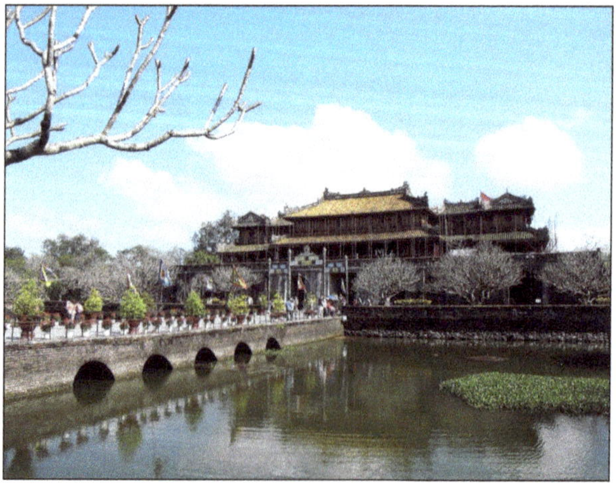

MƯA HUẾ

Đất nước ta ở trong vùng nhiệt đới. Nói chung khí hậu ẩm và nhiều mưa. Nhờ có biển bao quanh nên không đến nỗi khe khắt: nóng quá hay lạnh buốt. Địa thế trải dài gần 2000 km lại thêm dãy Trường sơn chạy dọc hình thể vì vậy khí hậu có khác biệt giữa các vùng. Nhiệt độ trung bình tăng dần từ miền Bắc (23 độ C), miền Trung (25 độ C) và miền Nam (27 độ C). Việt Nam thuộc vùng Châu Á gió mùa. Gió Đông bắc còn gọi là gió bấc, từ tháng 10 đến tháng 3. Mưa nhiều trên miền duyên hải Trung phần. Vũ lượng cao nhất là vùng cao nguyên và vùng núi phía tây Thừa Thiên. Huế là nơi chịu ảnh hưởng của khí hậu nhiệt đới rõ nét cho nên mưa nhiều. Sông Hương kết hợp bởi hai phụ lưu Tả Trạch và Hữu Trạch chạy ngang thành phố Huế. Huế yêu kiều nhờ con sông nên thơ. Giòng nước trong xanh lơ lửng uốn khúc. Hiền lành, êm đềm, dịu dàng sông đã làm nên Huế thơ Huế mộng. Giòng Hương cho Huế cái tĩnh lặng mơ màng, trầm mặc tưởng như chẳng bao giờ dậy sóng. Nhưng có ai biết những ngày mưa, giòng sông và bộ mặt của Huế bỗng có sự thay đổi nao nao lòng người...

Mưa Huế dầm dề, dai dẳng nên buồn da diết. Tình Huế thâm trầm tha thiết, trung thành và đôi lúc thần thánh. Khí hậu Huế ảnh hưởng đến tâm tình người Huế rất nhiều là vậy. Giữa mùa hè. Nắng vàng rực rỡ. Hoa trái đang khoe sắc. Hàng phượng trên đường Nguyễn-Hoàng nhuộm hồng những tà áo trắng bay bay. Những chiếc nón bài thơ buông hờ trên vai cho mái tóc thề mơn man trên con đường rợp bóng. Tiếng cười chan hòa ấm áp biết bao! Đang thong dong, chân bỗng phải nhanh hơn. Những vòng xe đạp vội vã hơn. Cả con phố Trần Hưng Đạo nhốn nháo, tất tả... đâu đây nghe ầm ì tiếng giông xa rồi gần. Tiếng sấm lớn kéo theo lằn chớp ngoằn nghèo trên bầu trời chưa kịp hết mầu xanh. Tiếng sấm mưa mới. Rồi mưa đến bất chợt rất nhanh. Mưa xối xả ồn ào. Người người táo tác trốn mưa. Xe đạp tấp vội vào mái hiên nhà ai, người đã đầm đìa ướt. Một loạt áo trắng, cặp sách che đầu, co ro một tay giữ vạt áo bắt đầu ướt. Chui vào trú mưa vẫn hồn nhiên tiếng cười rúc rích. Đường vắng. Hàng hiên nhà nhà đầy người. Cơn mưa mùa hè của Huế chợt đến chợt đi. Trời ráo hoanh. Người người túa ra. Đường phố lại đông đúc. Hết mưa. Mùi hơi đất vẫn còn oi oi nồng nồng khó chịu: Huế gọi là cơn mưa "trộ" hay mưa giông.

thường lệ. Nhìn thấy vạt áo dài trắng hoen một vệt vàng vì mưa ướt hôm qua; sau một đêm hong khô không còn mượt mà mềm mại... không vui. Mưa vẫn dai dẳng cả tuần nay. Đi bộ đến đường Hàng Đoát mới hỡi ơi: cả dọc đường, các cây lớn ngã rạp, xếp hàng ngang. Hàng cây to lớn ngày thường, tàng xòe rộng, lá sum sê, có trái lớn hơn trái chanh mầu nâu bạc... Trông vững chãi là thế! Chỉ sau cơn gió dữ đêm qua đã đành thua cuộc. Nằm lăn trên đường, trốc cả lớp rễ bàn chỉ bám vào đất theo mặt phẳng mà không chui sâu xuống nên dễ ngã. Chỉ thích thú cho học sinh ôm cặp nhảy qua hết cây này đến cây kia cho đến lúc đụng đầu đường Lê-Lợi. Mây đen còn vần vũ hứa hẹn những ngày sau Huế sẽ còn sũng nước... Đến trường thông báo cho biết sắp có bão. Học sinh được nghỉ học. Sung sướng nào bằng lại trở về bên hàng cây đổ nhảy nhót quên luôn cả Huế sắp khốn khổ xác xơ. Nhớ về tuổi nhỏ hồn nhiên! Lại một lần nữa cả trời Huế tím mây u buồn, phập phồng lo sợ. Cơn bão dữ đang đe dọa. Ngày mai lại bao kẻ màn trời chiếu đất.

Huế chìm trong mùa đông khắc nghiệt. Mặc cho mưa bão, giá buốt, mất mùa, đói kém... sinh hoạt của Huế vẫn gồng mình chạy đều. Những chiếc cyclo xiêu vẹo theo tay lái run rẩy của người phu xe yếu ớt cưỡng lại sức gió. Người ướt đầm đìa, tóc che kín mắt. Chiếc áo mưa mong manh, bật ngược đằng sau, mưa xối xả lên mặt lên người, vuốt không kịp. Chiếc áo đã không che được thân mà còn là sức cản quái ác cho đôi chân rã rời. Chiếc xe khó khăn lạng quạng yếu ớt tiến về phía trước... thế mà một chiếc, một chiếc rồi một chiếc khác... nhẫn nại đến tội nghiệp! Lạc trong tiếng mưa gào, gió thét, lập cập hàm răng, tiếng rao hàng quà nghe thẳng hoặc xa xa như từ đâu vọng lại. Xót xa cả một trời Huế đau thương của mùa đông dài tê tái. Còn như đang nghe cả mùi thơm lan theo khói bay của gánh bún bò xông pha trong mưa lạnh, sà xuống hàng hiên nhà ai... mời mọc. Có nhiều hôm theo con nước, trời động, những gánh cá tươi từ Thuận An lên xao xác tiếng rao lạc trong gió mưa. Những mớ cá kình, cá nục tươi rói mua bán vội vàng, sợ cơn mưa chợt tới. Bóng tối ập xuống. Huế tối tăm. Chỉ còn nghe tiếng lội nước bì bõm. Mưa lạnh, buốt giá làm tim thắt lại. Ai đó nhìn đàn con nheo nhóc, lo sợ cho ngày mai tang thương! Huế đọa đầy, cam chịu và đợi chờ...

Xin tháng chạp qua mau, khắc nghiệt bớt dần cho Huế vui một chút... Mưa phùn dìu dịu. Trời lất phất mưa bay. Một thoáng nắng rất nhẹ. Mong manh sợi tơ trời ẻo lả như nhắc một ràng buộc xuân thì. Huế lao xao mùa cưới. Pháo đỏ, rượu hồng. Tình Huế hòa theo cái ấm áp, êm ả của tiết xuân bắt đầu. Cô dâu Huế rưng rung hạnh phúc đầu xuân. Màn mưa xuân làm đẹp những chiếc áo màu tung tăng. Có tà áo lụa tha thướt chiếc khăn quàng tím bay bay cho Huế quên những ngày qua:

Chiếc khăn quàng tím nhẹ chơi vơi,
Tím mãi trong tôi đến trọn đời.

Huế bắt đầu hén nắng trong trong. Mưa phùn cho cây cỏ mướt xanh. Cánh đồng Vạn Thọ khoe sắc sớm vàng hực... phải nhìn hoa từng vạt như những tấm lụa vàng rực rỡ mà đừng trông rõ từng cánh, hoa sẽ hết đẹp và hương hoa sẽ quá hăng nồng. Rồi mùa xuân thật sự trở về trong mưa xuân phơi phới. Huế dịu dàng. Một thoáng lạnh đủ làm đôi má nhuốm hồng, đôi môi se thắm. Người thiếu nữ Huế đón xuân hiền hòa, đằm thắm, nhẹ nhàng như những nụ đào, nụ mai e ấp từ từ bước vào tiết xuân. Đường phố rộn rịp. Chợ hoa phơi phới. Người thiếu nữ Huế hình như đang bận rộn nhiều hơn với sinh hoạt đón Tết trong gia đình. Sợ làn mưa phùn giăng giăng làm ướt những thảo quả mẹ tỉa công phu để làm dưa món. Làm sao quên chiếc bánh rơm hình tròn vàng mọng quấn quít những sợi khoai thái nhỏ rí, lấm tấm những hạt đường trắng li ti làm nên tơ vương cho tình Huế thêm đầy. Phải nhớ viên rượu nếp trắng phau, ngây ngất mùi rượu, cho má ai hồng hồng giữa tiết xuân đang về. Những quả quất thấm nước đường óng ả trên bếp lửa riu riu đã cho mùi thơm dễ chịu. Mứt gừng, mứt thơm, mứt dừa, mứt khoai... khoe sắc trong những lọ thủy tinh trong suốt. Trà sen, trà sói sẵn sàng thết khách. Màu sắc mùa xuân làm ấm cúng không khí gia đình. Ngoài kia mưa bay nhè nhẹ cho mát mẻ không gian. Huế ao ước những ngày mưa phùn nên thơ, ngây ngất hương xuân và ấm áp tình người kéo dài thêm chút nữa... cho sông Hương mãi êm đềm tình Huế.

Toronto, chớm Xuân Quí Mùi

MỘT THOÁNG TÌM VỀ

Nôn nóng nhìn lại Hà-Nội xưa hay đúng hơn Hà-Nội chỉ trong trí tưởng của riêng tôi. Chưa biết Hà-Nội bao giờ. Tôi vẫn có rất nhiều trìu mến với một nơi chốn tôi đã "gặp" và "yêu" từ những trang sách một thời gắn bó. Chưa một lần nhìn thấy mà lòng cảm giác như một tìm về đầy vơi kỷ niệm.

Vội vã rời sân bay Nội-Bài khô khan, nhỏ hẹp. Chiếc xe van của hãng du lịch Global đưa chúng tôi theo xa lộ rồi dọc bờ sông Hồng nước đục, có nơi cạn khô trông rõ cả những lằn cát ẩm ướt - Hình như không giống con sông ngập nước phù sa gờn gợn sóng hồng trong trí tôi? Nhưng tôi quên ngay để ngong ngóng nhìn được bóng dáng "Thăng Long thành hoài cổ" của tôi....

Cái giật thót mình khi xe thắng gấp, mọi người chúi nhủi đằng trước: tài xế bảo "xe bắt đầu vào thành phố". Tiếng còi xe inh ỏi của cả một lượng xe khổng lồ. Xe hơi nổi bật trên đường phố vì số quá ít; xe gắn máy nổ chát chúa. Phần lớn là xe đạp và xe xích lô. Tất cả xả hết tốc lực ngược xuôi bất kể đèn hiệu màu đỏ ở một ngã tư gần Hồ Tây. Du khách cứ tưởng như sắp là nạn nhân của bất cứ một vụ đụng xe nào. Thế mà tài tình thay, mọi người, mọi xe vù vù qua mặt nhau một cách vô cùng "can đảm". Chỉ tội nghiệp cho những người dù đã sống những nơi phải chạy đua với thời giờ cũng phải khiếp vía và thán phục. Chiếc van quanh co, chen lấn, dành đường, đẩy người và bao lần lên ruột chúng tôi đã đến được khách sạn Saigon- Hanoi trên đường Lý Thường Kiệt an toàn. Khách sạn nhỏ nhưng cũng tạm đủ cho những người không đòi hỏi nhiều. Chúng tôi vào phòng 20 trên căn gác nhỏ vuông vức cho 4 phòng. Phòng có một giường đôi và một bàn viết với ghế bọc nệm cũ. Trên bàn có khay trà với cái phích nước sôi giống như kiểu tôi nhìn thấy cách đây 22 năm. Tôi rót tách trà nóng. Chưa uống vội. Lòng bỗng nao nao cảm động một thoáng nhớ quen thuộc xa xưa... Tách trà ấm trong tay. Qua lần cửa kính nhìn xuống đường rưng rưng xúc động chợt biết mình đang đứng trên Quê Hương.

Ngay buổi chiều mới đến, chuyến thăm viếng đầu tiên nội thành Hà-Nội. Theo yêu cầu của tôi, tài xế sẽ cho xe chạy ngang qua đường Cổ-Ngư nơi có trường Trưng Vương xưa. Đường Cổ Ngư trong tôi với hàng phượng vỹ rợp hoa rực nắng và mênh mang một mầu xanh thơ mộng của những ngày đầu xuân thuở nào. Con đường ấy tha thướt bóng dáng người nữ sinh áo lam, áo trắng... với tóc thề thả gió lê thê... Người tài xế ngẩn ngơ một hồi:

- Đường Cổ Ngư? À... à... nay là đường Thanh Niên.

Nghe tên, tôi chợt biết một mất mát. Xe chầm chậm. Đây là đường Cổ Ngư? Hàng phượng vỹ hai bên thưa thớt ủ dột. Lá không xanh không vàng... bụi đường nhuốm mầu tàn úa. Cành phượng xuôi xuống đong đưa mệt nhọc. Có nhiều cành chắc làm vướng những xe vận tải lớn, ai bẻ gãy vất xuống đường, góp thêm rác hai bên. Biết là đang mùa hè nên sẽ không có những tà áo nữ sinh... nhưng hết cả náo nức nhìn thấy ngôi trường xưa cũ kỹ, màu vôi loang lổ như đã bao lâu chưa được sơn quét. Cái im lìm tàn tạ cho xót xa bước đầu tiên tìm về! Lặng người để không nghe tài xế hỏi:

- Có muốn xe vào trong một vòng không ? Rồi người ấy tự trả lời:

- Mà cổng khóa rồi.

Xe băng băng qua nhiều đường phố nữa. Một giờ trưa. Đường phố vắng. Nhà tù Hoả-Lò ở góc kia, nay đã trở thành khách sạn, chỉ còn giữ một vài phòng để làm tang chứng lịch sử... lời cô hướng dẫn viên vẫn đều đặn bên tai. Nhà hát lớn Hà-Nội bên tay phải nhưng sẽ tham quan vào ngày mai sau khi xem "múa rối nước". Dãy nhà đang sửa chữa kia là khu phố của cơ quan nước ngoài... Giọng thuyết minh Hà-Nội mới nên thiếu ngọt ngào dù cô gái còn trẻ rất cố gắng thuộc bài không làm tôi chú tâm mấy nữa, từ khi hình ảnh con đường Cổ Ngư và ngôi trường đang là nỗi mất mát trong lòng.

Đây Chùa Một Cột. Không được sạch sẽ như trong các bưu ảnh. Bước lên cầu thang nhỏ. Nhìn vào bên trong. Mùi nhang thoang thoảng. Tối om. Bình hoa sen đã cũ. Hoa tàn gục xuống. Hoa sen trên bàn thờ xui tôi nhìn xuống hồ sen bên dưới chân đền thờ: không có hoa, lá nhiều nhưng không sung sức. Chúng tôi lặng lẽ, rón rén bước xuống bậc cấp hẹp vì sợ đụng phải những lon, những rổ, những bao... của những người nghèo khó đang nhìn chúng tôi van xin. Lòng thẫn thờ với bao điều chợt nhìn được sau bao nhiêu năm. Rất gần chùa Một Cột là "ngôi nhà của Bác" cô hướng dẫn viên giới thiệu. Cô còn thao thao mời vào tham quan để thấy cuộc sống đạm bạc của một vị chủ tịch nước. Có ai trong đoàn nói:

- Giữa Hà-Nội chiến tranh, dân chúng lầm than và cam chịu vì đất nước còn nghèo, quá nghèo mà giữ ngôi nhà toàn kỳ hoa dị thảo thế này "đạm bạc" thật.

Một giọng tiếp theo:

- Chiếc nón này, đôi dép râu kia quả có nặng phần trình diễn.

Vài tiếng cười rúc rích đằng sau tiếp theo. Nhưng rồi đoàn người cũng tiếp tục vòng vo hết ngôi nhà gỗ bóng loáng và khu vườn rợp bóng cây.

Ra đến ngoài, người hướng dẫn như nhớ ra vội vàng xin lỗi:

- Hôm nay thứ năm "lăng Bác" đóng cửa, rất tiếc không đưa quí vị vào thăm được.

Có tiếng ai trong đoàn:

- Càng tốt.

Rồi như thấy "phũ phàng" quá, giọng gượng gạo phân trần:

- Gần chiều rồi mà nhiều chỗ chưa đến được như Đền Ngọc Sơn, Văn Miếu... để đến hôm khác rồi tính.

Nhiều giọng phụ họa:

- Đúng rồi!

Tháng bảy, đã chiều mà trời Hà-Nội nóng như thiêu. Mọi người nhễ nhại mồ hôi. Đền Ngọc Sơn, cầu Thê Húc đỏ chói dưới ánh trời chiều. Rất đông những cậu bé bán tranh ảnh, vật lưu niệm chạy táo tác đầu này đầu nọ chào mời, dành mối, gây gỗ nhau loạn xạ. Tội nghiệp chừng này tuổi đã sớm học lừa dối, xoay xở kiếm sống. Có bằng chứng cho những lời nghe kể về tuổi thơ trên quê hương chẳng phải là lời nói ngoa như tôi vẫn hằng muốn không tin. Người ra vào nườm nượp. Trời đã nóng lại càng nóng hơn.

Cây cổ thụ trước đền rậm rạp cho bóng mát nhưng không đủ. Người trong kẻ ngoài nói cười, chen lấn. Đằng này lại vài người tranh chỗ ngồi buôn bán, nơi kia muốn đứng ngay cửa ra vào để dễ kiếm ăn... tiếng cãi vã mỗi lúc một lớn. Vài người trong đoàn quay đi đỏ mặt. Ngoài kia Tháp Rùa lặng lẽ soi mình trên mặt hồ phẳng lặng. Chạnh nhớ những ngày xa xưa. Bước ra khỏi nơi đông đúc, chúng tôi thả bộ dọc theo bờ hồ. Con đường quanh quanh nhầy nhụa xác hoa gạo đỏ úa ngập lối đi. Vẫn đó đây những con người khốn khổ đợi chờ một chút từ tâm của người qua kẻ lại... nhiều đến ái ngại lòng người. Không còn hình ảnh sắc hoa thắm đỏ phơi phới tươi vui trong vần thơ bạn tôi những ngày Trưng Vương - Đồng Khánh dấu ái với những bước chân tung tăng, hồn nhiên quanh hồ. Lại buồn!

Văn Miếu tấp nập du khách. Những tấm bia lớn ngay trước cổng vào là điểm nhắm hào hứng nhất. Những văn thần, sĩ tử một thời đều để lại tiếng tăm. Người ta quay phim, chụp hình. Có người kỹ lưỡng, tần ngần sờ mó săm soi các chữ khắc trên mặt bia trong xúc động như nhìn lại được nét son lịch sử quê hương. Khung cảnh Văn Miếu râm mát. Những tàng cây cổ thụ xum xuê xoè rộng trên cao che rợp các lối đi lát xi măng chung quanh. Rồi xe qua biết bao nhiêu nơi khác: hồ Bảy Mẫu, đền Hùng. Phố Hà Nội cổ... Không tìm ra được đâu là dấu vết của những khu phố đã làm nên Hà Nội 36 phố phường. Tất cả là một khu buôn bán. Hàng loạt cửa hàng giống nhau. Hàng bày la liệt trên nền nhà lấn ra cả vỉa hè như cả một vùng chợ trời. Có cả những cửa hàng với bảng quảng cáo "Đây bán hàng cao cấp". Hàng cao cấp được giải thích là hàng đến từ Âu Mỹ. Hàng đến từ Trung Quốc gọi là "thấp cấp". Người đi bộ, kẻ xe đạp choáng cả con đường hẹp. Vài cô gái bán hoa, thồ những chậu cúc, chậu hồng... trước và sau chiếc xe đạp cũ kỹ. Họ ăn mặc từa tựa giống nhau: quần đen áo sơ mi trắng cũ ngắn cũn cỡn. Các cô có một kiểu tóc kẹp túm đằng sau dài và nhọn vót hoặc làm thành cái bím dài... không cân đối chút nào với chiếc nón cối màu xanh lá cây - trang phục như những "bộ đội gái" của thời "chống Mỹ cứu nước". Thấy họ cam chịu, nhẫn nhục và tội nghiệp làm sao! Họ có bao giờ được xem những khúc phim trình diễn áo dài, thi hoa hậu... của chính Hà Nội mới sau 1975 tung ồ ạt ra nước ngoài trông xa hoa và loè loẹt hơn cả ở đậu? Nhớ vô cùng cô hàng hoa làng Ngọc Hà trong "Gánh Hàng Hoa" của K.H. ngày nào. Cũng chỉ "cỡi ngựa xem hoa" vì thì giờ eo hẹp, vì khí hậu oi nồng, vì lòng người buồn nhớ. Nỗi nhớ không tên không rõ: Đang giữa Hà-Hội mà chợt nhớ Hà-Nội vô cùng. Tôi quyết tìm cho được hàng chả cá Lã Vọng. Hẹn hôm sau thế nào cũng phải ghé. Nhớ rất rõ số 14 hàng chả cá. Tiệm ăn có cái cầu thang gỗ ọp ẹp dẫn lên căn gác sực nức mùi thìa là, mắm ruốc và đầy thực khách ngoại quốc. Qua vài ngõ nhỏ. Nơi góc phố vắng vẻ, tối tăm. Vài cụ già, bên cái mẹt cũ trên bày bán ít chùm nhãn trái nhỏ xíu khô quắt, mấy quả chuối mật vỏ đã đen lại, nhăn nheo. Lọ kẹo lạc lạnh lẽo, buồn hiu... Hàng quà nghèo nàn, câm nín, âm thầm bên góc phố hiu hắt gợi nhớ và tội nghiệp làm sao! Thuở xưa ngày nào cũng nhìn thấy cũng làm quen với những hàng quà đầu ngõ như thế mà nay sao thấy buồn muốn khóc....

Buổi du ngoạn thăm thắng cảnh trong lòng thành phố Hà Nội dừng lại khi bóng đêm bao trùm khu phố Lý Thường Kiệt. Khách sạn Saigon - Hanoi rực sáng một góc đường làm tối hơn dãy nhà dọc hai bên. Cô nhân viên trong chiếc áo dài màu xanh lá cây hơi rộng, loè loẹt một chuỗi hoa thêu màu đỏ trước ngực; cố che dấu vẻ mệt mỏi với âm giọng sắc, nói một câu đã thành khuôn sáo phải làm cho xong chuyện:

- Chúc quí vị ngủ ngon ạ.

Tất cả đoàn đồng ý dành hai ngày sau cùng để đến hai nơi sáng giá trong chuyến đi: Vịnh Hạ Long và Chùa Hương. Sau một đêm ở khách sạn Saigon - Hạ Long mới hoàn tất trong năm, vị trí nên thơ nghiêng nghiêng trên bờ Bãi Cháy. Từ căn phòng bài trí mới toanh, nhìn ra lần cửa kính mở rộng phía trước, trời nước mênh mông còn mờ sương. Thoáng một cảm giác êm ả lâng lâng. Chúng tôi xuống đường, đi bộ ra bến trong không khí mát lạnh buổi sáng tinh mơ. Con đường nhỏ vắng hoe. Những chiếc tàu máy nằm san sát đợi khách. Khách chỉ có chúng tôi. Theo chân người hướng dẫn, chúng tôi lần lượt leo lên tàu trước cái nhìn không mấy thiện cảm của những chủ tàu chung quanh. Họ xầm xì và ganh ghét ra mặt. Chúng tôi lại phải nghe những lời dèm pha chối tai. Những người du khách ngoại quốc tỉnh bơ. Họ chẳng hiểu gì hay có đoán được vài tranh chấp thì với họ cũng dễ hiểu khi bỏ tiền đến du lịch một nước nghèo hơn họ, chậm tiến hơn họ, thế thôi. Với chúng tôi trở về thăm lại quê hương thì mỗi cái, mỗi thay đổi xấu đi hay mỗi tồn tại đã lâu không đối diện cũng cảm hết đau xót hay xấu hổ cho chính mình... dù xa lạ đến đâu đây cũng là đất nước tôi. Bao nhiêu lâu ở nước người có bao giờ quên được mình là người Việt-Nam? Thuyền nổ máy ra khơi- không khí buổi sáng mát lạnh trong lành. Nước lăn tăn gợn sóng. Êm ả làm sao nếu không có tiếng máy nổ xình xịch bên tai. Chúng tôi chia xẻ ý nghĩ:

- Nếu được ngồi trên thuyền buồm thú vị biết bao!

Mặt trời mới lên hơn hớn tô hồng chân trời lung linh mặt nước trong xanh, đẹp tuyệt vời! Chúng tôi được thăm vòng hết 10 đảo lớn nhỏ có tên rõ trong bản đồ: Phụ Tử, Ba trái đào, Tháp bút, Gà chọi.... những tên gọi theo hình tượng. Trí tưởng tượng nhân gian vô cùng phong phú. Những ngày nào xa xưa, những mảng mây lơ lửng trên nền trời bao la cho ta những ước đoán những mộng mơ. Chúng ta nhìn mây trời, đếm sao đêm, gom chung một mơ ước để ngày về đừng "xa quá người ơi!". Những du khách ngoại quốc có vẻ thích thú hẹn ngày trở lại với trò thể thao leo núi. Từ đỉnh cao của vài hải đảo đã có bóng người li ti vẫy tay chào giữa gió trời lồng lộng. Rời thuyền lên thăm các động. Bên trong động mới khai phá chưa nhiều. Từ cửa hang động nhìn ra bầu trời bao la, mây nước chập chùng, thuyền buồm xa xa.... thiên nhiên trước mắt hùng tráng, thơ mộng. Phải nói nơi đây là một ưu đãi của tạo hóa. Chỉ tiếc một vài lạm dụng thiếu suy nghĩ của con người (đã ghi chép riêng cho một chương nói về Vịnh Hạ Long).

Tiếng người ơi ới gọi nhau. Tiếng chân lội nước bì bõm dưới đường đánh thức chúng tôi. Cơn mưa đêm qua không lớn lắm mà sao... Ngạc nhiên nhìn xuống đường biển nước ngập quá yên chiếc xe gắn máy. Người ta đội thúng hàng lên đầu, nặng nề đẩy nước bước tới, hơn nửa người ngâm trong nước đục nhờ nhờ, ngập ngụa rác rưởi. Tất cả người dân lao động đang chống lạnh, chống sức nước lầm lũi sinh hoạt. Hỏi ra mới biết Hà-Nội sau này vẫn thế, cứ có mưa là nước ứ lại. Cống rãnh bao nhiêu lâu không được vét. Những cơn lụt nước cống thường xuyên xảy ra. Người dân cứ thế cam chịu, hơn 20 năm thống nhất đất nước rồi đấy! Chiếc xe van vẫn cố rẽ nước đón chúng tôi cho hành trình thăm Chùa Hương. Họ bảo có thể khu này ngập nước mà khu khác khô ráo không chừng. Quả thật vậy ra khỏi con phố Lý Thường Kiệt là hết nước lênh láng. Ra khỏi nơi ngập nước thì xe cũng hết chạy được. Trước mắt tôi, hàng loạt xe gắn máy nặng oằn hàng hóa đang được xếp hàng bên lề đường: người ta đang hành một nghề mới. Các chuyên viên sửa xe chỉ cần một tấm vải khô trong tay. Xe nào chết máy ghé vào, chuyên viên tháo bu-gi lau khô, lắp bu-gi lại, xe nổ ngon lành... khách trả 1.000, 2.000 đồng gì đó. "Chuyên viên" phần đông là người trung niên khoác tấm ny-long trong và đầu đội nón cối để che mưa. Họ hành nghề cho đến khi nước rút, không còn xe hư nữa. Một sáng kiến thô thiển và giúp được họ qua buổi. Cũng mừng.

Bỏ lại đằng sau con phố ngập nước, sinh hoạt cơ cực của người cùng quê hương, tôi ngậm ngùi. Xe trực chỉ lối về Hà Tây. Chùa Hương cách Hà Nội 70 km về phía Tây Nam. Không là ngày hội lại còn sớm. Xe bon bon. Hai bên đồng ruộng. Từng mẫu đất dưới sức nhọc nhằn của cả gia đình "chồng cày vợ cấy" và vài nơi vẫn còn thấy "các con đi bừa". Không thấy dấu vết cải tiến kỹ thuật ở đây.

Chắc họ đang nằm lòng để an ủi, dưới bàn tay con ngươi "sỏi đá cũng thành cơm". Thân phận người nông dân một nắng hai sương của thuở nào xa xưa vẫn con đây... Bao giờ người quê tôi bớt nhọc nhằn? Xe đang ngon trớn bỗng chậm lại. Tài xế xin lỗi mấy phút để lấy ít hàng cho cửa hàng mậu dịch ở Chùa Hương. Xe ngừng. Du khách ngắm nhìn chung quanh. Tất cả chúng tôi cùng thảng thốt nhìn nhau. Sâu trong dãy nhà lụp xụp, tối tăm, một bảng hiệu viết nguệch ngoạc "ở đây có đặt vòng xoắn và nạo thai". Ai sẽ là nạn nhân cho cái clinic thiếu vệ sinh này? Trước cái lắc đầu xót xa của chúng tôi, cô hướng dẫn đoàn lúng túng trả lời:

- Không thấy nhà nước có thái độ với những nơi hành nghề như thế này.

Có thể nào nơi đây giúp cho khẩu hiệu giăng đầy

đường phố Hà Nội có kết quả: "dù gái hay trai chỉ hai là đủ".

Không bao lâu xe đã dừng lại trên bến Đục - Khê. Chúng tôi chưa kịp xuống xe, bạn hàng bán nhang đèn bánh trái, mâm oản để vào dâng lễ chùa, ào tới chào mời... bất chấp nhân viên hợp tác xã xua đuổi và nặng lời. Theo lời người hướng dẫn, chúng tôi không ai mua một món gì. Nhân viên hợp tác xã gạt những bạn hàng để lùa chúng tôi vào trong. Lại chào mời những thức như hệt bên ngoài. Cuộc đấu khẩu kịch liệt xảy ra của phe buôn bán dân giả và nhân viên nhà nước. Du khách lại một phen lên ruột và ngượng ngùng: ngôn ngữ trong giận dữ, chửi bới phong phú không thể tưởng tượng nổi! Du khách ngoại quốc thụt lùi đằng sau sợ vạ lây. Chúng tôi ngao ngán nhìn nhau.

Bến Đục nằm trên giòng sông Đáy, một nhánh của sông Hồng. Cảm động nghe nhắc sông Đáy, tên chữ là Hát giang. Tôi quên câu chuyện bực mình ban nãy. Nhìn khúc sông ngắn ngập kín đám bèo tấm xanh xanh, đầy vơi cảm xúc... Bến Đục, điểm đầu thắng cảnh. Bước xuống chiếc thuyền dáng hình thoi nhỏ xíu, chỉ đủ cho bốn người ngồi theo hàng dọc và bà cụ chèo thuyền. Có ai lao xao trên bến hỏi:

- Bến gì đây?

Bà cụ già vừa cầm chèo, nhanh nhẩu:

Thuyền đi, Bến Đục qua,
Thẹn thùng em không nói
Nam mô A Di Đà

Cô gái dễ thương bất tử trong thơ Nguyễn Nhược Pháp đến Bến Đục theo đò dọc từ Phủ Lý:

Em nhìn sông nước chảy,

Đưa cánh buồm lô nhô,

Chúng tôi từ Hà Nội về Bến Đục bằng xe hơi, thú vị thua xa để chợp chờn một thoáng xưa êm đềm. Thuyền lướt nhẹ, xô giạt mảng bèo ra hai bên. Thuyền thẳng vào Bến Yến, trong địa phận làng Yến Vỹ. Ngang qua Đền Trình Ngũ Nhạc, thuyền dừng một chút cho đúng nghi thức. Ở đây nghi ngút trầm hương. Thuyền thong thả trôi cho chúng ta nhìn dãy núi uyển chuyển xanh ngắt. Dãy Hương Sơn không hùng vĩ chiều cao mà đẹp chiều dài. Núi Quy, núi Phượng... chưa bao giờ tôi được nghe tên núi Đổi Chèo. Tên gọi là cả một kinh nghiệm thực tế. Đến đây tay chèo đã mỏi nhắc ta chuyển chèo sang tay khác. Đây rồi núi Con Voi. Trí tưởng tượng cho ta hình ảnh chú voi khổng lồ quay đầu ngược động Hương Tích để thân thể thiếu phần bên hông. Thuyền vẫn di chuyển, giọng thuyết minh lịch sử hành trình vào chùa của bà cụ chèo thuyền thao thao. Hướng dẫn viên chau mày. Thuyền cặp bến Trò. Theo bậc cấp lên cao Chùa Thiên Trù sừng sững trước mặt. Không hiểu tại sao gọi chùa này là Bếp Trời? Người ta vội vàng để trên đường bước vào Chùa Trong, tức chùa Hương Tích. Đường vào quanh quanh lên cao dần. Một tiếng rưỡi đồng hồ leo con dốc có bậc đá đã mòn nhẵn dưới chân. Trời tháng bảy oi bức cũng đã cảm thấy phải dừng chân, nghỉ mệt. Cơn gió từ cánh rừng hai bên thoải mái cho cái nhìn ngàn cây bát ngát màu xanh, bắt tầm mắt lên cao mãi cao mãi... Quang cảnh hùng vĩ mênh mông. Trước mặt Chùa Giải Oan, am Phật Tích rồi Động Tuyết Quynh. Chùa Trong đây rồi. Từ trên cao nhìn xuống đồi núi chùa động thấp cao chập chùng bên dưới, đẹp vô cùng! (Chương bài viết riêng thắng cảnh Chùa Hương, chi tiết nhiều hơn). Lòng thanh thản để có thể quên bớt những gì đã làm lòng chùng xuống tiếc thương.

Trở lại sân bay Nội Bài, từ giã miền Bắc, quê huơng Việt Nam. Trời tầm tã mưa, Hà Nội nhạt nhòa sũng nước. Phố xá lùi dần. Rưng rưng tôi cố ngoái đầu nhìn lần chót con đuờng Cổ Ngư, nơi có mái trường Trưng Vương Hà Nội xưa, chưa một lần đặt chân vào mà sao nghe mất mát cứ chất ngất...

LỐI VỀ VƯỜN CŨ

Cả bọn chúng tôi phá lên cười tuy vẫn xúc động không ít trước sự bối rối của Trúc Hương. Nó càng bối rối, chúng tôi càng cười to. Câu chuyện đùa vui ngày nào thời áo trắng đã 30 năm trước bỗng hiện về rõ rệt.

Đồng Khánh mùa hè năm nào, giờ vẽ của cụ Sa. Cả bọn chúng tôi nhao nhao theo Tiểu Thuyền đang cầm tờ thư trắng chạy xuống cuối lớp. Bên cạnh Trúc Hương mếu máo chạy theo đòi lại bức thư. Tiểu Thuyền đưa tay lên môi:

- Ê, tụi bây đừng ồn, ngồi xuống để ta phân tích tình hình rồi có ý kiến!

Cả bọn chúng tôi tuân lệnh, ngồi xuống, quay mặt về phía bàn cuối chờ đợi. Trúc Hương vẫn đứng co ro, vẻ mặt van xin thiểu não:

- Cho tao xin lại thư đi mi, tội nghiệp tao mà!

Tiểu Thuyền tủm tỉm cười, lên mặt:

- Mi hỏi ý kiến tao, giờ mình hỏi cả bọn cho chắc, ý kiến tập thể vẫn hơn.

Cả bọn nhao nhao:

- Ừ, phải rồi, chuyện chi rứa, nói đi Tiểu Thuyền!

Trúc Hương vẫn còn phụng phịu nhưng không làm gì được nên đành khoanh tay đưa mắt nhìn... Trúc Hương biết vấn kế Tiểu Thuyền là hay nhất. Cô nàng nổi tiếng là người giàu sáng kiến mà lại! Nhìn các bạn ổn định, Tiểu Thuyền đọc lớn tờ thư rồi cười ha hả: "... Nhớ cho anh xin cái ảnh. Quen nhau lâu rồi mà không làm sao hình dung ra Trúc Hương, cô bạn nhỏ xứ Huế của anh? Đôi mắt em chắc chắn cho hình ảnh dòng Hương Giang lặng lờ bên hàng trúc xanh... Mái tóc em? Anh chịu, không hình dung được. Đừng làm anh thất vọng nhé! Anh chờ!". Đọc xong đoạn thư, Tiểu Thuyền nghiêm trang hỏi:

- Bây giờ ý kiến của bọn bây ra răng? Trúc Hương đang lo người ta thất vọng vì ảnh hắn xấu. Nàng muốn chàng phải giữ trong tim một Trúc Hương đẹp như mơ, dịu dàng đúng dáng dấp một cô gái Huế rất chi là...

Chưa dứt câu, Trúc Hương đã nhảy phóc lên chụp bức thư trong tay Tiểu Thuyền giận dữ:

- Ta hỏi mi, mi không làm được thì thôi. Đem chuyện người ta ra mà bàn luận... dị bắt chết!

Bọn tôi ồn ào:

- Ảnh của mi mà xấu à? Mi đen mà đen dòn, có duyên lắm đó!

- Da ngăm đen là ăn ảnh dữ dội lắm à!

- Đừng lo, ta nghĩ mi sẽ "manger photo" cho mà coi.

Y kiến loạn xạ. Đã bối rối, Trúc Hương lại càng bối rối hơn... Một ý kiến khác:

- Chi mà lo dữ rứa? Chỉ biết nhau qua thư từ thôi mà! Lấy quách ảnh tao mà tặng đi. Bữa nay ta có đem đi để làm thẻ thể dục đây. Răng khểnh một chút cũng duyên dáng chán!

Cả bọn lại có dịp cười rộ. Trúc Hương hơi phật ý vì chuyện riêng tư bị đem phanh phui trước đám đông. Nó cầm chặt lá thư trong tay, mắt xa vời suy nghĩ... ảnh mình có cái nào ra hồn đâu, phải chi mình đẹp hơn một chút, duyên hơn một chút... thì dễ dàng biết mấy! Đang trầm ngâm thì Tiểu Thuyền ào tới, hớn hở:

- Còn có ý định vấn kế tao nữa không?

Trúc Hương im lặng, Tiểu Thuyền tiến tới:

- Tao thương mi lắm mới tìm cách giúp.

- Mi nói ồn ào quá, đứa mô cũng biết, tao không thích. Chuyện của tao đâu phải chuyện đùa chơi... ta khó nghĩ lắm đây!

Rồi chúng tôi thấy hai đứa to nhỏ cho đến hết giờ vẽ.

Giờ Việt Văn, cô Hoè vào. Bọn chúng tôi đứa nào cũng trong tư thế nghiêm túc, gọn gàng, mát mẻ: tóc có mấy sợi ngắn ngủn, cũng phải vén lên hết buộc sợi thun đằng sau; cài nút cổ áo cẩn thận dù những ngày trời Huế nóng như thiêu! Đứa nào cũng ngồi ngay ngắn, xem lại vạt áo đã thẳng nếp chưa, guốc đã vào chân chưa. Nếu cô vào mà tà áo lệch, guốc chưa vào chân, chiếc bên nọ, chiếc bên kia, thế nào cũng bị cô hỏi ngay:

- Chị có biết đi guốc không?

- Ra ngoài buộc tóc lại rồi vào!

Chúng tôi đang quá bận rộn như vậy nên quên đi cái lo lắng của Trúc Hương mà chúng tôi cho là quá đáng. Ngày tháng này, câu chuyện "thư từ hàm thụ" để kiếm bạn phương xa như là phong trào, cái "mode" mọi người hăm hở viết thư, nói chuyện trên trời dưới đất, thăng hoa hiện hữu, vẽ vời cuộc sống, tô hồng điểm lục sự thật mà những lá thư "correspondent" nào có trách nhiệm gì... và có ai mơ tưởng rằng sẽ gặp đúng người trong thư? vì vậy câu chuyện dễ dàng lãng quên. Hai ba tuần sau, vài đứa bạn thân của Trúc Hương và Tiểu Thuyền tiết lộ: Trúc Hương đã làm theo ý Tiểu Thuyền. Cô nàng bằng lòng mượn ảnh của Hải Đường, một hoa khôi của lớp với đôi mắt mơ màng, chiếc răng khểnh duyên dáng, đáng yêu, để gửi đi Hà Nội xa xôi tặng anh T. người bạn của trường Chu Văn An. Cả hai chỉ làm quen qua nét chữ trong những bức thư trao đổi Hà Nội -Huế. Chúng tôi còn tò mò biết thêm rằng, sau tấm ảnh có câu đề tặng "Đây ảnh của Trúc Hương, cô bạn Huế xấu xí. Đừng cười nhé! Huế 12/6".

Ảnh gửi đi rồi, Trúc Hương hồi hộp. Ngày nào đến trường cũng cùng Tiểu Thuyền tâm sự. Trúc Hương vẫn luôn phục Tiểu Thuyền, con người đầy sáng kiến... và cũng biết ơn Hải Đường dễ thương cho mượn ảnh mình làm ảnh bạn gửi đi chẳng thèm thắc mắc người nhận ảnh là ai? Từ đó đôi bạn thân Trúc Hương - Tiểu Thuyền có thêm Hải Đường. Cả ba giải quyết xong việc "tặng ảnh", lòng nhẹ nhõm, tươi vui... Chúng tôi cũng hết hiếu kỳ vì câu chuyện đã có phần kết thúc. Tiểu Thuyền vẫn thẳng thắn vui nhộn, ồn ào không cần đến thế sự chung quanh, tự tin và dứt khoát trong mọi giải quyết. Những mẩu chuyện từ cô nàng luôn luôn mang ít nhiều hài hước và bao giờ cũng lấy được những tràng cười bất tận của chúng tôi. Hải Đường vẫn như tên, nở rộ rồi thôi, không thắc mắc suy nghĩ sâu xa, dễ dàng chấp nhận mọi ý kiến của bạn bè, sao cũng được. Chúng tôi yêu nó vì nó "cạn xợt", không bận tâm lâu đến bất cứ vấn đề gì. Trong ba đứa, chúng tôi dè dặt nhất với Trúc Hương. Khác với Hải Đường, nó tế nhị, thâm trầm, trí tưởng tượng phong phú. Bài luận văn của nó bao giờ cũng được mang ra đọc trước lớp. Nó thuộc thơ cổ kim lai láng... Nếu nói văn là người thì không đúng với nó. Văn nó bay bướm bao nhiêu thì người nó lại đúng mực nề nếp. Chúng tôi vẫn bảo nó là "lãng mạn khuôn khổ", ý kiến của nó bao giờ cũng có chiều sâu... Trái ngược với Hải Đường, nó là một Trúc Hương "sâu thẳm trời xanh".

Câu chuyện tưởng dừng lại nơi đây như bao nhiêu tinh nghịch của tuổi học trò rồi cũng lùi về quá khứ. Nữ sinh Đồng Khánh má hồng, môi thắm, mắt long lanh trong nắng trưa của những mùa phượng vỹ nồng nàn của quê

Huế dấu yêu đã dần dà khôn lớn. Tất cả đã vào đời, mỗi đứa mỗi nơi, mỗi cảnh sống: Hải Đường ở Huế, Tiểu Thuyền và Trúc Hương vào Nam.

oOo

Con tầu Thống Nhất Bắc Nam khởi hành chuyến đầu tiên trong cái nô nức, xôn xao của mọi người. Đặt chân đến ga Huế vào mùa hè cháy nắng 1976. Người hành khách với mái tóc hoa râm, nét mặt khắc khổ mà người ta nghĩ là già hơn tuổi như đa số người từ miền Bắc mới vào. Dáng người gầy guộc, da sạm đen, đôi mắt mệt mỏi... Cách phục sức của khách giản dị, bộ áo quần cũ kỹ để thấy khách không giống như những cán bộ miền Bắc vội vã vào Nam trong toan tính làm giầu buổi giao thời hỗn độn. Đa số người ta ồ ạt vào Nam để nhận họ hàng và biết họ sẽ đem về nhiều thứ mà bà con miền Nam dễ dàng cho, không hề tiếc từ chiếc tủ lạnh, TV, đồng hồ mà họ không dám mơ ước cho đến những chén bát bằng nhựa mà họ ưa thích. Khách đến miền Nam không một thân thích. Tạm trú tại một chỗ hẹp trong văn phòng sở Giáo Dục vì khách là giáo viên trường trung học cấp ba Chu Văn An, Hà Nội. Đến Huế, nhìn được dòng Hương, nhịp cầu Tràng Tiền trắng bạc mà gợi nhớ vô cùng một hình ảnh vẫn hằng ôm ấp chỉ bằng những lá thư "correspondent" xanh như mầu trời hơn 30 năm qua... Bằng cái dè dặt cố hữu, khách nhìn thế sự. Đã lâu lắm rồi tự do vỗ cánh bay đi. Người ta sống che giấu ngay cả ánh vui, một thoáng buồn và bỏ quên mơ ước một cảm tình chân thật... Xã hội dạy rằng ngay thẳng, sống theo tinh thần sẵn có của một nhà giáo e là một thua thiệt, dại khờ và có khi nguy hiểm. Hành trang trong chuyến đi này quan trọng nhất là chiếc ảnh đã 30 năm. Cô bạn gái xứ Huế đôi mắt mơ màng, chiếc răng khểnh làm nụ cười thoáng vẻ tinh nghịch duyên dáng, khách tha thiết kiếm tìm. Khách mơ một tao phùng tiểu thuyết. Ngày gặp gỡ sẽ đẹp biết bao, gợi lại thuở nào xa xưa. Tình chỉ ướp đầy qua trang giấy, không ước hẹn, không gần gũi... mà 30 năm, khách cứ tưởng như hôm qua. 30 năm, ước vọng có được hôm nay? Khách không lạc quan như Nguyễn Bính:

Gõ cửa nhà ai xin ngủ trọ,
Giật mình tôi thấy tiếng Nhi thưa.

Nhưng xin được có niềm tin gặp gỡ dù chỉ vơi đầy như sóng nhẹ dòng Hương. Khách vẫn còn rất rõ hình ảnh tàng phượng vỹ rực thắm trong sân trường Đồng Khánh. Mầu phượng ấy chắc còn đó với nét xưa nồng nàn không như mầu phượng trên đường Cổ Ngư ngày nay trong lòng khách chua xót đổi tên. Có thể người trong ảnh không như khách, ôm hoài tình cảm ngây thơ ngày cũ. Người ấy chắc đã gia đình êm ấm, chồng giầu, con ngoan... Từ lâu rồi khi

Hà Nội không còn là Hà Nội cũ, khách đau lòng với những ngột ngạt chung quanh, sống thu mình lại, với những gì thực sự là của mình, chưa bị ngoại cảnh chợt đến mà khách chán ghét. Tình còn lại của chuỗi ngày tuổi trẻ trong một bối cảnh vô vọng, khách vẫn giữ gìn và cơ hội đến... khách hy vọng lên đường!

Ở đây sương khói mờ nhân ảnh,
Ai biết tình ai có đậm đà?

Trong tâm trạng ngày nào của Hàn Mặc Tử, khách từ Huế vô Saigon với tình cũ mênh mang...

oOo

Buổi họp mặt bỗng trở nên nghiêm trọng với chúng tôi. Những đùa nghịch của cả bọn chúng tôi đã trên dưới "ngũ tuần" mấy phút trước ngừng hẳn khi chuyện năm xưa được gợi lại và đối diện với sự thật làm se lòng người. Tiểu Thuyền không còn nữa. Hải Đường từ Huế, được chúng tôi mời vào và trước mặt chúng tôi, Trúc Hương đang ôm tim bối rối. Cô nàng xúc động, lo âu, suy nghĩ thật sự khi biết có người từ vạn dặm xa, từ một quá khứ thơ ngây, một thời gian bỏ quên quá lâu trong chia cách đất nước và chia cách lòng người đằng đẵng 30 năm... đang tìm gặp mình. Từ hôm qua chúng tôi đã rộn ràng sắp đặt:

- Hải Đường mi phải nhuộm tóc một chút cho trẻ ra, ít ra cũng già hơn người trong ảnh 20 năm thôi. Mắt đã mơ huyền rồi đó!

- Ừ, mắt mơ huyền thì đã có kính lão, lo chi. Rồi cho biết chính bà ngoại là người cho mượn ảnh năm xưa. Ta sẽ cố cười một cái rất duyên, sợ chi mà sợ.

Sau mỗi đề nghị nghịch ngợm là chúng tôi lại lăn ra cười. Hải Đường vẫn như xưa dễ dàng chấp nhận mọi ý kiến của bạn bè. Chúng tôi lại ồn ào nói cười nghịch ngợm... như câu chuyện hôm nay vẫn là câu chuyện vui đùa ngày trước. Quay qua Trúc Hương, chúng tôi bỗng nghèn nghẹn, không ai còn dám cười cợt. Một thoáng ngưng đọng. Khuôn mặt Trúc Hương choắt lại. Nét ưu tư trên vầng trán nhăn nếp thấy rõ hơn. Nó đăm chiêu, thẫn thờ trông thấy. Ngân Thanh phá im lặng:

- Này Trúc Hương, giờ tụi bây già cả rồi! Chốc nữa anh

T. đến, cả bọn mình đều ngồi bên bàn tiếp chuyện - rất tự nhiên. Mi sẽ vui vẻ giới thiệu bà ngoại Hải Đường là người trong ảnh và chính tôi mới là Trúc Hương đại nhân với những lời thư lâm ly ngày trước... Không can gì đâu. Ai nỡ trách những việc làm tuổi trẻ! Rồi biết đâu anh ta cũng thỏ thẻ tiết lộ:

- Những giòng thư ngày xưa không phải của tôi đâu, tôi nhờ bạn tôi viết đó!

Chúng tôi lại bật cười trước ý tướng ngộ nghĩnh của Ngân Thanh. Nhưng Trúc Hương vẫn xa vời... Chúng tôi nhìn nó xót xa. Tịnh Tâm từ dưới bếp chạy lên, góp chuyện:

- Sau đó mời chàng một tô bún bò Huế cay thật cay... để thất kinh luôn con gái Huế rắc rối, được không mi?

Vân Thi, cô bạn chúng tôi không bao giờ nhớ cái tên đẹp đẽ này vì cái biệt danh "lắc xắc" vẫn quen nhắc đến cho đến nay bạn đã lên chức bà nội đã lâu, lắc xắc thêm:

- Rồi xin lỗi tặng lại một cái ảnh thật 100% của bầy bà ngoại mới chụp hôm qua. Rứa là công bằng, chịu chưa?

Chúng tôi ồn ào phút chốc nhưng thực tại vẫn là đây: Với Trúc Hương cả một thời xưa trở về, chuỗi ngày hoa gấm hồn nhiên. Câu chuyện với các bạn không là gì cả.

- Nhưng với mình có đơn giản như vậy đâu - Thoắt nhớ lại như một trang trọng đầu đời!

Rất tiếc người chủ chốt trong câu chuyện đã bỏ cuộc vui của chúng tôi hai năm qua... Còn ai để sáng kiến và giải quyết vấn đề nhanh chóng, ổn thỏa nữa?! Cho đến bây giờ chúng tôi cũng chỉ là chứng nhân, cuộc vui xưa nào ngờ là nỗi đau thật hôm nay của bạn? Lòng chùng xuống, chúng tôi cũng đang bối rối...

Trúc Hương bỗng chậm rãi:

- Tao nghĩ tao rất có lỗi. Sao lại dối bạn? Nếu ngày ấy tao gửi ảnh thật của tao thì giờ này tao đỡ ray rứt. Tao biết nói sao khi anh T. đối diện với chính tao mà tao lại không phải là người trong ảnh?

Rồi Trúc Hương đứng lên buồn bã quyết định:

- Không, Trúc Hương không dám gặp anh ấy đâu. Hải Đường giúp tao lần nữa. Gặp anh T. và coi như Hải Đường là Trúc Hương thật của ngày xưa và cả hôm nay.

Bạn lặng lẽ bước ra khỏi cửa. Chúng tôi nhìn nhau thở dài...

TÌM LẠI LỐI XƯA

Tôi tìm về Huế như muốn nhìn thấy kỷ niệm: sân bay Phú Bài nhỏ hẹp nhưng thân thương ngày nào; Quốc lộ 1 tưởng như còn ruộng đồng xanh xanh; Ngôi chùa Diệu Viên nằm trong vùng Thanh Thủy thượng... nơi có lối vào xanh mát hàng cây, có ngôi mộ của Bà Dì tôi, người sáng lập chùa từ năm 1924... sau lưng nhà trai có cây khế vàng những trái; rồi thành phố Huế sẽ trở về nguyên vẹn như ký ức thời xa xưa còn cắp sách... Nhưng những xa lạ trước mắt làm tôi lặng người xót xa!

Bước xuống cầu thang máy bay, nhìn thẳng vào trong đã thấy tay vẫy của những người thân, mừng quá nước mắt nhạt nhòa... bỏ quên sân bay lổn chổn gạch đá. Phú Bài có thay đổi nhưng không nhiều, vẫn quá nhỏ bé với lối làm việc còn rất nhiều tùy tiện. Hành khách nghe:

- Ê! đi về phía tê, lấy cái giấy đã nì!

Vòng xe đầu tiên, người thân có ý cho chúng tôi nhìn chung thành phố Huế. Xe qua An Cựu. Chợ An Cựu đông đúc. Đồng An Cựu đâu rồi? Tôi ngơ ngác tìm kiếm. Nhà cửa san sát, chen chúc cái ra cái vào. Không còn cánh đồng thoáng mát ngày xưa cho vòng xe đạp dong ruổi, mắt nhìn bát ngát lúa xanh...? Chỗ này là khách sạn, chỗ kia hotel, chỗ nọ nhà du lịch...

Con đường Phạm-Hồng-Thái của tôi, không một nét cũ mắt bỗng rưng rưng. Con đường như nhỏ quá, nhà cửa hai bên như chen ra đường. Ngôi nhà nơi ngã tư của ông cò T. ngày xưa đã thay chủ. Tôi không nhìn thấy cây đào trước cửa... Bờ tường bao bọc như thấp xuống. Mắt nhìn bỗng xa lạ. Ngôi nhà ngày xưa tôi thấy đồ sộ là thế, nay sao thấp nhỏ thế kia?!... Con đường Phạm Hồng Thái đoạn này không còn cái thân thuộc, dễ thương ngày xưa, tại sao? Ghé lại một nhà người quen gần đó, dãy phố ba gian như nhỏ lại, xa lạ. Người quen nhìn tôi bỡ ngỡ. Tôi biết tôi thay đổi- 40 năm rồi còn gì... nhưng khi nhận ra nhau, thân mật lại tròn đầy... những người quen của con phố cũ, chạy đến, tay bắt mặt mừng, nước mắt đầy vơi. Tim chùng xuống thổn thức! Những ngày xưa thân ái đã quá xa... Nhìn lại ngôi nhà cũ, 14 Phạm Hồng Thái, đang sửa sang, gạch đá ngổn ngang. Ngôi trường Việt Anh, Nguyễn tri Phương sau nhà còn đó cũ kỹ, hiu hắt làm sao! Dãy nhà ba gian trước mặt thay đổi đến lạ lùng, mắt nhạt nhòa tìm lại dấu xưa... Không còn cái hố nhỏ ngăn cách ngôi biệt thự của gia đình Họ Trần ngày xưa với khu nhà 5 gian gia đình tôi đã ở sau năm 1954 từ Nha Trang trở lại Huế để học Đệ Tam Khải Định. Ôi! Dãy nhà thay đổi đến tang thương, tần ngần tôi đứng lại nhìn quanh... Còn đâu giàn hoa "hướng giai nhân" của nhà ông Đông-y, chúng tôi quen gọi thân mật và tin tưởng tài bốc thuốc một thời "Ông Thầy Xuyến". Khu nhà trông nhỏ lạ! Cây cối sầm uất che kín cái ban công xinh xắn ngày xưa. Khu đất trống trước mặt không còn nữa. Ngôi nhà ngày xưa luôn náo nhiệt tiếng đàn ca của người ca sĩ thành phố Huế, cửa đóng im ỉm, buồn đến ngẩn ngơ...

Đường Ngang đây ư? quá khác lạ, lối lên cầu Tràng Tiền sao ngắn ngủi, cũ kỹ quá chừng! Cầu Tràng Tiền thẳng tắp, cứng cỏi với mầu sơn bạc cũ, thiếu nét mềm mại, duyên dáng ngày xưa. Vào mùa Hè, không một tà áo trắng trên cầu! Nườm nượp xe đạp, xe gắn máy loạn xạ, còi hét inh ỏi...

Con phố Trần-Hưng Đạo, phố chính của Huế- và cả về phía chợ Đông Ba, hàng quán đông nghẹt, san sát. Xe cộ đậu lớp trong, lớp ngoài lộn xộn, bừa bãi. Có ai bảo bên tai:

- Hàng bày như chợ trời, nỏ có ai mua!

Đường phố ồn ào. Người ta sẵn sàng chen nhau, đẩy nhau. Các xe cyclo, xe đạp, xe gắn máy lúc nào trông cũng quá trọng tải. Xe chở hai, ba, bốn, năm... là thường! Nhìn thấy cả những người ngoại quốc trẻ ăn mặc như mấy chú bộ đội, áo thun sát nách, nón cối màu xanh lá cây, với một cô đầm tóc vàng mặc áo bà ba, đội nón lá... ý chừng muốn hòa nhập với dân địa phương, cũng cỡi xe gắn máy chạy như bay, la hét, dành đường đi, bóp còi inh ỏi. Người ta chỉ chỏ:

- Tây "Ba-Lô" đó!

Đủ loại xe chạy vèo vèo, bụi tung mù mịt, nóng khủng khiếp. Người địa phương hầu hết đều mang "khẩu trang" và găng tay dài đến tận vai. Mọi người đều có một cách chống ô nhiễm như nhau. Trông đến buồn cười! Mất hết cả vẻ mỹ quan của thành phố. Những người ở xa đến, không quen, được ngồi sau xe honda, phương tiện khá sang của thành phố, chạy vù vù, vừa hết hồn vừa đau lưng... vì xe chạy ngược "xẹt" qua, chạy xuôi "xẹt" lại, né bên nọ, tránh bên kia vẹo cả lưng!...

Vòng đường Huỳnh Thúc Kháng vào cửa Đông Ba. Trời ơi, đường Mai Thúc Loan đâu rồi? Căn nhà của bạn tôi ngày xưa nay mất hút trong dãy cửa hàng bán và may quần áo, có cả "manequin" đàng hoàng mà vắng hoe, bụi bặm... Một vòng Chợ Xép, đường Dãy Trại, Âm Hồn, Ngô Sĩ Liên... thay đổi hết rồi, còn đâu dấu xưa? Đây cửa Thượng Tứ, cổng gạch cũ kỹ, đổ nát. Hương sen vẫn thoang thoảng đâu đây mà sao thiên hạ dửng dưng? Người ta vội vàng, chen chúc buôn bán không còn nhìn đến cái tàn tạ, hư hỏng của một nơi hoang phế thiếu trùng tu, sửa chữa...

Chiếc xe hơi đưa chúng tôi lạc lõng giữa dòng đường để về đến Bao Vinh. Dọc đường hai bên, sửa chữa, hê hửng, đất cát, bụi bặm mà người dân Huế, quê tôi như không để ý, quan tâm; suốt đời lặng lẽ, chịu đựng, câm nín... Thương vô cùng, biết nói sao Huế ơi! Rưng rưng tôi nén tiếng thở dài, nghẹn ngào không trả lời được câu hỏi của em tôi:

- Huế ra sao, nãy giờ, không nghe chị nói gì cả!

Chúng tôi hẹn nhau nơi vườn hoa trước trường Đồng Khánh và Quốc Học để cùng vào thăm trường. Đến sớm 15 phút, tôi loanh quanh đó đây: Tấm bia lớn vẫn còn đó cũ kỹ, đổ vỡ nhiều chỗ. Tôi đứng vào vị trí hai con rồng mà cách đây 50 năm, chúng tôi đã cùng cả lớp chụp hình nơi đây. Hình rồng cũ kỹ quá, loang lổ tội nghiệp. Bạn cũ trong bức hình năm xưa, hôm nay hẹn tôi còn lại T.U., cô bạn học cũ đã trở thành chị em, bạn dâu bên chồng. Hai đứa đứng lại chỗ cũ, chụp hình mà lòng thương nhớ đầy vơi... Những bạn cũ được nhắc lại mà hầu hết đã không còn nơi xứ Huế... Mấy chục năm qua rồi còn gì! Cái hồ tròn ngày xưa, nay có trồng cây, sóng sánh nước cạn. Bối cảnh chung quanh đã quá thay đổi với rất nhiều tác phẩm - nghe đâu của một đoàn giáo sư thỉnh giảng cùng các học sinh trường Cao Đẳng Mỹ Thuật để lại. Mỗi tác phẩm, một kiểu. Nhiều cái mỹ thuật tân kỳ không hiểu nổi; nặng phần trình bày nhiều hơn nên nhan nhản, nhìn không kịp, ngó không hết... nhiều thắc mắc không giải đáp được nên ấn tượng không sâu...

Mọi người đến. Cổng trường "Hai Bà Trưng" sừng sững, màu vôi hồng nhạt nhòa. Tuy không còn hai chữ Đồng Khánh thân yêu, chúng tôi vẫn bước qua cổng với cả tấm lòng thân thương muốn tìm về. Đang Hè mà sao không một cánh phượng đỏ? Tháng 6, mà cỏ xơ xác, có nơi úa vàng. Bước trên từng con đường nhựa hê hủng dẫn vào trường. Mùa Hè hai dãy lớp im ỉm. Lòng lâng lâng với kỷ niệm vơi đầy, chúng tôi bắt đầu từ dãy lớp bên phải, thẳng xuống "preau" rồi vòng lên phía trái. Mỗi bước, mỗi nhìn là mỗi đau lòng. Các lóp học với màu vôi xưa cũ loang lổ từng mảng... Cửa lớp đóng bụi mù, có nơi lá sách bung ra, nhìn rõ cả bên trong: bàn ghế như cũ quá, lâu lắm chưa thay đổi. Nhớ một thời trẻ dại mà ngậm ngùi rưng rưng... Nhà chơi [preau] được ngăn cách với sân sau, ngày xưa là sân thể dục, bằng một lớp song sắt thưa. Có người bảo sân sau nay đã trở thành nhà ở của nhân viên nhà trường? Dãy cửa hai bên nhà chơi gãy đổ, xiêu vẹo đến tội nghiệp! Nền "preau" hê hủng như đã lâu không ai sử dụng. Buồn bã chúng tôi vòng đến dãy lớp bên trái; qua hành lang xưa bà Cách vẫn bán quà cho học sinh; rồi nơi chúng tôi học môn gia chánh với cô Cúc... phòng xập xệ, đổ nát. Dãy lớp Đệ Thất của chúng tôi ngày xưa, hư hỏng đến không ngờ... bệ cửa sứt bể từng mảng gạch, vôi còn rớt trên nền nhà, bụi bặm, ẩm mốc... Cô bạn xứ Huế, vẫn còn với Huế từ độ ấy, buột miệng:

- Trường xuống cấp quá hí!

Trường tôi, lớp tôi thật tội nghiệp. Buồn biết nói sao? Nơi đây vẫn còn là nơi hàng ngày học sinh ra vào mà sao chưa một lần được trùng tu, sửa chữa? Tất cả chúng tôi chìm trong thương nhớ đầy vơi trước điêu tàn, đổ nát của một nơi thân thương, chôn vùi bao kỷ niệm đẹp ngời của tuổi ấu thơ. Lững thững bước ra gần đến cổng, cô bạn xứ Huế bỗng la lên:

- Ông hiệu trưởng kìa!

Cô bạn chặn ông hiệu trưởng lại và đặt câu hỏi ngay:

- Sao trường xuống cấp quá vậy, nhìn đau lòng quá!

Trước khi trả lời, Ông hiệu trưởng cho một "bảo vệ" của trường vào trong lấy ra những huy hiệu của Đồng Khánh năm kỷ niệm 80 năm, trao cho chúng tôi:

- Trông thấy mấy tà áo dài, biết ngay là khách phương xa đến thăm... quí chị từ xa đến?

Chúng tôi không ai nói gì, ông lại bảo:

- Đang xin kinh phí trùng tu, may ra năm 2000 làm được. Làm xong tôi cũng xin hưu trí luôn.

Lúc vào hăm hở bao nhiêu, lúc ra chán nản bấy nhiêu, cho nên bước sang trường Quốc Học mà lòng bớt hăng hái và chẳng thấy vui. Trường có vẻ mới sửa sang, màu vôi còn mới, đỏ thẫm, không dịu mắt nhìn... Có khó khăn gì, giữ lại mầu vôi hồng cũ? Một nét của kỷ niệm, để bớt đau lòng những kẻ trở về tìm lại dấu xưa!... Tần ngần tôi đứng nơi bậc cửa đầu dãy lớp có lần chúng tôi, lớp Đệ-nhất C chụp hình kỷ niệm, vào cửa này để lên cầu thang đến lớp chúng tôi. Cửa cài khóa cẩn thận. Tôi đứng đó, ghi lại tấm hình mà lòng thấy mất mát quá nhiều... Cột cờ thay đổi. Đường vào hai dãy lớp như hẹp lại. Hành lang lờ mờ tối. Lòng lại nao nao nhớ: sáng thứ hai chào cờ xong, xếp hàng hai, đi một vòng qua các dãy lớp A,B... đến cuối hành lang mới lên lầu để vào Đệ nhất C. Các nam sinh thường rúc rích cười phá các bạn lớp A,B... ồn ào cho đến khi có giám thị chạy đến. Lớp Đệ nhất C ngày ấy "tọa lạc" ngay cạnh cầu thang để có những lần nghịch ngợm, không thuộc bài hay lười học giờ Vạn-Vật, có bạn dễ dàng "trốn" ra khỏi lớp và "phi thân" xuống cầu thang là an toàn. Sân phượng Quốc Học cũng chẳng còn một cành hoa. Ngạc nhiên khi vòng ngõ sau phòng học ngày xưa vẫn là nơi tập văn nghệ, một bó hoa phượng nhỏ, ai bỏ quên trên sân cỏ, vui mừng nhặt lên, ấp ủ trong tay để chỉ nhớ ngày xưa và hiện tại nhạt nhòa, như không có....

Ai cho một đề nghị sáng giá mà tôi cảm ơn mãi: một vòng du ngoạn lên các lăng tẩm bằng đò dọc. Tôi muốn gọi thế để quên thấy hai con rồng tô xanh đỏ trang trí hai bên để "câu khách" với tên gọi "thuyền rồng"! Tôi mừng đã xa được những con đường bụi bặm, xe cộ ngược xuôi, lộn xộn. Tôi đang tìm được vài nét xưa thân yêu. Thành phố nhìn từ sông nước dòng Hương vẫn còn nhẹ nhàng, dễ thương. Nước sông Hương vẫn trong xanh giữa dòng. Đò lướt nhẹ, cảnh trí hai bên bờ, vài nơi còn gợi nhớ: đây bến Diệu Đế, kìa bến Gia Hội, cầu Tràng Tiền xa xa, bến Thương Bạc, nhà Lục Giác vẫn còn đó, bến Vân Lâu, cầu Bạch Hổ... Và kia, cây phượng già chùa Thiên Mụ vẫn ẻo lả nơi bến sông có bậc cấp để vào chùa. Tháp Linh Mụ cao ngất in hình trên nền trời mây xanh, nhìn từ sông nước vẫn còn nét tuyệt vời... Tôi trìu mến xin một hình ảnh thân yêu cho bìa tập thơ cho Huế... Rồi Điện Hòn Chén, lăng Minh Mạng, Gia Long... tất cả đang sửa chữa, trùng tu nên chúng tôi chỉ lòng vòng chung quanh. Hồ sen bao bọc, mùa hè vẫn không thấy có hoa. Những cây thông to lớn vẫn rì rào khúc hát ngàn năm. Cảnh quang thiên nhiên đang cho mắt nhìn chút dịu mát dù khí hậu Huế mùa này quá gay gắt. Con đường từ bến nước lên lăng tẩm rất đông người mua bán những sản phẩm của vườn nhà: một nhánh chuối cau ươm vàng, vài trái thơm xanh non... Những cháu nhỏ chạy theo chào mời vài gói sim, móc để lỏng chỏng trong cái rổ nhỏ... tất cả trông nghèo nàn tội nghiệp. Lòng bỗng ngậm ngùi khi tôi mua hết với giá chính thức chưa được 10 xu, các cháu mắt sáng lên mừng rỡ, tíu tít gọi mẹ để khoe... Chung quanh còn chưa thấy cải thiện nhiều. Bà bán đậu hũ Bến Tuần, trong chiếc áo dài cũ kỹ, bước đến chỗ chúng tôi đang ngồi nghỉ chân dưới bóng cây mít già, không đủ che nắng, nóng như thiêu. Tôi húp chén đậu hũ thơm chanh mà lòng rưng rưng thương cảm...

Huế nghìn đời như chén đậu hũ thiếu đường, thơm chanh, nhẹ nhàng trôi xuống cổ... Thương nói mấy cho vừa! Rồi thuyền xuôi về phía Thuận-An. Gió sông mát nhẹ dễ chịu. Lòng lại lắng xuống, nhớ xót xa.

Những ngày ở Huế ngắn ngủi. Ngoại cảnh đổ nát, tiêu điều, câm lặng làm đau lòng... để chỉ được ấm lòng với tình Huế vời vợi... Mẹ già còn đây, thật thà, hiền hậu, thương con cháu với cả tình Huế muôn thuở; Anh chị em còn đây với tâm sự vơi đầy. Tất cả thiết tha thương yêu trọn vẹn bỏ quên 30 năm cách xa. Rồi bạn bè từ Văn Xá, Kim Long, Thành Nội, Bao Vinh... và đâu đó trên những con đường đã thay tên vẫn còn cho tôi những giây phút ngập tràn yêu thương. Cầm trái me non trong tay với một chút muối ớt trong lòng tay bạn, vẫn còn cho được tình tròn như những ngày thơ ấu bên góc trường Gia-Hội xa xưa. Về dây chỉ còn được tình Huế trong con người Huế của một thuở nào xa xôi cho trọn vẹn Huế của quá khứ, Huế của kỷ niệm, Huế của tuổi thơ đẹp ngời...

Huế, tháng bảy, 1999

HÔM ẤY... TÔI ĐI DẠY

Đọc 'Tiếng chim ngoài cửa lớp" của nhà thơ Trần Hoan Trinh tức giáo sư Trần Đại Tăng, bỗng chập chờn một thuở Phan Châu Trinh - Đà Nẵng. Tôi đến trường trung học Phan Châu Trinh trước anh một năm: 1957, cũng tháng chín, mùa tựu trường nhè nhẹ sương thu... 50 năm qua mà sao rõ ràng quá đỗi: nhớ về ngày xưa, tôi như em bé được mẹ nắm tay ngày tựu trường năm ấy; Thanh Tịnh bảo "Hôm nay tôi đi học".

Trên chuyến tàu tốc hành Huế-Đà Nẵng, mẹ tôi nắm chặt tay tôi khi tàu chui qua hầm Sen tối mò vì biết tôi sợ, nhất là lòng đang lo lắng cho đoạn rẽ cuộc đời, bâng khuâng vừa rời xa những ngày áo trắng. Mẹ thì thầm bên tai "ngày mai con thành người lớn".

Ngày mai 10/7/1957, mẹ nắm tay tôi dẫn đi từ nhà dì tôi đường Hoàng Diệu để đến nhận việc tại trường trung học Phan Châu Trinh. Hôm nay... Tôi đi dạy! Và sau đó nhiều lần nữa tôi vẫn trẻ thơ bên mẹ dù đã vào đời. Mỗi lần nhớ, lại cảm động đến buồn cười. Những ngày sau đó đi chấm thi ở các tỉnh xa vẫn còn được mẹ "dẫn đi". Lần chấm thi Trung học đệ nhất cấp tại trường Trần Quốc Tuấn - Quảng Ngãi, hai giáo sư nhận nhiệm vụ, giáo sư Nguyễn Trung Hối và tôi. Trong toa tàu hầu như toàn cả thí sinh, tôi được mẹ đặc biệt chăm chút. Thí sinh nhìn tôi như một bạn đồng cảnh lều chõng may mắn. Hôm sau vào phòng thi, các cậu thấy "cô bé" là giám khảo, rụt cổ lắc đầu.

Tôi rụt rè bước vào phòng Hiệu Trưởng. Thầy Nguyễn Đăng Ngọc nhìn tôi trong áo lụa trắng học trò, tóc dài mượt đen được làm gọn đằng sau bằng chiếc kẹp đồi mồi màu nâu. Thầy hiền từ cho phép tôi ngồi chiếc ghế trước bàn hiệu trưởng. Hơi mỉm cười, thầy bảo:

- Cô giáo trẻ quá!

Không nhìn thấy sự lo lắng của tôi, thầy tiếp:

- Học trò ở đây từ các vùng mới tiếp thu... nên học chậm, lớn lắm, dạn dĩ, nghịch ngợm, sợ cô giáo trẻ không điều khiển nổi. Cô N.N. trước đây phải khóc đó!

Sợ ông hiệu trưởng nghi ngờ khả năng, tôi bối rối tìm cách bênh vực quyết định của mình. Ông hiệu trưởng còn trẻ như các thầy tôi nhưng tôi không xưng "con" như ở trường mà làm cho mình lớn hơn một chút, tôi lễ phép thưa:

- Thưa ông cho "cháu" thử, nếu quả không dạy được

thì... Thầy Ngọc nhìn sự vụ lệnh bổ nhiệm của sở giáo dục và hồ sơ của tôi trước mặt. Thầy ôn tồn:

- Có cách chi... Cô phải có bề ngoài người lớn hơn một chút nữa.

Nhìn thấy sự ngạc nhiên trong mắt tôi, thầy tiếp:

- Ví dụ như cô đừng để tóc kẹp... học trò quá, trẻ quá không được.

Biết "khuyết điểm" vì dáng dấp học trò của mình, tôi vẫn quả quyết:

- Cháu sẽ cố gắng, xin ông cho cháu dạy thử. Cháu tin là có thể dạy được.

Thầy Ngọc nhìn tôi, hiền từ mỉm cười cho quyết định:

- Chị chuẩn bị, mùa tựu trường năm nay chị trở lại nhận việc. Tôi sẽ gửi thời khóa biểu về sau. Chị dạy Anh, Pháp văn và Việt văn đều được phải không?

Tôi mừng rỡ cám ơn và chạy vội ra cửa báo tin cho mẹ.

Để trở thành giáo sư trường trung học Phan Châu Trinh năm ấy, tôi phải hy sinh mái tóc dài, uốn ngắn cho thành "người lớn". Bạn bè tôi tiếc nuối dùm tôi. Bạn T.Đ.Q. học sau tôi một năm nhưng cùng sinh hoạt báo chí và văn nghệ ở trường, lúc đạp xe ngược chiều gặp tôi giữa cầu Tràng Tiền đã đưa hai tay lên trời la lớn:

- Trời ơi, răng rứa?

Sau 5 năm thành lập, trường trung học Phan Châu Trinh vẫn còn trống trải lắm. Sân trường nắng chang chang. Vài cây phượng vỹ mới trồng nhỏ xíu như không có, thèm một bóng mát. Bước vào cổng là một sân cát vàng và khô. Cát cứ bám vào chân mỗi lần xuống xe đạp, đẩy xe vào và nhắc xe lên ba bốn bậc cấp, dựng xe trước phòng giám thị. Năm ấy thầy Diêu là tổng giám thị; bà Chín vừa là giáo sư nữ công vừa là giám thị. Tôi còn nhớ em Trần Đình Thanh Lam, con trai của bà, bắt đầu vào Lycée Đà-Nẵng thì phải? Nhớ bà Chín tôi còn nhớ bác sĩ Trần Đình Nam có ngôi nhà đầy hoa, nhất là hoa lan mà các chị Kim-Đính, An-Hà Châu và tôi ngưỡng mộ... Cô Lệ-An cũng là một giáo sư nữ công lâu năm của trường... Tôi đang nhớ quá nhiều đây. Có lẽ vào năm ấy tôi là cô giáo trẻ nhất nên được sự thương yêu và chăm sóc của tất cả nữ giáo sư đương thời: Chị Liệu dạy Anh-văn; Chị An-Hà-Châu dạy Việt văn và sử địa;

Chị K. Đính dạy vạn vật, cùng ở Huế nên chúng tôi thường có những chuyến đi về Huế - Đà-Nẵng cùng nhau. Những lần tàu qua hầm sen, tôi cũng được chị nắm tay để khỏi sợ bóng tối... Có thể nói 90% giáo sư P.C.T. là dân Huế nên những ngày cuối tuần bến xe An Lợi tấp nập thầy cô giáo tìm một vé xe trở về Huế sớm nhất.

Cùng dạy môn Văn, tôi biết anh Quế, giáo sư kỳ cựu, kinh nghiệm; Anh Hối, anh Đáo...; Anh Âm, anh Hào dạy Anh văn; Anh Tăng dạy Toán; Anh Tòng dạy Toán và Vạn vật, anh vào PCT trước tôi; Anh Nhân gầy, cao... Trong tất cả các bạn cùng dạy năm ấy, có lẽ cùng đường đi về dạy học, lại có biết từ ngày học Quốc Học nên anh Đặng Minh Trai là giáo sư tôi được dịp chuyện trò nhiều nhất. Chúng tôi bàn chuyện dạy, chuyện báo chí, sách vở và nhớ có lần lạm bàn về một nữ sinh có bút hiệu là Mai Trinh, nhớ có lần phải cầu cứu anh xuống xe đạp đi bộ với tôi một đoạn đường vì các học sinh trường Bán Công cứ nghịch ngợm đi theo lải nhải "my English teacher"... Rồi tôi rời trường PCT vào Nam, mất liên lạc. Sau đó lưu lạc xứ người, tôi được tin buồn anh không còn nữa... Thương tiếc một người bạn hiền lành!

Một thoáng nhớ buồn cười trở về ký ức: suốt ba niên học ở với PCT tôi dành hết thì giờ cho học sinh, yêu mến, tâm sự, sinh hoạt ngoại khóa, đạp xe lên đồi xuống dốc với các lớp T.N. Túy, N.D.L. Hương, Lê Ngọc Lâm... cắm trại bên giòng sông Thu-Bồn... Tôi đã nói hết với học sinh tôi ngày ấy. Làm sao tôi quên được những ngày tập văn nghệ cho các em: vở kịch "Bến nước Ngũ Bồ" với Kim Long, Lê Thị Phú, Liệu... Với các em tôi nhiều lời là thế mà sao với các nam đồng nghiệp tôi lại quá ít nói năng, có nhiều bạn trong ba năm dạy học đã không một lần trò chuyện. Năm 2001, anh N.T.Hối đến Toronto tham dự Ngày Hội Huế chúng tôi tổ chức, nhắc lại những ngày PCT tôi phải xin lỗi mãi vì cái nhút nhát kỳ cục của cô giáo trẻ người Huế ngày ấy.

Thời khóa biểu của nhà trường thay đổi hằng năm. Có năm tôi dạy cả anh văn và công dân. Tôi gặp hầu hết học sinh các lớp của trường những năm ấy, lứa học trò đầu đời dạy học, tôi nhớ mãi hoài...

Sau bao năm rời xa trường, tôi "người lớn" đã lâu, con cái đùm đề, một hôm một quân nhân tìm đến thăm tôi giữa giờ giảng dạy ở trường T.V. Saigon: em Di làm tôi cảm động đến sửng sốt, cũng như hôm tôi gặp em N.P. Minh sau ngày em ở trại cải tạo về. Lần tôi nhận được thư Trịnh Thái Cơ, nước mắt tôi làm nhòe dòng thư "Nhớ cô, em chọn nghề dạy học, em đang ở Gò Công...". Sau biến cố 1975, tôi nhìn ra em

Kim Long, mặt buồn xo đang đứng đợi mua gạo ở phường Dakao, sau ngày đi cải tạo về... Tôi dừng xe đạp bước xuống gọi, Long ngơ ngác, đưa tay sửa kính cận, nheo mắt hỏi:

- Xin lỗi, chị là ai?

Biết ra tôi, cô trò đêu khóc. Trước mắt tôi, lúc này còn như đang nhìn thấy một em trưởng lóp cao lêu nghêu Cao Ngọc Trân. Lớp tôi là giáo sư chính thì em Huỳnh Ngọc Lạc, một trưởng lớp nhỏ con, hiền lành, các bạn nói gì cũng cười... Những ngày xa xứ, gặp lại một số học sinh PCT, may mắn chúng tôi còn tìm lại được những ngày xưa thân ái: T.N. Túy, N.D.L. Hương, Thu Liên, Thu Hà, Trần ngọc Yến, Huỳnh Thương và anh Tuyến [tôi không gặp anh Tuyến trong lớp học ngày ấy thì phải?] nhưng dù sao cũng là những người PCT để còn được nhắc những ngày xưa... Có một ngày nghe Thượng tọa Thích Tịnh Đức thuyết pháp để vui mừng biết đó là em T.T.Toản của PCT ngày nào... những điểm son của của nghề dạy học, tôi trân quí mãi hoài, cho nên PCT dù chỉ còn là hoài niệm, hoài niệm êm ái của đời tôi!

Xin được xin lỗi anh T.Đ. Tăng, vị giáo sư đã cùng tôi hai niên khoá ở PCT mà không một lần trò chuyện. Cám ơn nhà thơ Trần Hoan Trinh với Tiếng Chim Ngoài Cửa Lớp đầy vơi tâm sự của người thầy bên bục giảng nhất là bục giảng của trường trung học Phan Châu Trinh Đà Nẵng đã cho tôi một tìm về trọn vẹn thương yêu.

Canada, chớm thu năm 2002.

TUYỆT PHẨM CỦA LÒNG TIN

(Hill of Crosses)

Đại Hội Công Giáo Giới Trẻ lần thứ 17 được tổ chức tại Toronto - Canada từ ngày 23 đến ngày 28 tháng 7 năm 2002 thành công rực rỡ. Hơn 800.000 người đã đến từ khắp nơi trên thế giới. Cả rừng người trong sắc áo mầu cờ... đã làm nên một ngày hội vĩ đại với hình ảnh thánh thiện tuyệt vời của Đức Thánh Cha John Paul II, 82 tuổi tươi cười, gần gũi thân quí và cho giới trẻ một niềm tin kỳ lạ.

Suốt tuần lễ ngày hội, mọi sự diễn biến tràn đầy ơn phước... trời đang oi nồng, nóng bức bỗng sau cơn mưa lớn không khí trở nên dìu dịu như đang giữa tiết xuân êm đềm.

Không nhìn thấy, ta không thể tưởng tượng được một số lượng người tham dự khổng lồ từ mọi nơi tề tựu tại sân bay quân sự cũ vùng Downsview đã giữ được an ninh tuyệt đối, không một đáng tiếc nhỏ xảy ra. Mọi người đã sinh hoạt trong tinh thần thông cảm, hòa bình và giữ trọn lòng tin hướng về đức Thánh Cha John Paul II, hình ảnh của lý tưởng tôn giáo. Giới trẻ ngưỡng mộ Ngài, yêu mến Ngài. Nhiều người trẻ đã bật khóc khi Ngài bảo: "các con tràn sức sống, Paul đã già...". Ngài xưng tên mình thật trìu mến và tràn đầy thương yêu. Một em bé nức nở thốt: "Ngài là hình ảnh Chúa!". Người trẻ xúc động nhìn thấy Đức Thánh Cha bằng xương bằng thịt. Ngài hiện diện trong vùng sáng tuyệt diệu của lòng tin, lòng tin yêu Chúa. Bài giảng của Ngài bị đứt quãng vì tiếng tung hô đầy hân hoan của giới trẻ: "John Paul II, we love You" [Đức Thánh Cha, chúng con ngưỡng mộ Ngài]. Đức Thánh Cha tỏ ra vui mừng gần gũi với giới trẻ, Ngài bộc lộ "Cha tuy già nhưng lòng cha rất trẻ" [I am full in years but young at heart]. Giới trẻ vỗ tay vang rần và lập đi lập lại nhiều "John Paul II, we love you". Biết bao nhiêu người rơi lệ khi Đức Thánh Cha đầy nghị lực, 82 tuổi với chứng parkinson, một mình vững chãi bước xuống 27 bậc cầu thang máy bay. Những tràng pháo tay đã làm vùng đại hội rộn ràng reo vui... Theo nhịp vỗ tay, rừng cờ của hơn 170 quốc gia phơi phới tung cao rực rỡ và hào hùng như chưa hề thấy từ trước trong một tổ chức ngoài trời... Nhiều rất nhiều cờ Việt Nam màu vàng ba sọc đỏ rợp trời tung bay. Một bạn trẻ, đến từ California, ôm lá cờ trước ngực, đứng bên cổng chào kẻ rõ bốn chữ "Làng Trẻ Việt-Nam" rưng rưng: "Em vui mừng vô cùng vì được nhìn thấy Đức

Thánh Cha bằng xương bằng thịt và nhất là lời Ngài tràn đầy yêu thương dành cho giới trẻ". Phải thấy đông đảo các bạn trẻ qua một đêm thức sáng để đợi buổi lễ bế mạc sáng hôm sau mới thấy lòng nhiệt thành vô bờ của giới trẻ ngày nay: một trận mưa lớn chưa từng thấy dội xuống thành phố Toronto, cả rừng cờ, lều trại đủ mầu sũng nước... người người dù dưới cơn mưa tầm tã như vậy vẫn tươi vui chờ đợi... Đức Thánh Cha đến, trời quang mây tạnh. Rừng người tung hô reo mừng. Ngài đến mang theo ơn phước lành... mọi người linh hoạt hân hoan như chưa hề ảnh hưởng một chút bụi mưa.

Suốt một tuần đại hội lòng tin đã biểu lộ huy hoàng: với 400.000 người chào đón Đức Thánh Cha lúc đến. 600.000 người đêm canh thức cầu nguyện. 800.000 người trong buổi lễ bế mạc... Những con số nói lên lòng tin yêu tuyệt vời của giới trẻ đối với Đức Thánh Cha, hình ảnh của Chúa và cho chúng ta một vui mừng tin tưởng người trẻ hôm nay sẽ thắp sáng được ngày mai... Bất chấp mưa bão hay nắng hạn lòng tin thắng tất cả... cảm động lòng người và cả lòng trời, Thắp sáng thế gian. Những ngày qua giới trẻ đã tề tựu ở Toronto để làm nên một bức tranh tuyệt đẹp của lòng tin. Tinh thần tốt đẹp của giới trẻ muôn năm!

Nhìn lại những ngày qua, lòng tin đã làm nên lịch sử tôn giáo. Gần đây nhất năm 1993, chính sự hiện diện của Đức Thánh Cha John Paul II tại Đất Thánh vùng Lithuania đã đánh dấu sức mãnh liệt lòng tin của giáo dân: Ngọn Đồi Thánh Giá [Hill of Crosses].

Đồi Thánh Giá thuộc phía bắc tỉnh Siauliai của vùng

Lithuania. Thành phố Siauliai được thành lập năm 1236. Người ta kể truyền thống đặt các thánh giá đầu tiên có thể đã có từ thời này như dấu hiệu bảo vệ lãnh thổ. Có truyền thuyết nói đến những người dân Thụy Điển trước định cư tại đây về sau thời Nga hoàng Catherine II dùng áp lực trục xuất họ trở về cố hương. Chuyến trở về đầy gian khổ: một số người bỏ mạng giữa đường, số khác về đến xứ thì mọi điều hứa hẹn cho cuộc sống mà Nga hoàng và chính quyền Thụy Điển cho họ chỉ là con số không... Cuộc trở về của người dân Thụy Điển là một thảm kịch để họ luôn nhớ phần đất mà họ xem như quê hương của mình. Để đánh dấu kỷ niệm đau buồn ấy, một nông dân đã làm một cây thánh giá bằng gỗ đặt tại nơi mọi người dự thánh lễ nhà thờ lần cuối cùng trước lúc bị trục xuất. Từ đó khách hành hương mỗi lúc đến viếng nơi ấy đều theo truyền thống tự tay làm những thánh giá đặt lên phần đất ghi dấu một cuộc chia ly não lòng! Lại một huyền thoại khác: Từ thuở xa xưa trên vùng đảo của đất Siauliai có hai đoàn đám cưới di chuyển ngược chiều. Đường đất của đảo quá hẹp không đủ cho hai đám cưới đi cùng một lúc. Không bên nào chịu nhường cho bên kia đi trước nên sinh ra ẩu đả dữ dội. Kết quả có hai người thiệt mạng: chú rể của đám cưới này và cô dâu của đám cưới kia. Đau thương xảy ra, hai gia đình mới nhìn thấy sự vô lý của việc tranh chấp nhỏ mọn. Hối hận họ đề nghị cho cô dâu chú rể sống sót xóa bỏ hiềm khích để trở thành vợ chồng. Rồi từ đó mọi người sống chung hạnh phúc vui vầy và cây thánh giá được dựng lên để đánh dấu sự an lành luôn ngự trị trên Đất Thánh, là Đồi Thánh Giá hiện nay.

Năm 1795, Siauliai sát nhập vào liên bang Xô Viết. Đồi

Thánh Giá bị triệt hạ nhiều lần. Lần thứ nhất vào những năm 1831 - 1863 trong cuộc nổi dậy của nông dân. Nhưng số thánh giá cứ tăng dần. Năm 1895 có 150 thánh giá lớn và nhiều thánh giá nhỏ. Năm 1914, 200 cái. Năm 1940 có 400 thánh giá lớn, cao hơn 4 mét và rất nhiều ngàn thánh giá nhỏ. Ba cuộc tàn phá quyết liệt của chính quyền Xô Viết vào năm 1961, 1973, 1975 đã làm bình địa ngọn đồi; đốt sạch tất cả thánh giá, làm thành nơi đổ rác và là chỗ để các thức dơ bẩn. Ban ngày mọi sự hủy diệt xảy ra thì ban đêm như một phép lạ, thánh giá lại mọc lên, mỗi đêm một nhiều gấp bội... Đồi thánh giá ở Lithuania đã nhanh chóng hồi phục; mỗi ngày một lớn một thiêng liêng. Lòng tin Chúa đức tin của giáo dân là một phép lạ cho thánh giá mọc lên, mọc lên bất chấp bạo lực đến từ đâu. Năm 1985 thì mọi tàn phá đều bất lực và đồi Thánh Giá đã trở thành đất Thánh, một di tích hòa bình trong lịch sử. Hằng năm có nhiều nhóm, nhiều đoàn và vô số người đến hành hương cầu nguyện... Và như một truyền thống đẹp đẽ của đức tin, mỗi người đem đến một cây thánh giá bằng gỗ, bằng kim loại, bằng đá... có khác lời cầu nguyện tên tuổi và ngày tháng hành hương, trân trọng để lại đồi trước khi trở về. Số lượng thánh giá đã tăng lên nhanh chóng và vô số không làm sao đếm xiết.

Năm 1990, chế độ Cộng sản sụp đổ ngay chính trên đất Nga, cái nôi của chế độ, giáo dân hơn bao giờ hết sung sướng tự do biểu lộ lòng tin của mình. Năm 1993, Đức Thánh Cha John Paul II đến thăm Đất Thánh Siauliai - Lithuania, chủ lễ cầu nguyện. Ngài đã ban cho giáo dân một ân sủng cao cả, lòng tin yêu Chúa... sau bao nhiêu ngày tháng thầm lặng che giấu đức tin của mình. Các giáo dân từ mọi nơi trong liên bang Xô Viết và cả thế giới trong những đoàn hành hương đông đúc chưa từng thấy đã kéo về Đất Thánh dự lễ cầu nguyện và thành kính đặt thánh giá lên đồi. Ngọn đồi vào năm 1940 có 400 thánh giá lớn thì sau lần viếng thăm của Đức Giáo Hoàng số thánh giá đã tăng gấp ngàn lần và năm 2002 chúng tôi đến, số lượng không thể nói được là bao nhiêu... có thể mấy triệu lần không chừng... Không nhìn thấy, không tưởng tượng được. Không đặt chân lên bậc thang nhỏ bé bằng gỗ để lên cao mà hai bên là cả rừng thánh giá cao lớn đến 4, 5, 10 mét được phủ từ chân đến đỉnh hằng hà sa số thánh giá nhỏ đủ cỡ, đủ loại... bên cạnh được móc chi chít những tràng hạt đủ mầu đủ cỡ. Rừng thánh giá cứ như vậy lan rộng bao phủ cả ngọn đồi rộng lớn. Một cơn gió lướt qua, thánh giá chạm vào nhau tạo thành tiếng động lạ kỳ... mới nghe có người bảo như cảm tưởng "nổi da gà". Hôm tôi đến, buổi chiều lộng gió, âm thanh lách cách vang vang giữa khoảng không bao la để ta nhận biết một hiện hữu thiêng liêng vĩ đại và thần thánh mà ta chỉ biết cúi đầu ngưỡng phục.

Trên những thánh giá người ta để lại những dòng chữ gợi một trời xúc động "Con quỳ đây dâng Cha cả trái tim này! Xin cho con được đến đây lần nữa; Lạy Cha ban cho con đức bao dung, biết yêu thương; Xin hãy dẫn dắt con mọi đàng...".

Theo bậc cấp gỗ lên cao dần, cao dần, tượng Đức Mẹ hiện diện trên đỉnh đồi bao dung nhìn xuống, chúng ta lâng lâng trong ơn lành Thiên Chúa. Từ 1, 2, 3 cây thánh giá xuất hiện lén lút của những giáo dân can đảm trong thời nghiêm cấm tôn giáo đến nay ngọn đồi được bao phủ hàng triệu

triệu thánh giá mà mỗi mùa hành hương theo chân hằng triệu du khách khắp mọi miền thế giới biết bao thánh giá trân trọng hiện diện cho Đất Thánh đẹp mãi ánh đuốc bất diệt của lòng tin... Giữa bao la những ruộng hoa mù tạt vàng mơ chạy dài đến vô cùng Đồi Thánh Giá [Hill Of CROSSES] sáng lạn trên cao, dấu hiệu của lòng tin tuyệt vời mà giáo dân đã đấu tranh bằng sự kiên quyết, bằng máu và nước mắt. Từ Đức Thánh Cha mọi người trẻ già lớn bé đã một lòng quyết tâm gìn giữ mọi tốt đẹp để xứng đáng với lòng tin yêu Chúa. Đất Thánh vinh danh Hoà Bình. Chắc chắn với ai dù không là giáo dân trước hình ảnh đầy ấn tượng của Đồi THÁNH GIÁ đều cúi đầu xin một ân sủng HÒA BÌNH cho thế gian.

Đồi THÁNH GIÁ [Hill of Crosses] là một hình ảnh tôn giáo đặc biệt, biểu tượng của lòng tin, thương yêu và hy vọng...

Tháng sáu, 02 tại Siauliai, Lithuania

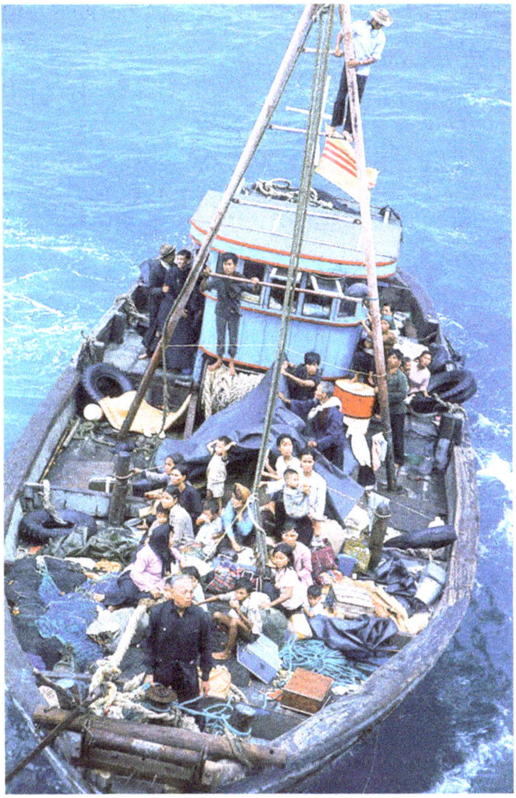

chương ba:

tháng năm không thể quên
nỗi niềm người viễn xứ

ÂN NHÂN VĨ ĐẠI
CỦA THUYỀN NHÂN VIỆT NAM:
TIẾN SĨ RUPERT NEUDECK
(14/5/1939 – 31/5/2016)

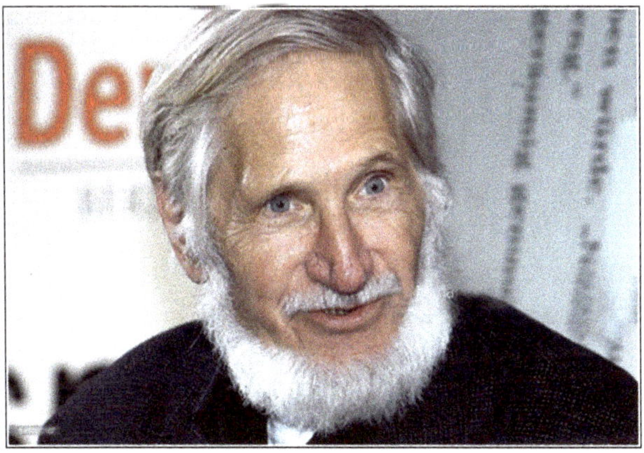

Trang sử bi đát của dân tộc Việt Nam đã bắt đầu từ ngày 10/3/1975 khi người ta nhìn thấy bóng dáng người lính miền Bắc xuất hiện ở Ban Mê Thuột, rồi như vết dầu lan nhanh đến Huế, Đà Nẵng, Pleiku, Kontum... rồi nhiều nơi ở miền Nam... nhanh không thể ngờ được. Bỗng chốc miền Nam đổi chủ, dân miền Nam ngơ ngác với lối cai trị bởi những chính sách phỉnh gạt, lừa dối: tù cải tạo, đánh tư sản mại bản, chính sách kinh tế mới, biên chế nhân sự trong mọi ngành nghề, học tài thi lý lịch,... và nhất là hạ đòn cho dân Miền Nam hết sống nổi: đổi tiền, 500 đồng miền Nam mới có được 1 đồng cụ Hồ!... Lòng người hoang mang, dân tình hụt hẫng, xã hội miền Nam xuống dốc, bắt đầu cơ cực đói kém... kinh tế khó khăn.... Và chỉ ba bốn năm tiếp theo 1978, 1979, 1980... làn sóng người Việt đau lòng lìa bỏ quê hương, xứ sở thân yêu, liều chết vượt biên, vượt biển tìm Tự Do... Bao thảm cảnh hãi hùng: bao người cơ cực đói khát trên những con thuyền mong manh nhỏ bé mất hút giữa biển khơi trong bóng tối mịt mùng; Thuyền vỡ, người chết... mấy ai đến được bến bờ Tự Do; Nạn hải tặc Thái Lan hoành hành, vơ vét của cải, hành hạ thuyền nhân và dã man như loài quỉ dữ và biết bao thiếu nữ, đàn bà Việt Nam bị giết, bị làm nhục và khốn khổ biết bao khi bị bọn chúng bắt đi... ở đâu, chết sống ra sao, cho đến nay, sau hơn 40 năm vẫn là niềm đau vô cùng cho bao gia đình... Thảm cảnh này làm chấn động lương tâm nhân loại, thế giới bàng hoàng xót xa... và một trong những tiếng nói ban đầu nhất, mở tấm lòng nhân đạo sớm nhất với một ngày lịch sử 9/8/1979 của người Việt tỵ nạn Cộng sản và cho Thuyền nhân khốn khổ Việt Nam:

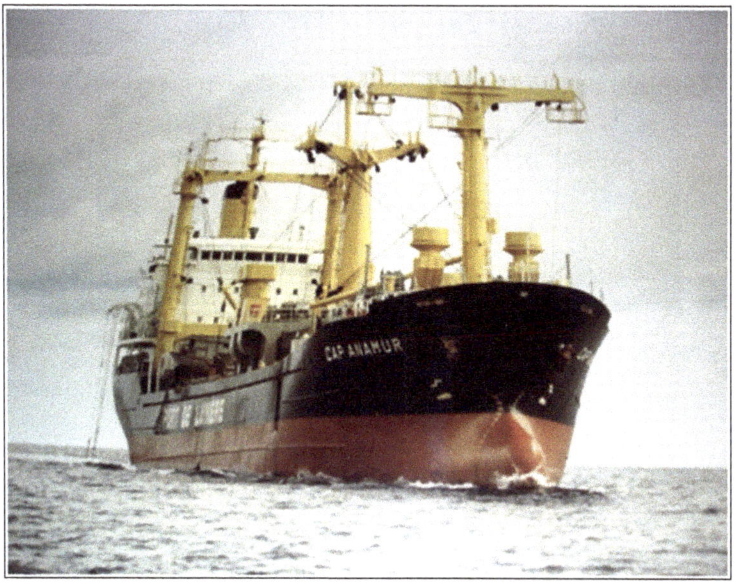

(Tàu Cap Anamur)

(Thuyền nhân Việt Nam)

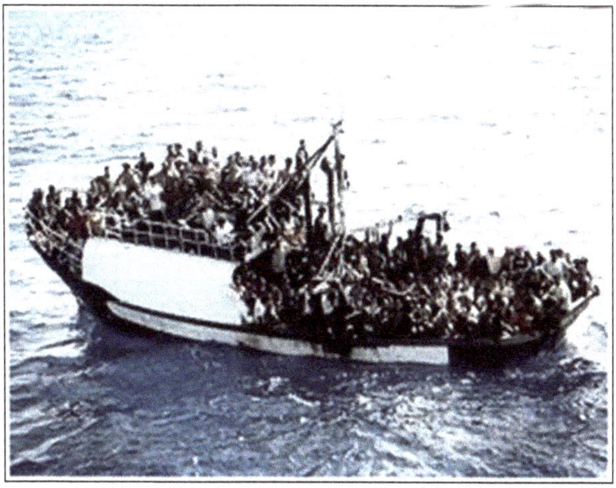

Một con tàu rời cảng Humburg Đức quốc lên đường cứu người vượt biển trên biển Đông, đó là tàu Cap Anamur của tiến sĩ Rupert Neudeck, có tên là "Một con tàu cho Việt Nam", con tàu của tình thương, cứu tinh của thời đại "Thuyền nhân" nhất là thuyền nhân VN.

Rupert Neudeck: (14/5/1939 – 31/5/2016)

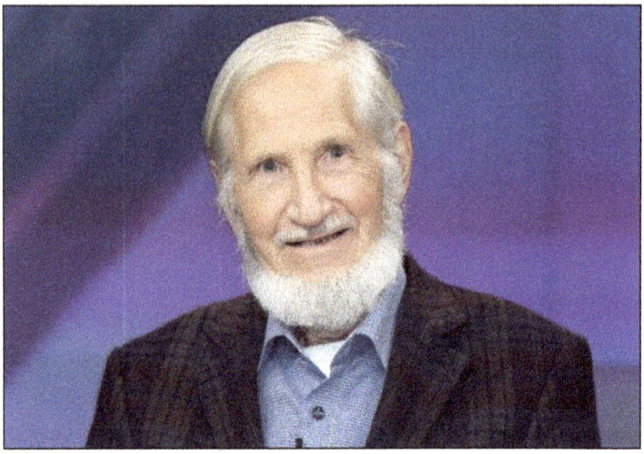

Tiến sĩ Rupert Neudeck sinh ngày 14/5/1939 tại thành phố tự do Danzig, ngày nay gọi là Gdansk, Ba Lan. Ông là một nhà báo, theo chủ nghĩa Nhân đạo của người Đức và thể hiện qua việc làm "nhân đạo" nổi tiếng thế giới và thời đại, chính là con tàu Cap Anamur đã vớt được 11.300 người VN lênh đênh trên biển Đông từ 1979 – 1989. Là người sáng lập Komitee Cap Anamur và chủ tịch tổ chức Đội quân mũ xanh, Green helme.

Sau thế chiến II chấm dứt, gia đình R.Neudeck bị trục xuất về Đức. Ông lớn lên và học tập tại Tây Đức. Năm 1958, tốt nghiệp trung học vào trường công giáo học Ngôn ngữ, văn minh, triết học, xã hội học và thần học công giáo. Năm 1961, ông vào Dòng Tên, nhưng hai năm sau, ông ra khỏi đời tu học để tiếp tục học thêm...

- 1972: Đậu bằng Tiến sĩ Triết học với luận án "Đạo đức chính trị của Jean Paul Sartre và Albert Camus; Làm ký giả cho Đài Phát Thanh Công giáo ở Koln.

- 1976: làm nhà báo tự do.

- 1977: Biên tập viên chính trị cho đài phát thanh Deutschland Furk.

- 1979: Cứu trợ người Việt Nam tỵ nạn: Cùng với vợ là nhà văn Heinrich Boll, người đoạt giải Nobel văn chương năm 1972. Hai ông bà thành hôn năm 1970, và có hai con gái một con trai.

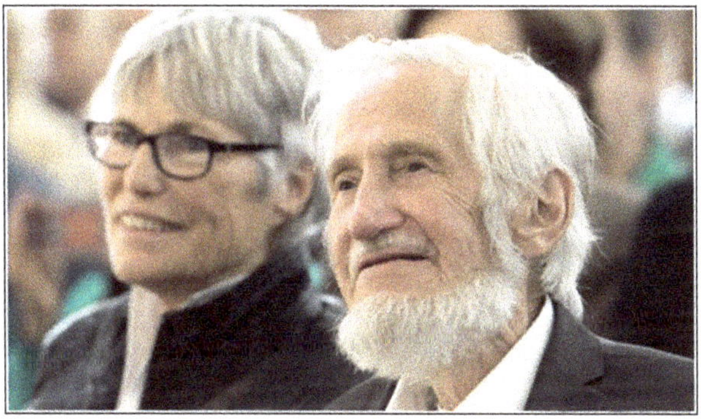

- Hai ông bà và một số bạn bè thân hữu lập ủy ban "Một con tàu cho VN" và thuê con tàu Cap Anamur ra khơi biển Đông cứu thuyền nhân VN đang trên đường tìm Tự Do; Họ đã cứu được 266 chiếc thuyền và đưa tất cả người VN trên ấy đến định cư tại Đức.

- Năm 1988, tiến sĩ R.Neudeck là thành viên ban tổ chức Cap Anamur và cũng là phát ngôn viên của tổ chức này.

- 2003: Hoạt động cho Nhân Quyền, sáng lập "Tổ chức Hòa Bình Quốc Tế" cùng với Đội Quân Mũ Xanh, nhằm giúp đỡ tái thiết các trường học, nhà cửa bị hủy hoại bởi chiến tranh và công khai ủng hộ tiếp tay với nhóm "Tự do biểu tình phản kháng thay vì sợ hãi...".

Giải thưởng và vinh dự:

- 1978: Huân chương Hiệp sĩ do Cộng Hòa Somalia tặng.

- 1985: Huy chương Theodor Huess.

- 1991: Giải Nhân Quyền Bruno Kreisky.

- 1998: Giải Erish- Kastner của Dresden.

- 1999: Giải Walter và Manianne Dirks của Frankfurt.

- 2003: Giải Marion Donhoff.

- 2005: Tiến sĩ Danh Dự Đại Học Munster.

- 2006: Giải Xã Hội Âu Châu.

- 2007: Steiger Award và Huân chương công trạng của Bang Nordhein – Westfalen.

- 2011: Tiến sĩ Danh Dự Đại Học Prizren (Kosovo).

- 2012: Bắc Đẩu Bội Tinh hạng Chavalier, được bầu chọn vào danh sách Unsere Besten.

Sau 35 năm, ngày 9/8/2014 tại khuôn viên tỵ nạn tọa lạc ở cảng Hamburg, Cộng Hòa Liên Bang Đức, buổi lễ kỷ niệm 35 năm lịch sử của người tỵ nạn (1979 – 2014), tiến sĩ Rupert Neudeck, đã xúc động nói "Tôi là người Việt Nam". Ông cũng cảm ơn nhân dân Đức và cảm động nhắc lại nghĩa cử tốt đẹp ngày xưa: chỉ trong ba ngày vận động, ông đã có được 1 triệu 3 Đức mã để tiến hành việc cứu người vượt biển cùng với số tiền hai vợ chồng ông cầm cố ngôi nhà đang ở sau khi chính phủ Đức từ khước công việc nhân đạo này. Ông tâm sự: Trong đệ II thế chiến, lúc còn nhỏ, gia đình ông cũng phải di tản trước sự phản công của Hồng quân Nga, tuy nhiên gia đình ông bị trễ chuyến tàu mang tên MV Wilhelm Gustloff. Sau đó tàu này bị tiềm thủy Sô Viết Nga bắn chìm ngày 30/1/1945 mang 9400 người tỵ nạn Đức vào lòng Đại dương, vụ đắm tàu khủng khiếp nhất lịch sử nhân loại, và dù may mắn thoát chết lần đó nhưng ông xúc động để nguyện với lòng phải tìm mọi cách không cho một người tỵ nạn nào phải chết trên biển cả như vậy nữa... Đó là lý do để con tàu Cứu tinh Cap Anamur ra đời như ta đã biết... Từ buổi lễ kỷ niệm cảm động này bao người Việt đã hiện diện để được nói lời cảm tạ ân nhân đã cho họ cuộc sống hôm nay... Sau chưa đầy 3 năm, vị ân nhân vĩ đại của thuyền nhân VN đã từ giã chúng ta vì bạo bệnh ngày 31/5/2016 thọ 77 tuổi.

Ngày 8/6/2016 tang lễ được tổ chức đơn giản theo ý nguyện của tiến sĩ và gia đình. Lễ mai táng lặng lẽ âm thầm vô cùng đơn giản, chính các con ông đã khiêng quan tài đưa ông đến nơi an nghỉ cuối cùng ở Troisdorf, bà tiến sĩ đã cảm động nói họ không mời bất cứ ai mà chỉ có thuyền nhân VN... Hàng ngàn người Việt, thuyền nhân VN, gia đình và cả những người không là người vượt biển cũng đến tiễn đưa vị ân nhân vĩ đại, vị Bồ Tát, vị Thiên thần đã xả thân cho công tác nhân đạo đẹp ngời thế kỷ... cũng đã dẫn dắt bao người trên thế giới từ mọi ngành nghề đã dấn thân cho công tác từ thiện nhân đạo trên con tàu Cap Anamur tình thương ngày nào... Người Việt chúng ta đã cảm kích xúc động vô cùng khi Tiến Sĩ Rupert Neudeck đặt tay ký lên Lá Cờ Vàng Ba Sọc Đỏ, Lá Cờ Biểu Tượng của Người Tỵ Nạn VN năm 1979, khi ông đến đảo Palawan để đón con tàu Cap Anamur xong công tác trở về...

Người Việt Nam hải ngoại ghi đậm hình ảnh vị ÂN Nhân Vĩ Đại Rupert Neudeck mãi mãi...

NIỀM ĐAU KHÔNG NGUÔI...

... Chúng tôi về thăm Huế vào dịp Tết Nguyên Đán, một năm sau biến cố Mậu Thân. Làng Bao Vinh không nhiều thay đổi, vẫn nhỏ bé và im lìm dù là đang vào dịp đón xuân.

Gia đình mừng rỡ đón chúng tôi. Người nhà cũng có vẻ bận rộn sửa soạn đón Tết, nhưng có chút gì không hào hứng lắm. Sự hiện diện của gia đình chúng tôi mang ít nhiều ấm cúng đến với mọi người: ông bà nội các cháu vui hơn bên các cháu nhỏ từ Saigon về. Anh chị em không giấu nỗi vui mừng với những câu thăm hỏi ân cần thương yêu... Chúng tôi ấm lòng và thật sự yên lòng cho quyết định trở về thăm quê hôm nay.

Ba cây hương tỏa nhẹ khói bay bay khi chồng tôi run run tay cắm lên bàn thờ đèn nến sáng choang, mà cả hai chúng tôi đều cùng chung một cảm xúc khó tả... Tại Saigon, từ ngày định cư, chúng tôi cũng có thiết bàn thờ tổ tiên, có cúng giỗ hằng năm, ngày lễ Tết. Nhưng sao hôm nay, cùng chồng và các con làm lễ gia tiên trước bàn thờ ở Quê Nhà ngày Tết cổ truyền lại mang một xúc động rưng rưng chất ngất thế này...? Chúng tôi lặng im, không biết bao lâu cho đến khi ông bà nội cháu hướng dẫn ra sân trước, nơi có thiết bàn thờ "cúng vong" ở ngoài trời, cũng khói hương lan nhẹ trong gió đêm về. Được giải thích, sau Tết Mậu Thân tang tóc, nhà nhà của Huế đều có lập bàn thờ ngoài trời để tưởng nhớ, mời gọi những oan hồn "uẩn tử", vô vàn những nạn nhân, chết không biết ở đâu, mồ chôn nơi nao, tức tưởi nằm xuống mà oan khiên chất ngất tận trời xanh... trong một ngày Tết kinh hoàng nhất của lịch sử Huế. Ngày Huế chìm trong đau thương, tang tóc ngút ngàn: Tết Mậu Thân, xin hãy về đây tìm chút hơi ấm trong ngày Tết linh thiêng của dân tộc. Vợ chồng chúng tôi lặng câm xót xa, nghe nỗi đau xoáy vào tim; Anh siết mạnh tay tôi, biết là anh đang vô cùng cảm động, nước mắt chực trào, tôi cắn môi, nuốt xúc cảm vào tim để đưa tay vỗ nhè nhẹ vào vai anh chia sẻ, trấn an, bao giờ cũng vậy trước mọi khó khăn, đau đớn, nghẹn ngào của chồng, tôi luôn đóng vai cứng rắn, mạnh mẽ; Tôi thắp nhang, đưa vào tay chồng và chúng tôi cùng cúi đầu tưởng niệm bao oan hồn trước bàn thờ lộ thiên giữa bầu trời đêm u uất của Huế nhớ về nạn nhân vụ tàn sát năm qua....

Chúng tôi lặng lẽ bước ra trước nhà. Bao Vinh chìm trong màn đêm lạnh lẽo, âm u. Dọc theo bờ sông Bao Vinh, từng đốm nhang chập chờn lóe sáng, tỏa khói âm u trong màn đêm lạnh lẽo. Đâu đâu cũng thấy người Huế đang nhớ về những người nằm xuống đâu đó trên Bãi Dâu, Khe Đá Mài, sân trường Gia Hội, núi Ngự Bình... và còn đâu nữa, nơi nào nữa trong phần đất nhỏ hẹp, đau thương của Huế chúng tôi. Buồn đến nghẹn ngào...!!!

Và hôm nay ngày mồng hai Tết, được dự một buổi lễ kỷ niệm buồn: Lễ Tưởng Niệm các vị giáo sư người Đức thỉnh giảng cho Đại Học Huế đã bị bắt đi từ cư xá Đại Học và bị chết thảm bởi những lằn đạn vào đầu và vùi xác nơi sân chùa Tường Vân, bên Đàn Nam Giao Huế. Thảm thương thay, những người bàng hoàng gục chết là những ân nhân của Huế, đã đóng góp công sức, tài trí, tâm huyết xây dựng cho Viện Đại học Y Khoa Huế trong bước đầu thành lập, đó là các vị thầy khả kính của chúng tôi: giáo sư Gunther Krainick và phu nhân, giáo sư Raymund Discher, bác sĩ Alterkoster. Buổi lễ Tưởng Niệm chìm trong đau xót của một số học trò ít ỏi còn lại ở Huế. Chúng tôi ngậm ngùi hướng về phía trời nước Đức, nơi các Thầy an nghỉ khi linh cửu đã được đưa về cố quốc ngày 13 tháng 4 năm 1968, có sự hiện diện đông đảo của các học trò của quí Thầy, sinh viên Y Khoa Saigon và Huế. Nỗi đau này tưởng còn đến ngàn sau.

Đã có những bà con gần, xa, bạn bè cùng trang lứa, bạn tôi của trường Quốc Học Huế, của Đại Học Huế đã phải nằm xuống trong thảng thốt kinh hoàng đâu đó có thể chưa ai tìm biết... trong dải đất Huế vốn hiền hòa biết bao: một đôi bạn tôi đang còn những ngày đầu hạnh phúc lứa đôi, trở về Huế đón Tết với gia đình nơi làng Kim Long thơ mộng... Ngày mồng hai Tết, anh bị bắt đưa đi, đi đâu, biền biệt...?

và bạn tôi trở thành góa bụa từ ngày ấy... xót xa và đau đớn biết dường nào, đã không có biết được ngày để thắp nén nhang cho giỗ chồng? Lại cũng có người không nằm xuống vì súng đạn, dao búa mà chết vì lo sợ, hãi hùng, người Cha thân yêu của bạn tôi, đã đành lòng cho các con đi lánh nạn, còn mình già cả, ở lại giữ nhà chờ con... nhưng những kinh hoàng chung quanh, những sợ hãi tột cùng... cụ nằm xuống mà nét hoảng loạn chưa xóa nhòa... Huế của biến cố Mậu Thân vậy đó, cho nên đã sau một năm mà nhà nhà, bao con đường còn chìm ngập trong khói hương mờ ngập sân nhà và ôi những nẻo đường dài ngắn của Huế chập chờn những đốm nhang tưởng niệm lập lòe trong bóng đêm ai oán trở về hằng năm... Huế buồn chi lạ! Chúng tôi thì thầm cùng nhau.

Và rồi cũng ở Huế, cũng có ai đó, cũng bạn cùng thời với tôi nơi ngôi trường Quốc học hiền hòa, không biết biến cố Mậu Thân có làm bạn đau nhức không? người ta bảo bạn đang trốn trong Huế, trước cái nhìn hờn trách của Huế, của bạn bè chúng ta, vì có bạn trong những nỗi đau ngút ngàn của dân Huế....

Những tưởng thời gian hàn gắn được vết thương lòng... mà sao đã 50 năm từ biến cố Mậu Thân thảm khốc mà nỗi đau như vết thương không thể lành, không bao giờ lành cho người Việt Nam của cả nước, nhất là với Huế thương yêu của tôi và của bạn bè tôi đã yêu Huế bằng cả trái tim.

Toronto , mùa Thu 2017

CANADA 150 NĂM (1867-2017) LỜI NGƯỜI TỴ NẠN, NHƯ MỘT CẢM TẠ CHÂN THÀNH...

Cảm giác êm đềm ấm cúng ngày đầu tiên được nơi này cho là bến đỗ an toàn của đời tỵ nạn vào mùa thu gần 35 năm về trước... Một xúc động đến rưng rưng khi lần đầu tiên nhìn cờ Canada với hình Lá Phong đỏ rực rỡ tung bay nơi phi trường quốc tế Toronto vào ngày 22 tháng 9 năm 1984. Canada đang bắt đầu vào thu, lá phong đâu đó vừa chớm vàng nhẹ nhàng dễ yêu làm sao; Để từ đó trở thành kỷ niệm, miên man tìm biết, học hỏi về chiếc Lá Phong thắm đẹp của Quốc Kỳ Canada mà ấn tượng đầu tiên không thể nào quên. Biểu tượng này càng tìm biết càng say sưa càng quyến rũ: đẹp một mầu **Hiền Hòa, Nhân Đạo**...

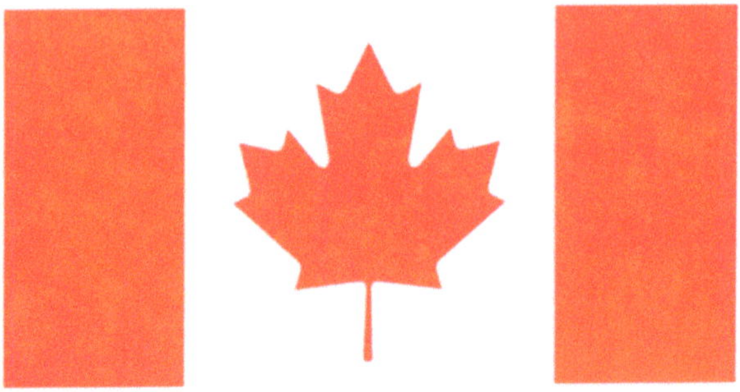

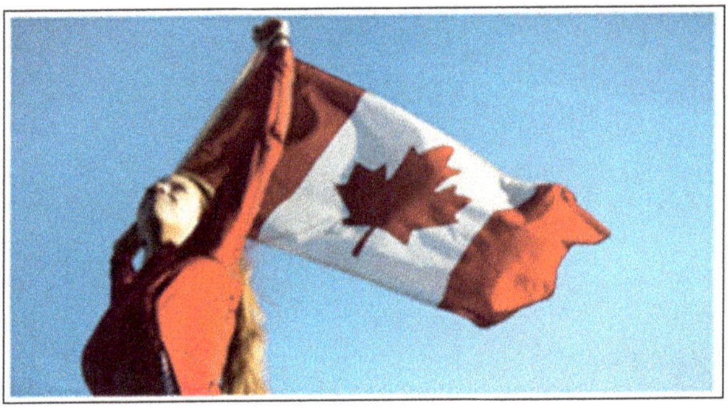

Canada vào thu với rừng lá cây phong rực rỡ sắc mầu; Những con đường hẹp ngập lá vàng xào xạc chân bước, len lỏi , quanh co trong cả rừng thu rộng bao la mà đâu đâu cũng rực rỡ những cánh lá phong có ba nhánh phất phới trong nắng thu trong vắt êm ả.

Chúng tôi nhẹ bước bên nhau, im lìm chỉ còn nghe tiếng nhạc nhẹ qua chiếc "ear phone" thì thầm bên tai: Autumn leaves, lời của Jacques Prevert, nhạc của Joseph Kosma Yves Montand với tiếng hát Natking Cole tuyệt vời; rồi Thu quyến rũ của Đoàn Chuẩn và Từ Linh, ôi xao xuyến... hạnh phúc chìm trong nhạc thu của đất trời và của lòng người hòa quyện.

Thế giới tìm về Canada qua biểu tượng lá cây phong,

(maple leave) vì hình ảnh xứ sở Canada là cả rừng phong ngút ngàn, mênh mông muôn mầu....

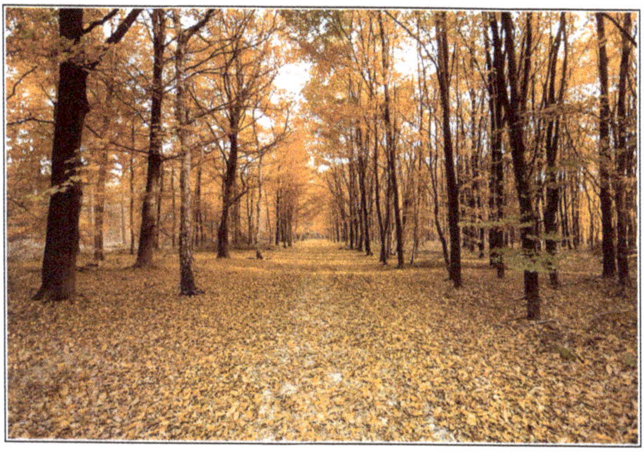

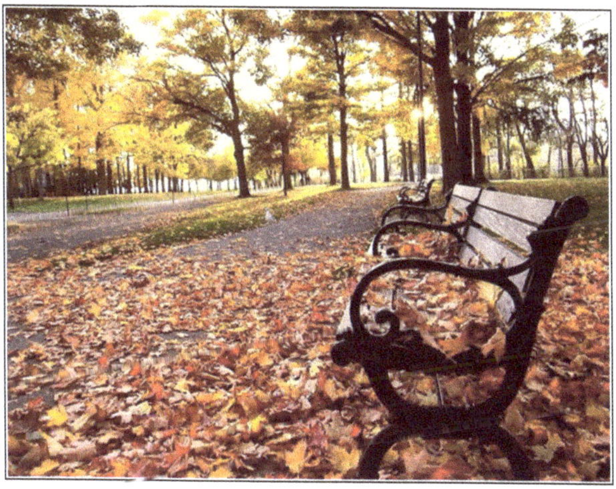

Bài học thêm về lịch sử Canada, chúng tôi may mắn được cung cấp tài liệu khá thích thú trong buổi tìm đến lễ hội "Kortright Sugar Maple Syrup Festival", nơi Kortright Centre for Conservation, số 9550 Pine Valley Dr. Woodbridge ON.

Chúng tôi được tiếp đón trong căn lều gỗ xinh xinh giữa rừng phong bát ngát vào ngày chớm xuân. Lá phong

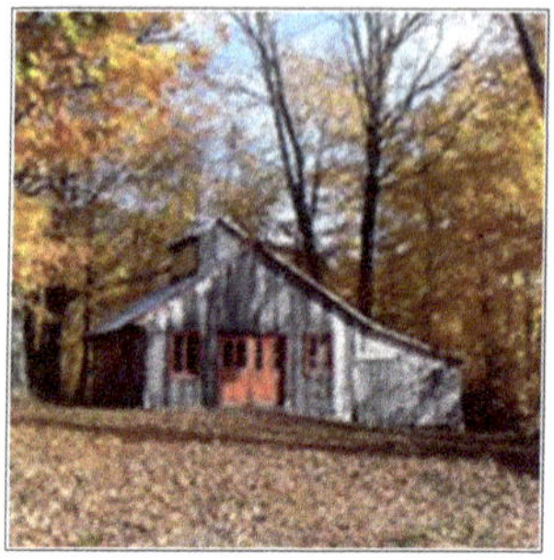

trải thảm vàng dày che kín lớp cỏ xanh. Lá dưới chân nhiều hơn trên cây. Chúng tôi ngồi vào những chiếc ghế gỗ đơn sơ thoải mái, nhìn quanh bốn bức tường gỗ trình bày những tranh ảnh rừng phong vùng Woodbridge: hình chiếc lá phong được phóng lớn, nhìn rõ cả gân lá, nét đều đặn xinh xinh, mỹ thuật. Rừng phong rực rỡ lá vàng, du khách tươi cười bên những cây phong thân cao thẳng, vỏ cây mầu trắng, điểm vài vệt mầu nâu duyên dáng, được trang bị dụng cụ cho mùa thu thập nhựa đường "maple syrup ".... Đâu đó trên những bàn gỗ nhỏ, sản phẩm từ nhựa đường cây phong: maple syrup trình bày trong nhiều chai lọ hình dáng mỹ thuật mà độ đậm nhạt của mầu sắc giới thiệu độ ngọt ngào nhiều hay ít; những loại bánh được làm từ đường "maple" trong những hộp đựng nhiều hình dáng ngộ nghĩnh, bắt mắt, giới thiệu tài khéo léo từ sản phẩm rừng nhà... Hình ảnh nào cũng cung cấp nét đặc biệt trong sinh hoạt liên quan đến rừng lá phong biểu tượng xứ sở Canada.

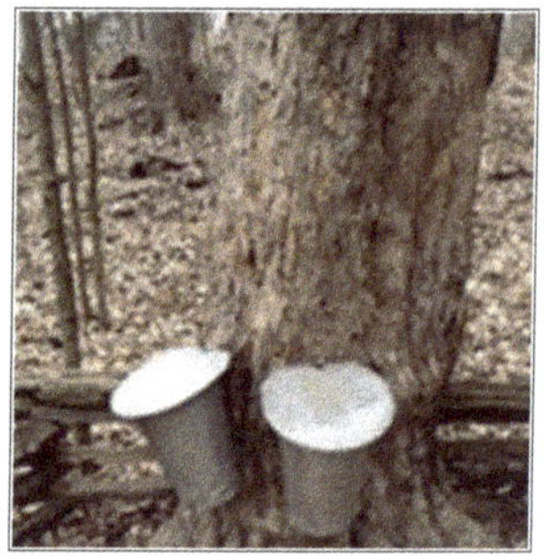

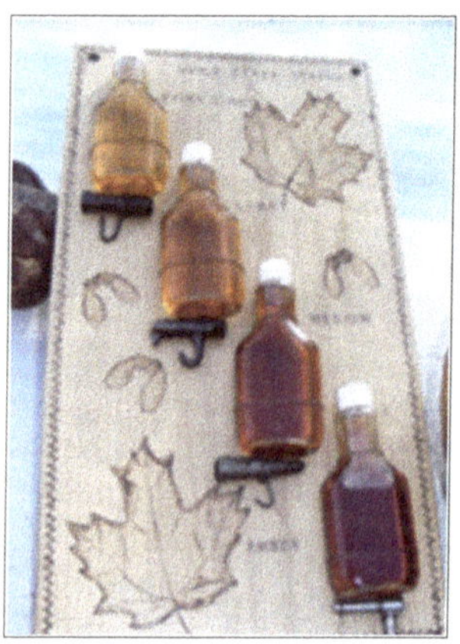

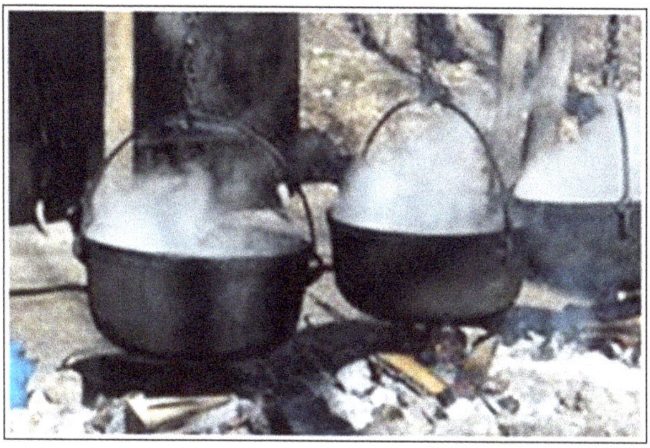

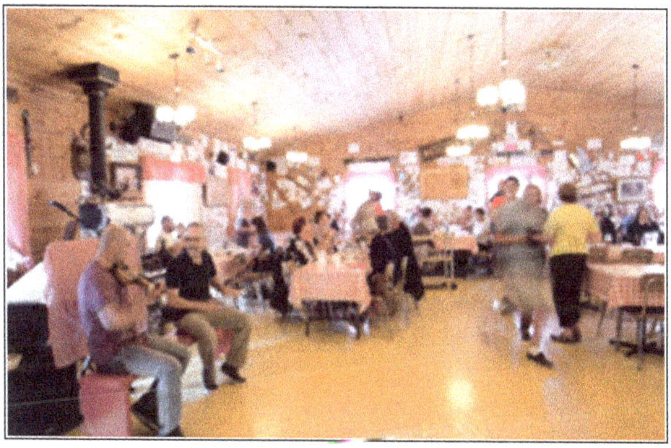

Bài thuyết trình bắt đầu đề cập những nét sơ lược mà chúng tôi mong muốn tìm biết về xứ sở mới định cư:

_ Diện tích: theo thống kê khoảng chừng 9.984.670 km^2.

_ Dân số: khoảng 35.749.600 người, tuy nhiên con số này thay đổi luôn vì số người nhập cư càng ngày càng đông... chưa chính xác được.

_ Lá cờ Canada: Quốc huy Canada với hình lá phong là hình ảnh thân thiết với người Canada từ thế kỷ 18, ngày lập quốc. Vẫn biểu tượng lá phong nhưng hình dáng và mầu sắc

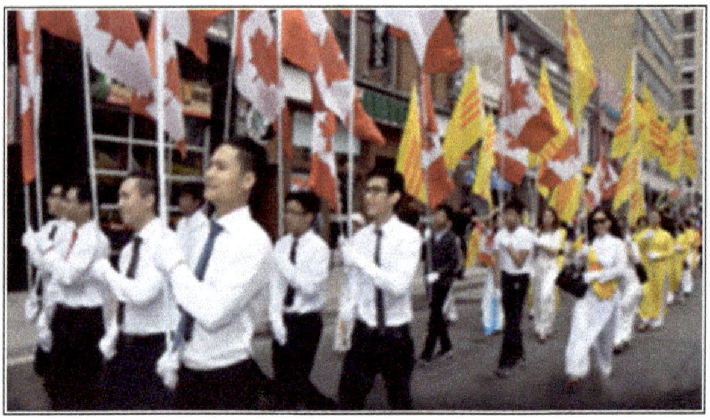

thay đổi nhiều lần và sau cùng được thống nhất như hình dáng hiện nay và từ đó lá phong đỏ thắm rực rỡ giữa lá cờ đi vào lòng toàn thể người dân Canada dù là người Pháp hay Anh và được chính thức công nhận vào ngày 5 tháng 2 năm 1965 do bản thiết kế của George F.G. Stanley: lá phong đỏ, biểu tượng đặc biệt của Canada chính giữa một nền trắng tinh khiết tượng trưng cho mầu tuyết trắng sáng và đẹp đặc trưng của Canada, hai gạch đỏ hai bên cùng mầu với lá phong chính giữa là biểu tượng hai đại dương trên địa cầu: Ấn Độ Dương và Đại Tây Dương.

_ Quốc ca Canada: O CANADA.

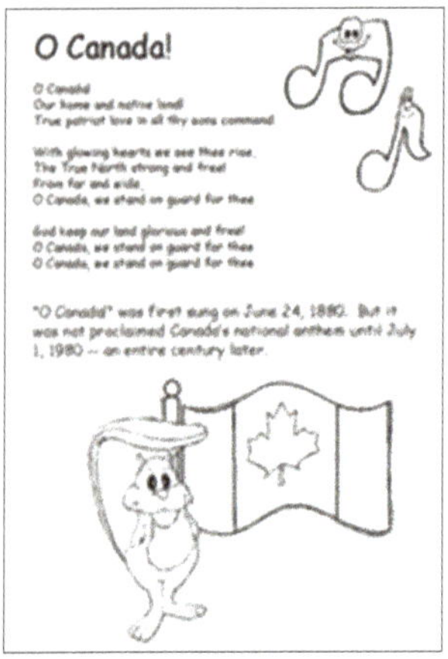

* Bản tiếng Pháp có từ năm 1880, nhạc được viết bởi Calixa Lavalle' và lời của Sir Adolphe Basile Routhier.

* Bản tiếng Anh từ năm 1908 vẫn giữ nguyên nhạc, lời tiếng Anh được viết bởi The Honourable Robert Stanley Weir.

_ Rừng của Canada: Canada đẹp rực rỡ vào mùa thu với rừng Phong muôn mầu. Canada có đến 13 loại cây phong đặc biệt trong hàng trăm loại khác nhau từ nhiều vùng ở Á Châu. Rừng phong ngút ngàn muôn mầu dọc bờ hồ, sông lạch, công viên và lắm lúc làm đẹp những con đường nhỏ xinh xắn, heo hút một mầu vàng ấm áp như ở vùng Niagara on the lake chung quanh thắng cảnh nổi tiếng Canada: Niagara falls.

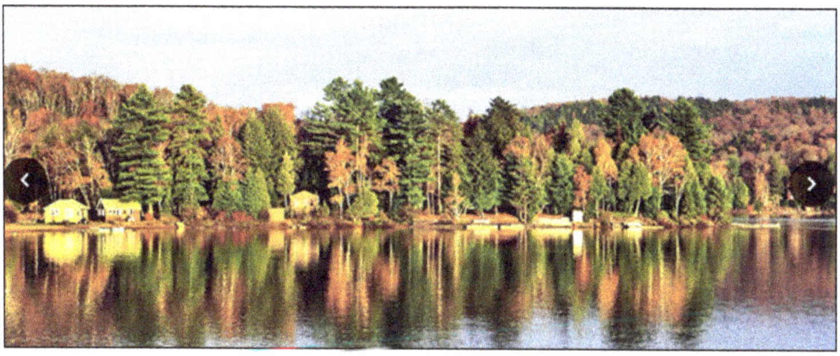

Ở đâu trên đất nước Canada, bạn đều bắt gặp hình ảnh lá phong thân mật gần gũi yêu thương biết bao! Và từ đây lá phong đi vào văn hóa Canada. Ngoài vẻ đẹp của lá, gỗ phong cũng là sản phẩm được yêu chuộng và góp phần đáng kể trong nền thương mại Canada. Rừng của Canada đứng thứ 3 trên toàn thế giới. Với 400.000.000 hecta rừng, chiếm 10% diện tích rừng trên thế giới cho nên lượng gỗ sản xuất cũng đáng kể, và nguồn lợi cho quốc gia cũng không nhỏ. Rừng phong là bảo vật của quốc gia Canada.

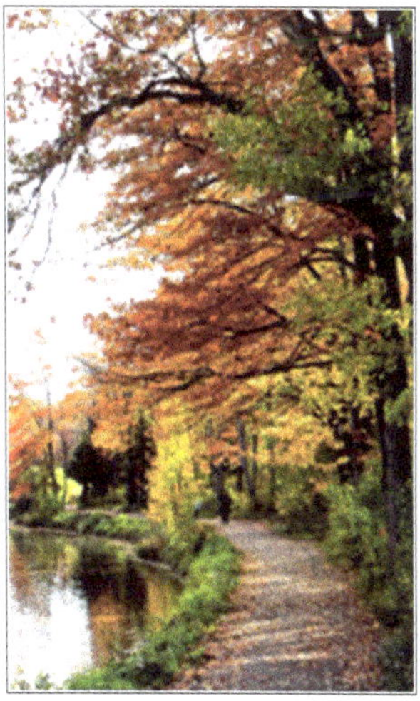

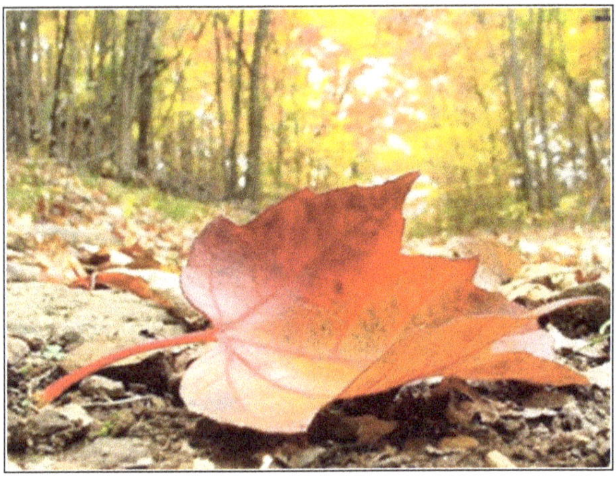

_ Nhựa cây phong: một chất nước ngọt ngào từ cây phong đã góp phần cho nền thương mại Canada mà ít người biết, một món quà mà người Canada yêu chuộng. Cái ngọt ngào yêu thương của “maple syrup” là thứ nước có độ ngọt nhẹ nhàng từ 2 – 3% lượng đường là chất bổ dưỡng để nuôi cây và mạch nhựa dồi dào nhất vào mùa xuân. Mời bạn đến thăm rừng phong mùa này để thấy rõ hiện tượng sản xuất đường maple như thế nào: 40 lít nước nhựa sẽ cho 1 lít syrup. Đặc biệt đường làm từ cây phong có vị ngọt thanh dịu và tinh khiết, đã trở thành kỹ nghệ của Canada. Syrup được sản xuất ngay trong rừng phong ngút ngàn: thân cây được đục lỗ nhỏ từ đó nhựa cây theo dây dẫn vào các thùng hứng được gắn dưới gốc cây. Tiếp theo nước nhựa được đưa vào đun sôi để chế biến thành sản phẩm syrup như mong muốn và từ các lều chế biến du khách thích thú theo dõi và thưởng thức những thành phẩm tuyệt vời dưới nhiều hình thức và bạn cũng có thể mua về làm quà cho mọi người, chắc chắn quà tặng này của Canada sẽ được ưa thích.

Ở đây, người ta sẽ hướng dẫn bạn tự làm lấy những cây kẹo thơm ngon tinh khiết từ nhựa ngọt của cây maple. Chung quanh lều gỗ có những chiếc bàn gỗ hẹp trải một lớp tuyết trắng tinh, mỗi đầu bàn có những xô đựng syrup đã biến chế và nhiều bó cây gỗ nhỏ, dẹp. Bạn dùng thìa để lấy đường vàng trong xô, trải nhẹ lên lớp tuyết. Đường nóng gặp tuyết sẽ đông lại, bạn dùng cây gỗ nhỏ, dẹp cuốn nhẹ lớp đường mỏng vừa trải lên là bạn có cây kẹo mút ngọt ngào để thưởng thức....

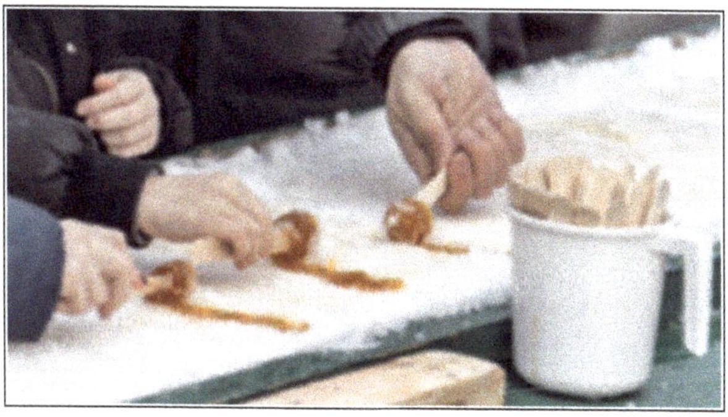

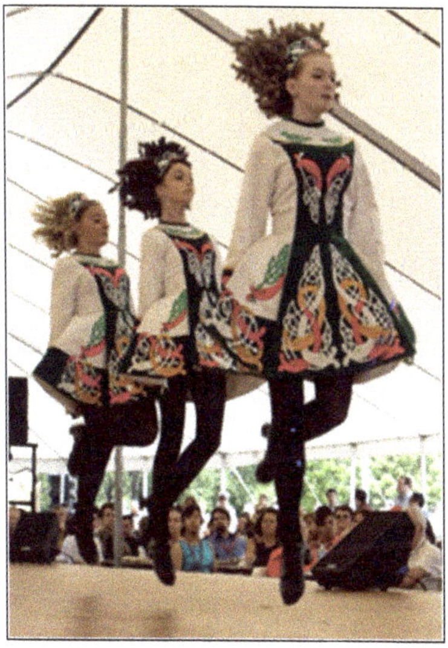

Chưa kể bạn đến với Lễ Hội "Maple Syrup Festival" sẽ được thưởng thức những màn khiêu vũ dân gian của các vũ công hay bạn có thể vui vẻ nhập cuộc với những bản nhạc dân gian, những Folkdance quen thuộc thường thấy các lễ hội ngoài trời của Canada....

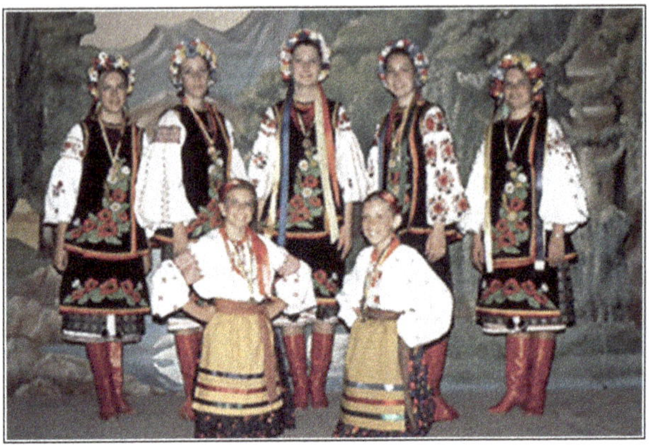

Canada vào sinh nhật thứ 150, nơi nơi hân hoan tổ chức lễ mừng huy hoàng sắc mầu rộn ràng lòng người... tôi chìm trong rừng người nô nức vẫy chào đoàn diễn hành rầm rộ ngang qua. Lòng bồi hồi một cảm xúc khó tả, bao năm rồi, những tưởng là nơi lánh nạn, tạm dừng chân cho qua cơn biến động của quê hương mất quyền làm người mà hóa ra gần cả đời người... mà ngày về chưa gần. Xứ sở này đang cho tôi, gia đình tôi một cuộc sống của người dân Canada thật sự, có TỰ DO, có AN SINH xã hội, ẤM ÁP TÌNH NGƯỜI. Thì thầm lời CẢM TẠ CHÂN TÌNH từ trái tim của người được có những ngày tỵ nạn an lành.

ĐỌC HỒI KÝ

"TÌNH YÊU NGỤC TÙ & VƯỢT BIỂN" CỦA PHÓNG VIÊN CHIẾN TRƯỜNG: DƯƠNG PHỤC VÀ VŨ THANH THỦY

1. Tình Yêu:

Từ tháng 3/1975, trang sử bi đát của dân tộc đã bắt đầu theo chân của cộng quân từ Ban Mê Thuột, từ 10/3/1975 rồi lan nhanh đến Huế, Đà Nẵng, Pleiku, Kon-tum... rồi các tỉnh miền Nam và nhiều nơi đã có bóng dáng quân đội Bắc Việt... nhanh không ngờ được.

Giữa lúc Saigon giờ giới nghiêm, đường phố vắng hoe, không khí lặng chìm trong bóng khuya, thỉnh thoảng vài loạt súng nổ đâu đó... hai phóng viên đang cuống cuồng tìm nhà thương để cho con đầu lòng chào đời: con gái Dương Vũ Thuận An, sinh ngày 15/4/1975: Kết quả của mối tình vun xới trong lửa đạn của hai phóng viên say mê nghề nghiệp cao độ để có những thiên phóng sự chiến trường nóng bỏng gửi về hậu phương bất chấp cả lằn tên mũi đạn, cái chết cận kề... và với bao gian khó tiếp theo giữa Saigon khánh kiệt, miền Nam đổi chủ với những chính sách cai trị lừa bịp, gian trá: tù Cải tạo, đánh tư sản mại bản, chính sách kinh tế mới, biên chế nhân sự, học tài thi lý lịch và miền Nam bị một đòn chí tử "đổi tiền: 500 đồng miền Nam mới đổi được 1 đồng cụ Hồ... dân miền Nam ngơ ngác, xã hội xuống dốc, cơ cực đói kém trước mắt: Đất nước trên đường khánh kiệt mọi mặt, tình người cũng không còn... thì vẫn còn có những gia đình miền Nam còn giữ được, còn cho nhau tình cảm của một nếp sống theo giáo dục nhân bản, còn tôn trọng tình gia tộc, đại gia đình còn đùm bọc nhau mà sống... và rộng ra đến bạn bè người quen... Cho nên Tình Yêu ở đây không còn nhỏ hẹp trong tình yêu đôi lứa mà tất cả chan hòa trong suốt hồi ký 700 trang... Đặc biệt một tình bạn trong sáng, cao đẹp, hy sinh và chia sẻ hiếm có của hai người bạn Tường Vy và Bình Minh đã hết lòng với gia đình DP và VTT làm ta cảm kích và tôn trọng... Cũng là điều tâm đắc để nhắc con cháu luân lý VN trong tình yêu rộng lớn hơn cái hẹp hòi của "chủ nghĩa cá nhân".

2. Ngục tù:

Một chua xót tận cùng: tất cả quân dân cán chính VNCH vui vẻ tin tưởng bước vào nhà tù "cải tạo", phóng viên Dương Phục cũng vậy, đến địa điểm tập trung là trường Võ Trường Toản trên đường NBKhiêm để đi tù cải tạo, anh chào từ gĩa vợ và hẹn "10 ngày sau trở về ", anh tin như vậy, nhưng cái nhạy bén của người đàn bà, vợ anh đang dường như có một lo âu... và quả như vậy, trại cải tạo đầu tiên của DP là Trảng lớn Tây Ninh. Chủ trương của nhà tù là "Nắm bao tử" người tù trước đã... bỗng chốc thành người đói ăn... thiếu tự chủ, quân quản dễ bề thao túng... Đói khát thèm ăn, một viên đường tán, miếng cơm cháy, miếng thịt bằng hai lóng tay... có thể quên cả nhân phẩm... DP chuyển qua trại Phú Quốc rồi Long Giao và tất cả trại tù Cải tạo trên toàn quốc chỉ một đường lối "**Đói ăn liên miên và lao động khổ sai hằng ngày**...". Tất cả mới thấm thía "tù ngục triền miên và họ là người tù không bao giờ có bản án, thế nào là học tập tốt và bao giờ mới học tập tốt ????", vì vậy DP mới có bản án trốn trại đào thoát để ra nhà tù lớn phải trốn chui trốn nhủi, sợ hãi mọi người không dám tin một ai, có đau đớn nào hơn, không dám cho con gái của mình gọi bằng hai tiếng "Ba ơi"!!!!. Ở đây tôi muốn vinh danh tác giả Vũ Thanh Thủy, người đàn ông sau 1975, phải mờ nhạt đi, và trong nhà tù có lúc họ cũng muốn mình "triệt tiêu" để đỡ nhục thân mình và bớt khổ cho vợ con đã quá cơ cực, người đàn bà VN sau 1975, ngoài là người vợ, nhất là vợ tù cải tạo gian khổ, con đảm nhận hai nhiệm vụ quá nặng nề vừa làm mẹ vừa làm cha...; Người phóng viên khả ái ngày nào, nay tháo vát không ngờ, xoay xở đủ chiều, thông minh nắm bắt cơ hội và gan dạ vào tận "sào huyệt" để mong cứu chồng... tuy mưu sự lần ấy không thành, chồng bị nhốt vào conex.... nhưng lại hóa hay, ai cũng một lần chết, mang bản án đào thoát... nếu vào tay quân quản sẽ ra sao... âu cũng là định mệnh. Và khi mình chỉ còn là cái bóng thì phải có người vợ thật lòng yêu thương, can đảm, mưu tính để đưa chồng con ra khỏi nhà tù lớn... mà còn một ngày ở lại là một oan khiên....

3. Vượt biển:

81 người trên chiếc thuyền mong manh, chấp nhận gian nguy với biển khơi, trong đó có gia đình DP, VTT và hai con thơ, biết bao người đã mất tăm, cả triệu người chưa thấy bến bờ tự do... lênh đênh bao ngày để cuối cùng trôi dạt vào địa ngục trần gian: đảo Koh kra, người đàn bà VN nhỏ bé, nạn nhân khốn khổ đau đớn, chết điếng trước sự hành hạ của hải tặc Thái Lan đầy thú tính, quỉ dữ trần gian mà một ngày qua là một hãi hùng... Có nghe đâu đó câu chuyện đảo Koh Kra mà lần này, dưới ngòi bút của hai tác giả thật quá, khủng khiếp quá... người đọc nghẹt thở... Chỉ còn biết cầu xin Đấng Toàn Năng, xin Ơn Trên, niềm tin tôn giáo, ánh sáng cuối cùng trong tăm tối... Cho đến một hôm bỗng có Phép Lạ soi sáng, thì ra giữa trần gian vẫn có cái tốt giữa muôn vàn cái xấu, hải tặc cũng có tàu xanh tàu đỏ... và cái phao ánh sáng là khi được cao ủy tỵ nạn ra tay cứu vớt qua ông Schweitzer và 81 người may mắn còn đầy đủ để được cứu vớt đưa đến trại Songkhla Thái Lan ngày 23/11/1979 và hồi ký TYNT&VB có trang đầu tiên...

Cả ba sự kiện quyện vào nhau bổ túc cho nhau để tập

hồi ký hoàn hảo một sự thật của một thời đại kinh hoàng trong lịch sử VN.

4. Ơn trả nghĩa đền:

Đến được đất hứa, thấy bến bờ TỰ DO rồi, cả hai tác giả làm tôi xúc động vì họ thật sự nêu được nét đẹp của luân lý cổ truyền VN "Ăn quả nhớ kẻ trồng cây, uống nước nhớ nguồn"... họ tìm đến những tổ chức "cứu người vượt biển" để làm thuyết trình viên cho Boat people SOS committee của TS Nguyễn Hữu Xương, Medecins du monde của BS A.Deloche; trao **bảng ghi** ơn cho phó đề đốc Christian Ruyere, thuyền trưởng trực thăng hạm Jeanne D'Arc của Pháp, cứu người vượt biển tháng 4/1988, trong buổi lễ tưởng niệm thuyền nhân chết thảm trên đường tìm Tự Do trong đó có VT Bình Minh, bạn thân của gia đình... Và đặc biệt tham gia cứu người vượt biển với con tàu Cap Anamur nhân đạo của TS Rupert Neudeck của Đức. Từ năm 1979 – 1989, cứu 11.300 người trên 266 chiếc thuyền và đưa về Đức tỵ nạn. Ông mất 31/5/2016.

Kính thưa quí vị,

Vui mừng thấy có người trẻ hiện diện hôm nay, là đối tượng tôi kỳ vọng.

Tinh thần tôn trọng sự thật của tập Hồi ký là nét quyến rũ cho tôi mạnh dạn hùng hồn giới thiệu với các bậc ông bà cha mẹ, thế hệ thứ nhất như chúng tôi ở hải ngoại để mong quí vị giới thiệu cho con cháu, thế hệ thứ hai, thứ ba tìm đọc để nhắc một lần nữa tại sao chúng ta có mặt nơi đây, và tại sao thế hệ chúng lại phải đau lòng đứt ruột ra đi, dù có thể là biệt xứ... để mong các cháu cùnh hiểu, đoàn kết lại, tiếp tay với người trẻ trong nước đang đấu tranh gian khổ vì nạn xâm lăng bất chấp bắt bớ giam cầm, đánh đập và tù tội, hãy tiếp tay cho họ vững tâm bước tới của một Đoan Trang, Đỗ Thị Minh Hạnh, Trần Huỳnh Duy Thức, các linh mục, giáo dân can đảm, và những người trẻ yêu nước khác... để mong Một Ngày VN tươi sáng...

Chờ đợi bản dịch Anh Ngữ cho con cháu dễ hiểu, thông suốt hiện tình đất nước mà dấn thân, củng cố lòng yêu nước.

ĐÊM THẮP NẾN
TƯỞNG NIỆM 50 NĂM MẬU THÂN
GIỚI THIỆU TÁC GIẢ
“GIẢI KHĂN SÔ CHO HUẾ”: NHÃ CA

Vết thương ngày ấy vẫn còn đây,
Huế Mậu Thân xót xa lòng này,
Quê tôi vẫn một mầu tang trắng,
50 năm rồi, chưa hết đắng cay...

Những tưởng thời gian có thể làm nhẹ bớt nỗi đau ngày nào... nhưng đã 50 năm qua mà mỗi mùa Tết đến lòng lại trĩu nặng u hoài: xót xa nhớ về vết thương Mậu Thân năm 1968 cho cả Việt Nam và riêng cho con dân Huế... Những ngày mà lời hứa hưu chiến, tất cả ngừng nghỉ để yên lòng hướng về ngày Tết thiêng liêng của dân tộc... bị phản bội để Huế chìm trong tang tóc kinh hoàng. Những bà con, bạn bè cùng thời nơi ngôi trường trung học ở Huế bất ngờ thảng thốt vĩnh viễn nằm xuống đâu đó nơi Bãi Dâu, Đá Mài, Thành nội Huế.... và đâu đâu nữa...; Đôi bạn thân của tôi, chưa hết tuần trăng mật, năm ấy trở về Huế cùng gia đình đón Tết tại làng Kim Long... Tối mồng hai Tết, anh bị bắt đi, đi đâu, sống chết nơi nào và bạn tôi trở thành góa bụa từ ngày ấy và còn đau đớn biết bao, không có ngày để thắp nén nhang giỗ chồng?! Và uất ức đau đớn vô cùng trước cái chết của các Thầy tôi: giáo sư Gunther Krainick và phu nhân, gs Raymund Discher và bác sĩ Alterkoster là ba giáo sư người Đức, là giáo sư thỉnh giảng của ngành đại học VN và nhất là đại học Huế. Quí Thầy đã từ xa xôi, mang kiến thức và với cả tâm huyết đến khai mở cho thế hệ trẻ trên đất nước xa lạ, đang còn bị chiến tranh đe dọa: Việt Nam. Họ là ân nhân của đất nước ta... đã bị bắt đi từ cư xá Đại Học Huế, chết thảm khốc bằng lằn đạn qua đầu và bị vùi thân nơi chùa Tường Vân vùng Nam Giao Huế... Sao vậy? Đau thương ngút ngàn trời Huế những ngày Tết Mậu Thân kinh hoàng năm ấy... Làm sao quên???

Hôm nay, Trung Tâm Văn Hóa Chùa Pháp Vân long trọng tổ chức đêm “ Thắp Nến Cầu Nguyện” cho Việt Nam vẹn tòan lãnh thổ: Phản đối mọi hình thức cho họa Bắc thuộc lần nữa; không thể có ký kết 99 năm cho "luật đặc khu" bán nước...

Hội trường chật kín, chan hòa ánh nến lung linh thắp sáng những trái tim của con dân Việt Nam trên đất nước Canada một lòng thành kính nguyện cầu... Những ánh mắt rưng rưng khi vị chủ lễ thành khẩn mà cương quyết dâng lời cầu nguyện thiết tha trước bàn thờ Đức Thích Ca nghi nhút đèn hương... Tất cả một lòng... chúng ta xin hướng lòng cầu xin cho Quê Hương vẹn toàn lãnh thổ, thoát họa mất nước, khỏi ách Cộng sản và xin cho các oan hồn uẩn tử, các bà con, bạn bè chết thảm trong biến cố Mậu Thân Huế năm 1968 được siêu thoát... Chúng tôi đang hướng về quí vị với tất cả tâm thành kính nhất. Qua ánh nến lung linh xin một lòng hướng về Quê Hương và nhất là Quê Huế Tội nnghiệp đau thương trong biến cố Mậu Thân 1968 không bao giờ nguôi....

Hôm nay may mắn chúng ta có được một nhân chứng lịch sử, nhà văn Nhã Ca, tác giả của Giải Khăn Sô Cho Huế hiện diện để chia sẻ những sự thật của biến cố kinh hoàng năm Mậu Thân để mọi người có thêm hiểu biết... và tác phẩm này cũng đã làm cho tác giả những tháng ngày tù tội trong nhà tù Cộng sản VN... Xin trân trọng giới thiệu nhà văn NHÃ CA và phu quân nhà thơ TRẦN DẠ TỪ đến từ California.

Buổi nói chuyện hôm nay sẽ được tiếp nối vào ngày mai tại hội trường của Đại Học Toronto trong buổi ra mắt ấn bản bằng Anh ngữ của tác phẩm Giải Khăn Sô cho Huế, với sự hiện diện của nhiều giáo sư và quan khách ngoại quốc cùng một số nhân chứng trong biến cố đau thương này.

Là con dân Huế, chúng tôi luôn có Huế trong tim: một Huế "đất cày lên sỏi đá", hai mùa mưa nắng khắc nghiệt, những trưa hè nắng chang chang cho mắt ai trong hơn, má hồng hơn, áo trắng trắng hơn và tình Huế như nồng nàn hơn để cho ai đó gặp Huế một lần là "làm sao quên?"... Cảm ơn ai đã cho Huế một trìu mến đặc biệt. Huế tôi đó cho dù đã ngàn trùng xa, cho dù Huế đã không còn là Huế xưa, mà sao mỗi lần nhớ về vẫn thâm trầm vẫn mặn nồng... cho nên ai làm cho Huế khổ đau, con dân Huế ngậm ngùi xót xa không thể nào nguôi....

Hương Giang trắng một màu tang,
Oan khiên uất khí ngút ngàn núi cao,
Mậu Thân rỉ máu còn đau,
Vết thương trong Huế ngàn sau chưa lành.

VAI TRÒ CỦA NGƯỜI PHỤ NỮ VIỆT NAM TRONG GIA ĐÌNH VÀ NGOÀI XÃ HỘI

Biến cố năm 1975, đẩy người VN ra khỏi đất nước. Trên bước đường định cư tại nhiều nơi, cha mẹ VN lo lắng không ít khi chợt thấy có sự khác biệt giữa hai luồng văn hóa Đông và Tây. Sợ rằng nếp sống gia đình cổ truyền VN bị đe dọa với tinh thần đề cao tự do cá nhân sẽ có sức mạnh quyến rũ con em chúng ta còn hoang mang với cuộc sống mới. Trước suy nghĩ đó, cha mẹ VN cố gắng tìm cách bảo vệ phần nào hợp lý trong nếp sống cổ truyền VN mà vẫn hài hòa được với văn hóa xứ người...

Trong vai trò uyển chuyển này, tôi nghĩ người đàn bà trong gia đình sẽ khéo léo và tế nhị dễ thành công hơn và từ đây người Vợ người Mẹ và người Bà theo tôi, đóng vai trò quan trong việc giúp chồng, con cái, cháu chắt cùng xây dựng một gia đình trước hết là một tổ ấm mà các thành phần trong tổ ấm ấy được nuôi dưỡng, giáo dục hướng dẫn để trở thành một công dân tốt cho xã hội... Khó khăn thay! Nhưng nhìn lại thời gian qua cộng đồng tỵ nạn VN chúng ta đã nỗ lực làm việc sinh sống như thế nào và đã góp phần mình trong xã hội Canada ra sao và ít nhất những con những cháu chúng ta, thế hệ thứ hai thứ ba VN đã có mặt trong mọi ngành nghề, đóng góp tích cực và hữu hiệu cho đất nước định cư và cho cha mẹ một hài lòng... mà theo tôi trong đó công sức của NGƯỜI VỢ, NGƯỜI MẸ, NGƯỜI BÀ không nhỏ...

Ngược lại thời gian một phút để nói về người đàn bà VN sau biến cố 1975, đối đầu với khó khăn khốc liệt: chồng trong trại tù cải tạo biền biệt, con cái bị đối xử bất công vì nạn "lý lịch" ở trường học... khó khăn đầy rẫy... và với đồng lương $75 một tháng sau một lần đổi tiền tàn khốc ($500 ta mới được $ 1 mới)... người đàn bà VN phải làm gì để vừa nuôi chồng đang đói, lo cho con đang khó khăn ở trường học... và lo cho mình bao giờ bị đuổi việc đây??? Trong đầu óc của người đàn bà VN lúc này bao giờ cũng đầy ắp toan tính lo âu vì đang gánh một trách nhiệm nặng nề vừa làm MẸ vừa làm CHA... Rồi vì lo cho tương lai các con, nuốt nước mắt đưa con ra biển lớn, một mạo hiểm vượt quá đầu óc của một người đàn bà VN hiền lành, chân yếu tay mềm, chưa một lần ra khỏi "lũy tre làng"... để đêm đêm chỉ còn biết cầu nguyện với đầy ắp lo sợ hoang mang. Nỗi lòng biết tỏ cùng ai???

Nhưng rồi như một phép lạ, cảm ơn Thượng Đế: gia đình được đoàn tụ ở đất nước nhân đạo Canada. Chưa hết mừng, người đàn bà nhìn con đường trước mặt... lại cũng đầy chông gai: Văn hóa khác biệt, ngôn ngữ lạ lẫm... nhưng như đã chọn lựa, chúng ta quyết vượt khó khăn ban đầu vì tương lai con cái là điểm sáng cho chúng ta bước tới: người đàn bà lại nỗ lực bắt đầu con đường khó khăn mới với ít nhiều hy vọng và tin tưởng: trên đất nước cơ hội này, nỗ lực làm việc, thành tựu sẽ đến. Một lần nữa người đàn bà quên mình để mưu cầu hạnh phúc cho gia đình trên quê hương mới: thêm sức mạnh cho chồng và mong thành công cho con... Tại sao phải tiếp tay, gần gũi, thông cảm với chồng.... bên nhà lo sợ chồng ĐÓI trong trại tù thì sang đất trù phú này lại lo chồng hụt hẫng xuống tinh thần vì một vài "bất như ý..." nào đó cho người đàn ông trong gia đình, họ thấy mình chưa như mình thuở xưa: chủ gia đình, trụ cột của gia đình, có chức vụ trong xã hội, đầu óc thảnh thơi bên vợ hiền con ngoan của ngày nào chưa "đổi đời"... nên nếu không tế nhị khôn khéo nắm bắt kịp thời cái vẻ thẩn thờ, ánh mắt buồn buồn xa vời suy tư của chồng, người đàn bà sẽ phải đối đầu với khó khăn tình cảm gia đình ngay... (câu nói đùa để an ủi chồng: nếu ngày đó VC bắt "đàn bà đi học tập cải tạo hết thì các ông, thì xã hội đã ra sao...??? để củng cố lòng tin cho chồng...). Rồi với con, thì sao nữa đây:

- Tìm cách hội nhập: Lại phải học tập văn hóa xứ người: lối giáo dục cởi mở, lắng nghe để xử sự cho hợp thời, với tinh thần tôn trọng mọi người kể cả con cái... không như lối giáo dục áp đặt ở VN...

- Không dạy các con trái với giáo dục ở nhà trường: tinh thần bình đẳng, không kỳ thị mầu da. Phải tìm hiểu lối giáo dục của nhà trường Canada, để cập nhật hoá kiến thức của mình và giáo dục con hữu hiệu, tránh trống đánh xuôi kèn thổi ngược.... Phải hiểu rằng giáo dục ở xứ sở này tuy hình thức có khác nhung mục đích vẫn là đào tạo phần tử tốt cho xã hội, đất nước và chung quanh ta bao gương sáng của gia đình bản xứ. Đứng trước hai lối giáo dục nếu biết gạn lọc để cùng duy trì những cái hay, cái đẹp của VN và văn hóa mới thì sẽ làm phong phú hơn cuộc sống của người VN nơi xứ người... (cháu ngoại chào Hi bà ngoại... you and me là thường... hay trong cách ăn mặc, nó ăn cái gì khô khan toàn gà nướng, khoai chiên, ketchup, ăn bốc.... Buffalo wings.... Mặc áo quần lụng thụng và tôi "dị ứng" nhất là áo quần rách hiện nay là fashion... nhưng phải nói làm sao cho khỏi "buồn lòng" cháu đây???). Vì nếu quí vị la rầy quở mắng thì hỏng việc... và không nói là đang đẩy cháu ra xa mình... Làm thức ăn ngon cũng là cách giữ con cháu gần mình. Rộng lượng vui vẻ thân mật hay chuyện trò và chia sẻ buồn vui cũng vậy...

Chúng ta phải ghi nhận và cảm phục nhiều bậc cha mẹ VN đang phải nỗ lực trước những khó khăn thực sự trong việc mưu sinh ngày ấy và hội nhập để bảo vệ việc giáo dục con cái với văn hóa VN tốt đẹp trong một đất nước Canada văn minh tiến bộ

Lưu ý: Giữ gìn sự tốt đẹp của văn hóa:

- Gia đình VN có ưu đểm là một tập thể hoà hợp:

* Yếu tố yêu thương và hy sinh: "Nước mắt chảy xuôi"...

Thường là gồm có Tam đại đồng đường, gồm ông bà cha mẹ con cái cháu chắt... Tất cả được xây dựng trên tình thương thật sự thì đó là một lợi ích: giúp nhau sống an toàn và sự chia sẻ đẹp đẽ của đức hy sinh của những người lớn trong gia đình: ông bà, cha mẹ và nhiều lúc họ hàng cũng chia sẻ mọi vui buồn của gia đình và đại gia đình... để cho con một bài học: Hy sinh vô điều kiện trước hết là với người thân.

Ưu điểm của văn hóa Canada: cởi mở, dân chủ, tự do phát biểu....

Khoan hốt hoảng để nghe con cháu nói đến lợi ích cuả Nursing home của Nhà già... vì với tất cả hiểu biết và cảm thông để cùng nói chuyện trao đổi và có đều kiện "con cháu hãy thăm viếng ông bà cha mẹ mỗi cuối tuần, chia sẻ mọi buồn vui sinh hoạt gia đình để nursing home cũng là MÁI ẤM"...

Cho nên việc kết hợp có lựa chọn sẽ tạo sự tốt đẹp.

* Tinh thần trách nhiệm: Trước hết cha mẹ là tấm gương cho con: gia đình cổ truyền VN đúng nghĩa đã dạy cho mỗi người ý thức vai trò của mình, phải có chính danh: ông bà, cha, mẹ, con cái hiểu và giữ đúng trách nhiệm của mình cha mẹ sống và làm đúng nghĩa là cha mẹ, mọi người khác cũng vậy... Dù ở đâu nếu con cái nhìn được tinh thần vì CON của CHA MẸ... thì thương yêu quí trọng ắt phải có... (hy sinh cho tương lai của con mà cha mẹ dù nhọc nhằn: làm hai ba job rồi trở lại trường học up date trí thức và kiến thức... để mang lợi ích cho cuộc sống con cái và thấu

hiểu tâm lý sâu xa để giúp ích cho hữu hiệu... (thí dụ: con hay cháu trai giữa khuya trở về có hơi men... xin khoan la mắng... mà chờ ngày mai khi cháu trong trạng thái bình thường mới lựa lời khuyên lơn). Học hỏi để thông cảm với tinh thần open, cởi mở với con và kể cả với cháu... trả lời bất kỳ thắc mắc nào, hãy giúp cháu hiểu rõ khác biệt giữa văn hóa, tìm dịp chuyện trò thân mật để bất kỳ thắc mắc gì của con cháu mình cũng "giải tỏa" được.

Người đàn bà với xã hội:

Làm tròn nhiệm vụ với gia đình, người đàn bà trong hiện tại cũng nhắc nhở mình còn là một phần tử của xã hội. Nhìn thấy tầm hoạt động của xã hội chung quanh là một cách học hỏi tốt nhất và hữu hiệu nhất. Nếu có điều kiện và ngày giờ thì nên tham gia vào các sinh hoạt cộng đồng, tham gia đoàn thể và tùy khả năng có thể đóng gọp phần mình nhiều hay ít. Sinh hoạt xã hội là cách cập nhật kiến thức, sự học hỏi và nhất là khỏi lạc hậu trước những bước tiến của xã hội... Vừa làm gương cho con cháu một cách tự tin, giúp con cháu mở rộng lòng với mọi người, vui sống, hòa đồng với chung quanh, học hỏi và hiểu biết để không hẹp hòi cục bộ... Học được cái hay, cái mới để trang bị cho mình mở rộng tầm hiểu biết. Theo dõi được những sự kiện mới xảy ra trong xã hội ta đang sống là điều cần thiết, giúp ta không lạc hậu vì giữa những dịp chuyện trò của con cái cháu chắt như những mẩu chuyện của gia đình giữa bữa ăn là dịp quan trọng nhất cho gia đình trao đổi và chia sẻ nhiều nhất thì chúng ta cũng không hề lạc lõng.

Gần con nhất phải là người Mẹ, cho nên dễ giáo dục

con cái về lòng tôn trọng ông bà cha mẹ và làm gương Đạo Đức cho con noi theo. Người đàn bà trong gia đình là phần tử khéo léo gắn kết các thành phần gia đình hữu hiệu nhất bằng tất cả ưu điểm dịu dàng, thông cảm, hy sinh và thương yêu trời dành cho người phụ nữ nhất là đàn bà Việt Nam, của các mẹ VN từ thuở xa xưa nào... Trong mục đích xây dựng GIA ĐÌNH phải là MỘT TỔ ẤM, và trang bị cho mình một phần tử tốt của xã hội thì việc giáo dục con cái lại thêm phần ưu điểm, toàn vẹn... Ở đây mẹ cùng với cha hướng dẫn tốt cho con cái: Gia đình là nền tảng của xã hội... Cha mẹ là tấm gương sáng cho con ở xã hội nào cũng vậy và ở đây người Mẹ sẽ được dự phần trong vai trò này, bất kỳ ở đâu cũng tự nguyện làm tròn, làm đẹp và vui với trò của mình: NGƯỜI ĐÀN BÀ của GIA ĐÌNH và XÃ HỘI.

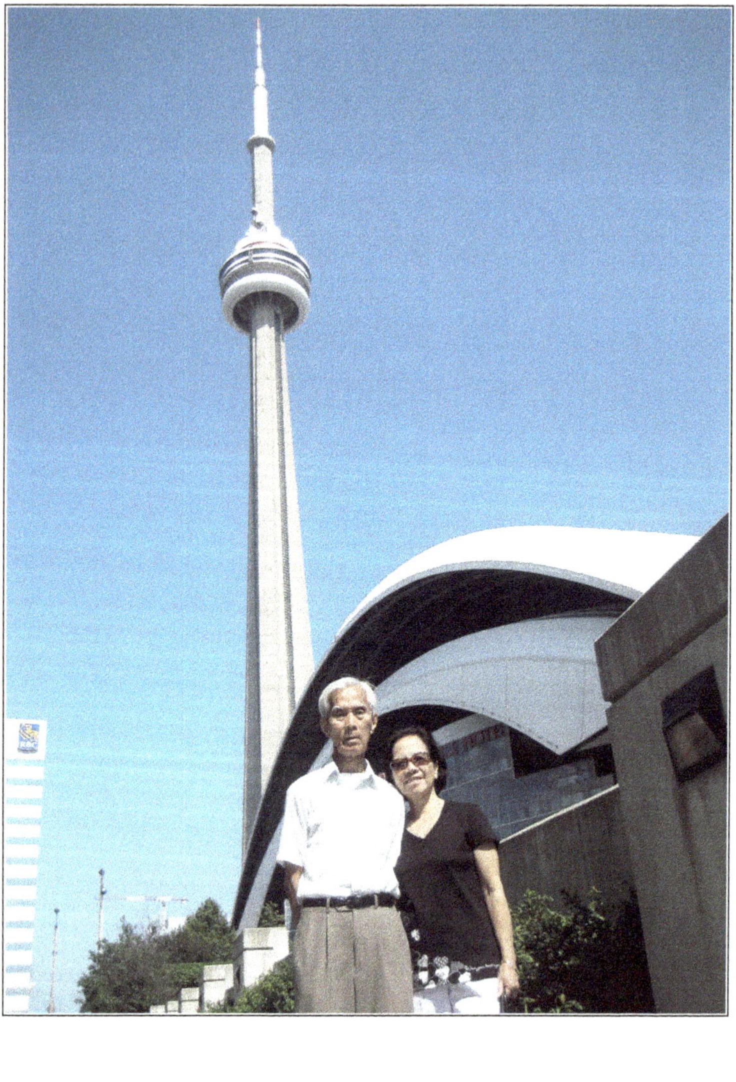

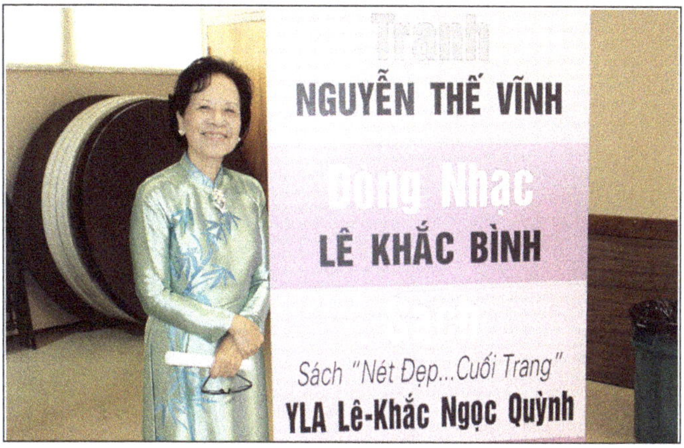

Tên thật: **Lê-Khắc Ngọc-Quỳnh**
Các bút hiệu khác: YLa, Hồng Điểm, Tôn Nữ Hoài Hương, Áo Trắng Trương Vương
Sinh quán: Huế
Định cư tại Toronto với gia đình, 1984
Tại Việt Nam:

- Giáo sư Trung học Phan Châu Trinh Đà Nẵng,
- Giáo sư Trung học Trưng Vương Sài Gòn

Tại Toronto, làm việc với:

- Home Care Program for Metropolitan-Toronto
- Jane-Finch Community & Family Centre

Tác phẩm đã xuất bản:

- Việt Văn Bậc Trung Học (bộ sách giáo khoa, 1970),
- Nét Chân Tâm (truyện ngắn, nxb Làng Văn, 1995),
- Hương Quê Mẹ (truyện ngắn, 2001),
- Nét Phong Lan (bút ký, truyện ngắn, nxb Nhân Ảnh 2005),
- Nét Xưa Còn Hoài (truyện ngắn, 2011).
- Nét đẹp... cuối trang (năm 2016)

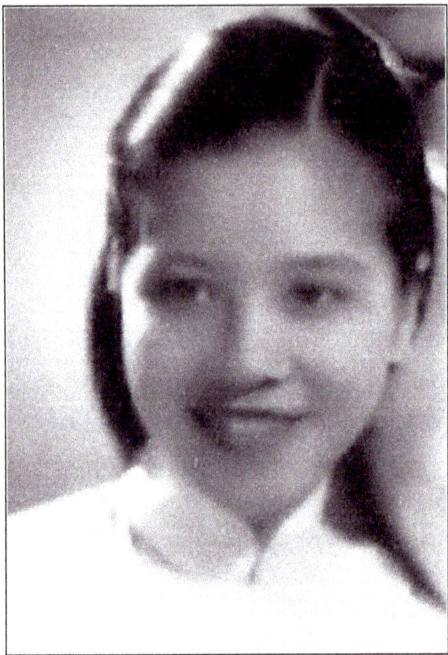

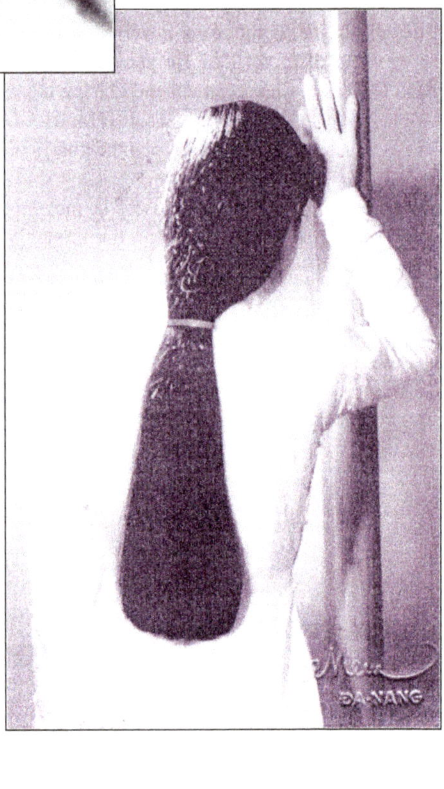
ĐA-NANG

MỤC LỤC

Liên lạc Tác giả
Y La Lê-Khắc Ngọc-Quỳnh
lknquynh@gmail.com

Liên lạc Nhà xuất bản
Nhân Ảnh
han.le3359@gmail.com
(408) 722-5626

www.ingramcontent.com/pod-product-compliance
Lightning Source LLC
LaVergne TN
LVHW052129041026
849558LV00010B/218
9781927781739